आपल्या स्नेहीजनांना पुस्तके भेट द्या

मदाम बटरफ्लाय

रेई किमुरा

अनुवाद

डॉ. शुचिता नांदापूरकर-फडके

मेहता पब्लिशिंग हाऊस

© +91 020-24476924 / 24460313 / Mob. No. 9545000513

Email : production@mehtapublishinghouse.com

Website : www.mehtapublishinghouse.com

MADAM BUTTERFLY by **REI KIMURA**

Translated into Marathi Language by Dr. Shuchita Nandapurkar-Phadke

मदाम बटरफ्लाय / अनुवादित कादंबरी

अनुवाद : डॉ. शुचिता नांदापूरकर-फडके

Email : author@mehtapublishinghouse.com

मराठी अनुवादाचे व प्रकाशनाचे हक्क : मेहता पब्लिशिंग हाऊस, पुणे

प्रकाशक : सुनील अनिल मेहता, मेहता पब्लिशिंग हाऊस,
१९४१, सदाशिव पेठ, माडीवाले कॉलनी, पुणे - ४११०३०.

मुद्रक : ट्रिनिटी ॲकॅडमी फॉर कॉर्पोरेट ट्रेनिंग लिमिटेड

मुखपृष्ठ : चंद्रमोहन कुलकर्णी

प्रथमावृत्ती : डिसेंबर, २०२०

किंमत : ₹ २५०

P Book ISBN 9789353174897

E Book ISBN 9789353174903

E Books available on : amazonkindle Apple Books Google Play Books

---

मदाम बटरफ्लाय नक्की होती तरी कोण?
जगभरच्या लोकांना हा प्रश्न भेडसावत आला आहे.
पुकिनीचा, मनाची पकड घेणारा ‘मदाम बटरफ्लाय’ ऑपेरा,
पुन्हा पुन्हा पाहिल्यावर त्यामागचं गूढ कमी न होता वाढत जातं.
त्यावर खूप उलटसुलट चर्चा होऊनही,
तिचा नेमका पत्ता कुणाला लागू शकला नाही.
कदाचित, या पुस्तकात दाखवलं आहे, तसंच असेल तिचं आयुष्य...

'सान' हे जपानी भाषेतील आदरार्थी विशेषण असून मूळ पुस्तकातील संदर्भानुसार हे विशेषण मराठी अनुवादात तसेच ठेवण्यात आलेले आहे.

प्रकरण १

अटलांटिक महासागरातून ते महाकाय पांढरंशुभ्र प्रवासी जहाज शांतपणे प्रवास करत होतं. मध्यरात्री समुद्र अचानक खवळला. प्रचंड लाटा उठू लागल्या. गेल्या आठवड्यात सॅन फ्रान्सिस्कोहून जपानला जायला निघालेल्या त्या जहाजाचा आजवरचा शांतपणे चालणारा प्रवास एकदम भोवऱ्यात अडकल्यासारखा झाला.

जहाजावर साधारण दोनशे प्रवासी होते. समुद्राचं उग्र रूप पाहून सगळ्यांच्या जिवाचं पाणी झालं, पोटात खोल खड्डा पडला. पुढे काय वाढून ठेवलं आहे, त्याची कल्पना त्यांना करवेना. आजवर प्रचंड मोठं वाटणारं आपलं जहाज समुद्रापुढे किती कःपदार्थ आहे, याची तीव्र जाणीव त्यांना झाली. जीव मुठीत घेऊन सगळे जण आपापल्या केबिनमध्ये ईश्वराचा धावा करत बसले. अजून किती दिवस ही परिस्थिती टिकून राहणार हे सांगणं कठीण होतं.

पण एका तरुण प्रवाशाला मात्र असं केबिनमध्ये दडून राहणं मान्य नव्हतं. रोज रात्री तो धडपडत, वाऱ्यावर भेलकांडत, धैर्यानं डेकवर चढून जात होता. निसरड्या पायऱ्यांवरून, जिथे-तिथे साचलेल्या पाण्यातून वाट काढत पार कठड्यापर्यंत नेटानं पोचून रात्रीच्या नीरव शांततेत उभं राहणं, हा त्याचा छंद होता. केबिनची सुरक्षित जागा सोडून असा स्वतःचा जीव धोक्यात घालणं त्याला फार गरजेचं वाटत होतं. त्याचं कारण मात्र त्याच्या आकलनापलीकडे होतं.

आत्ताही तो तसाच उभा होता. खवळलेल्या महासागरापुढे त्यांचं जहाज अगदी खेळण्यासारखं दिसत होतं. लाटांच्या एका तडाख्यासरशी किंवा हवेच्या प्रचंड झोतासरशी ते जहाज समुद्रात अक्षरशः भिरकावलं जाईल, याची जाणीव त्याला प्रत्यही होत होती. अचानक वीज चमकली. त्या प्रकाशात त्यांचं जहाज आणि समुद्राचा काही भाग उजळला. वादळाची भीषण प्रखरता तीव्रतेनं लक्षात आली.

आधीच घाबरलेल्या प्रवाशांची पाचावर धारण बसली. तो तरुण मात्र खिळल्यासारखा उभा होता.

तो होता केन पिंकरटन. सागराचं हे भीषण रूप, गर्द काळोख, विजांचा कडकडाट, भेलकांडणारं जहाज, कोणत्याही क्षणी जलसमाधी मिळण्याची शक्यता या सर्वांनी तो एरवी हादरला असता. पण या कशाशी त्याला आत्ता देणंघेणं नव्हतं. त्याच्या मनात उठलेलं काहूर आणि अनिश्चितता यांमुळे तो इतका कासावीस झाला होता, की आजूबाजूला घडणाऱ्या घटनांच्या बाबतीत तो बधिर झाला होता.

एवढ्या वादळातही जहाज जपानच्या दिशेनं पुढे सरकत होतं. आता काही दिवसांचाच प्रश्न होता, मग त्यांचं जहाज जपानच्या भूमीला लागणार होतं. त्याला हल्लीच कळून चुकलं होतं की, त्याची नाळ जपानच्या मातीशी घट्ट बांधली गेली होती. इथून पुढे आयुष्य कसं वळण घेणार आहे किंवा नेमकं काय घडणार आहे, याबद्दल काही सांगता येत नव्हतं. म्हणूनच केन खूप अस्वस्थ होता.

त्याच्या डोळ्यासमोर ती प्रतिमा अचानक तरळू लागली. अगदी लहानपणापासून ती प्रतिमा त्याच्या नजरेसमोर अशी नेहमी तरळत असे. अनेकदा त्याला इतकी भीती वाटे की, त्याची रात्रीची झोप उडून जाई. असं झालं, की तो आपल्या आईचा धावा करत असे.

"ममा, ममा! तीच ती बाई! पुन्हा दिसली ती मला!"

त्याच्या स्वप्नांमध्ये एकच एक स्त्री वारंवार येत असे. तिच्या अश्रुभरल्या डोळ्यांतील अभिमान लपत नसे. ती फक्त त्याच्याकडे एकटक पाहत असे. त्याच्याबद्दलचा अभिमान होता का तो? स्वप्नातच कधीकधी ती त्याला हळुवारपणे कुशीत घेत असे. प्रसंग कोणताही असो, तिच्या अस्तित्वाबरोबर केनला नेहमी एक विशिष्ट गंध जाणवत असे. तो मंद गंध कुठल्या फुलाचा आहे, हे मात्र त्याला लक्षात येत नसे. स्वप्न संपायच्या आधी ती स्त्री नेहमी त्याच्यासाठी गाणं म्हणत असे. तिचा आवाज तरुण आणि अतिशय गोड वाटत असे. त्याच्या लहान वयामुळे त्याला या स्वप्नाचा अर्थ लागत नसे. त्यामुळे, ते स्वप्न कितीही गोड आणि निरुपद्रवी असलं, तरी त्याची सतत तगमग होत राही.

"माझ्या या स्वप्नांचा अर्थ काय?" अशी विचारणा त्यानं कधी आपल्या आईकडे, हेलेनकडे केली, तर ती त्याला उडवून लावत असे. हेलेनच्या म्हणण्यानुसार ती निव्वळ स्वप्नं होती. त्यांना काय अर्थ असणार होता? त्याच्या प्रश्नाला उत्तर देताना होणारी तिची त्रेधा, नजरेतील अस्वस्थ भाव आणि विषय बदलायची घाई त्याच्या नजरेतून सुटत नव्हती. तिच्या अशा वागण्यानं त्याची स्वप्नं जणू थांबणार होती. एरवी हेलेन असं कधीच वागत नसे. त्याच्या प्रत्येक प्रश्नाचं आणि शंकेचं ती पूर्णपणे समाधान करत असे.

पण त्याची स्वप्नं काही थांबली नाहीत. तिची आशा पूर्ण झाली नाही. उलट, जसा केन मोठा झाला, तसं त्याच्या मनात उत्सुकता आणि अस्वस्थता यांचं गूढ मिश्रण तयार झालं. स्वप्नांत दिसणारी ती स्त्री कोण होती? गेले कित्येक वर्षं ती त्याच्या स्वप्नांत का येत होती? त्याला काहीतरी सांगण्याची, समजावण्याची इच्छा होती का तिची?

खूपदा त्याला वाटायचं की, स्वप्नातल्या त्या स्त्रीनं निघून जावं, पुन्हा कधी येऊच नये. त्याचे खेळायबागडायचे दिवस असताना त्यानं हा असा काहीतरी गंभीर विचार करत बसण्यात काय अर्थ होता? त्याच्या वयाचे सगळे मित्रमैत्रिणी कसे मस्त उनाडायचे. त्यालाही तसं वाटलं तर काय चूक होतं? तेवढ्यात जहाजाला लाटेचा तडाखा बसला. केनच्या चेहऱ्यावर खाऱ्या पाण्याचा फवारा उडाला आणि तो लहानपणीच्या विचारांतून खाड्‌कन बाहेर आला.

कितीतरी प्रश्न त्याच्या मनात सातत्यानं रुंजी घालायचे. हटवादी मुलासारखे नाठाळपणे अडून बसायचे. कधी स्वप्नातील त्या स्त्रीकडे पाहून वाटायचं की, ती त्याची आई आहे. पण ते कसं शक्य होतं? केनला स्वतःची आई होती की, हेलेन पिंकरटन. मग ती दुसरी स्त्री त्याची आई कशी असेल?

एकदा मात्र अति झालं. संध्याकाळी जेवायला बसताना केन उसळला, ''माझ्या स्वप्नात येणारी ती स्त्री, माहीत आहे ना तुम्हाला ती? काल रात्री परत स्वप्नात येऊन ती मला म्हणाली की, 'मी तुझी आई आहे.' काहीतरीच काय! माझी आई तर तू आहेस ना ममा? आणि कोणाला दोन आया कशा असू शकतात?

''आहे कोण ही बाई? का ती अशी मला छळते आहे? जात का नाही ती निघून?

''ममा, ममा, काय झालं? तू हे काय करते आहेस?''

प्रश्नांची सरबत्ती करणारा केन एकदम अवाक् झाला. एरवी हसतखेळत चालणाऱ्या जेवणात त्याची आई एकदम हुंदके देऊ लागली. तिच्या तोंडातला घास भसकन बाहेर पडला. एक शब्ददेखील न उच्चारता ती पट्‌कन उठली. बाजूच्या बाथरूममध्ये जाऊन तिनं स्वतःला सावरण्याचा प्रयत्न केला. केनला हेसुद्धा जाणवलं की, हेन्रीचा म्हणजेच बेंजामिन पिंकरटनचा चेहरा लालबुंद झाला आहे, विशेषतः, त्याचे कान. आपले वडील अतिशय अस्वस्थ झाले, किंवा त्यांना खूप ताण असला अथवा ते कोणावर अति संतापले की, त्यांचे कान असे लाल होतात, हे त्याला सवयीनं माहीत होतं.

काही क्षणांत त्याची आई जेवणाच्या टेबलाशी परत आली. अचानक एक विचित्र शांतता तिथे पसरली. केनच्या लक्षात आलं की, या विषयामुळे त्याच्या आईवडिलांची अस्वस्थता शिगेला जाते, तेव्हा पुन्हा कधी हा विषय आपण काढता

कामा नये.

अनेक वर्षं लोटली. वाढत्या वयाचे प्रश्न, मागण्या, शारीरिक-मानसिक बदल अशा अनेक वेगवेगळ्या स्तरांवरून केनचं आयुष्य पुढे जाऊ लागलं. बालपण आणि त्या वेळचं कुतूहल मागे पडू लागलं. तो ती स्वप्नं आणि अस्वस्थता विसरला नक्कीच नाही, पण त्यांची तीव्रता मात्र कमी झाली होती हेही तितकंच खरं!

पुष्कळदा आपल्या गव्हाळ वर्णाबद्दल आणि तपकिरी डोळ्यांबद्दल त्याच्या मनात विचार यायचे. अमेरिकन मुलांच्या तुलनेत त्याचं रूप थोडं वेगळं होतं. त्याची शिक्षिका त्याबद्दल बोलताना 'प्रादेशिक देखणेपणा' असं म्हणायची. त्याबद्दल कोणाला काय विचारावं, हेही त्याला कळत नसे. आपण या संदर्भात आपल्या आईवडिलांशी बोलू शकणार नाही, हे त्याला अंतःप्रेरणेतून समजलं होतं.

जहाजानं अचानक जोराचा हेलकावा घेतला. केन जोरात फेकला गेला. एखादी फासळी मोडायची त्याची, थोडक्यात वाचला तो. आता आपण मुकाट्यानं आपल्या केबिनमध्ये जाऊन बसण्यात शहाणपणा आहे, असा विचार त्याच्या मनात आला. जपानला हाती-पायी धड अवस्थेत जाणं अतिशय गरजेचं होतं, तरंच त्याचा जपान–भेटीचा उद्देश पूर्ण झाला असता. काही प्रश्नांची उत्तरं त्याला सापडली असती.

त्या रात्री त्यानं हळुवार हातांनी पत्रांचा एक गठ्ठा बाहेर काढला. पिवळसर पडलेला हा जीर्ण गठ्ठा हेन्री पिंकरटननं मृत्युशय्येवर असताना त्याच्या हाती दिला होता. पण तो उघडून वाचण्याची त्याची काही हिंमत झाली नव्हती.

''या पत्रांबद्दल तुझ्या आईजवळ अवाक्षरही उच्चारू नकोस. आजवर तिच्यापासून मी कशीबशी लपवून ठेवली आहेत ती सगळी.'' मोठ्या कष्टानं हेन्रीनं म्हटलं होतं.

''डॅडी, मी तुम्हाला वचन देतो.'' मरणासन्न अवस्थेतील आपल्या वडिलांकडे पाहणाऱ्या केनच्या डोळ्यांत अश्रू दाटून आले होते.

''अमेरिकन वकिलातीत काम करणारा शार्पलेस जेव्हा जेव्हा जपानहून इथे येई, तेव्हा तो आवर्जून ही पत्रं घेऊन...''

बस्स! तेच हेन्रीचे शेवटचे शब्द. त्यानंतर काही क्षणांतच तो शेवटच्या प्रवासाला लागला होता. त्याची थिजलेली नजर पाहताच केन सारं काही समजून चुकला.

त्याच्या मनातील कितीतरी प्रश्न अनुत्तरित राहिले होते. कोणी लिहिली होती ती पत्रं? हेन्रीनं ती केनला का दिली होती? पण मृत्युपंथाला लागलेल्या आपल्या पित्याला तो काहीही विचारू शकला नाही. त्यानंतर विचारायला वेळही मिळाला नाही. दुसरा दिवस उजाडला, तोच केनला पोरकं करण्यासाठी. हेन्रीच्या मृत्यूबरोबर

त्या पत्रांचं गुपित कायमचं गाडलं गेलं. आता ते शोधून काढण्याची जबाबदारी केनवर येऊन पडली होती.

त्याला हे सगळं आठवलं. झोडपून काढणाऱ्या वादळात हेलकावे खाणाऱ्या जहाजामध्ये बसलेल्या केनची पत्रं वाचून पाहण्याची तयारी झाली. थरथरत्या हातांनी त्या गठ्ठ्यातून एक पत्र बाहेर काढून त्यानं ते वाचायला सुरुवात केली,

'प्रिय जिन्सेई, आज तू चार वर्षांचा झालास. तुझा विचार आला नाही, असा एकही दिवस गेला नाही. आपल्या पोटच्या पोराला कोणती आई विसरू शकेल?

'तू आज काय करतो आहेस? बाळा, तू आनंदात तर आहेस ना? तुला आज खूप साऱ्या भेटवस्तू मिळाल्या असतील ना?

'तू इथे नागासाकीमध्ये असतास तर मी आणि सुझुकी साननं मिळून तुझ्यासाठी 'ओसेत्ची गोहान'– खास चौथ्या वाढदिवसाला करतात, तो लाल भात केला असता...'

वाचता वाचता केनला भणभणू लागलं. ही पत्रं एका आईनं आपल्या 'जिन्सेई' या मुलाला लिहिलेली आहेत, हे त्याच्या लक्षात आलं.

"अरे देवा! तो मुलगा जिन्सेई म्हणजे बहुधा मीच आहे!" केनच्या तोंडून कसेबसे शब्द बाहेर पडले.

प्रकरण २

नागासाकी शहराच्या जरा बाहेरच्या अंगाला एका छोट्याशा टेकडीवर उभारलेलं ते तपकिरी आणि पांढरं घर मोठं टुमदार होतं. संपूर्ण बांधकाम लाकडी होतं. घराच्या समोरच 'कोई' माशांच्या पैदाशीसाठी छोटासा तलाव बांधलेला होता. शिवाय, एकुलतं एक चेरीचं झाडदेखील होतं. वर्षभर खंबीरपणे उभं राहणारं हे झाड 'साकुरा' ऋतूमध्ये गडद गुलाबी बहरानं मन मोहून घेत असे.

चेरीच्या झाडाखाली एक दगडी शिल्प होतं. पाश्चात्त्य वेषातील एक देखणी स्त्री आणि तिच्या हातात एक गोजिरवाणं बाळ. कुठल्याही पारंपरिक जपानी घरासमोर शोभणार नाही अशा मॅडोनाच्या फॅशनशी जुळणाऱ्या आधुनिक पोशाखातील नाचणाऱ्या तरुणी. फारच विरोधाभास होता तो! त्या घराचा मालक होता मित्सु कोईवा. काही वर्षांपूर्वी नागासाकी बंदरात एका युरोपीय व्यापाऱ्याचं जहाज महिनाभर नांगरलेलं होतं. त्या व्यापाऱ्यानंच मित्सुला या मूर्ती भेट दिल्या होत्या. जपानच्या पलीकडे असलेल्या जगाच्या प्रतिनिधी म्हणून त्या मूर्ती मित्सु साननं मोठ्या प्रेमानं जपल्या होत्या.

मित्सु स्वतः व्यापारी होता. बंदरावर येणाऱ्या वस्तू घ्यायच्या, त्या नागासाकीत विकायच्या, स्थानिक माल जहाजावर चढवायचा हे त्याच्यासाठी नित्याचं होतं. तो काय विकतो, हे त्याला कोणी कधी विचारलं नाही आणि त्यानंही ते सांगितलं नाही. आई-वडील कुठलीतरी अनोळखी मुलगी बायको म्हणून गळ्यात बांधतील, या भीतीनं त्यानं वयाच्या पंचविसाव्या वर्षी साचियो या त्याच्या बालमैत्रिणीशी लग्न केलं. अल्पावधीतच त्यांना एक मुलगा आणि एक मुलगी झाली. त्यानंतर साचियोनं जाहीर केलं की, तिला आणखी बाळंतपणं झेपणार नाहीत. कोईवा कुटुंबाला अजून काही मुलांची गरज आहे याबद्दल सगळ्यांनी तिला कितीतरी

समजावलं, पण तिनं आपला हट्ट सोडला नाही.

मित्सु सानचा मुलगा मस्त तगडा होता. शिवाय, त्याच्यामुळे कुळाचं नाव राखलं जाणार होतं. पण, मित्सुचा जीव मात्र आपल्या नाजूक, सुंदर लेकीवर- मिकावर- जास्त होता.

मिका थोडीशी मोठी होताच मित्सु तिला स्वतःबरोबर मासेमारी आणि इतर भटकंतीसाठी घेऊन जाऊ लागला. मुलीच्या जातीला हे शोभत नाही, असा साचियोनं कितीही आरडाओरडा केला तरी त्यानं तिच्या विरोधाला जुमानलं नाही. उन्हाळा आला की मस्त वारं सुटायचं. मित्सुचा मुलगा सगळ्यांबरोबर पतंग उडवण्यात मग्न व्हायचा. अशा वेळेस मित्सु मिकालासुद्धा पतंग घेऊन द्यायचा. बहीण-भाऊ मग पतंग उडविण्याची चढाओढ लावायचे.

असंच एका रविवारी दुपारी तो लेकीबरोबर घरच्या बागेत निवांत बसला होता. तिथल्या त्या दगडी पुतळ्याभोवती ती मजेत गिरक्या घेत नाचत होती. तेवढ्यात फडफडत आलेलं एक पिवळंधमक 'च्यो-च्यो'- 'फुलपाखरू' तिच्या केसांवर विसावलं, जणू काही केसांत तिनं फूलच माळलं होतं.

ते लक्षात येताच मिका आनंदानं चीत्कारली, "ओतोसान-बाबा, पहा तर! मी तर च्यो-च्यो झाले आहे."

"आहेसच तू च्यो-च्यो." तिच्या वडिलांनी तिच्या म्हणण्याला लगेच मान्यता दिली. तो अतिशय प्रसन्न दिवस होता. चेरीला बहर येऊ घातला होता. आपण गमतीत मान्य केलेलं हे नाव नागासाकीच्या बाहेर, दूरच्या देशात खूप प्रसिद्ध पावणार आहे, याची त्याला काय कल्पना असणार? 'च्यो-च्यो सान' हीच तिची ओळख होणार होती.

पुढच्या क्षणी गिरक्या घेत ते फुलपाखरू तिथून उडून गेलं. जणू, मिकाचं नव्यानं बारसं करण्याचं काम करण्यापुरती त्यानं हजेरी लावली होती. त्याला पकडायला मिका पाठोपाठ धावली. पण ते कुठलं तिच्या हाती लागणार होतं? ते केव्हाच भोवतालच्या झुडपांत अदृश्य झालं होतं. आपला औट घटकेचा मित्र गमवावा लागला म्हणून तिला खूप वाईट वाटलं. ती रडू लागली.

थोड्या वेळानं खास तिच्यासाठी केलेलं लाल बिन्सचं डेसर्ट घेऊन तिची आई बाहेर आली, तेव्हा कुठे ती रडायची थांबली. 'जिभेवर ठेवताच विरघळणारं आणि गोड गोड लागणारं डेसर्ट' अशी आठवण च्यो-च्यो सान आयुष्यभर जपणार होती.

साचियोला 'च्यो-च्यो' हे नवीन टोपणनाव मुळीच आवडलं नाही आणि त्या नावानं आपल्या लेकीला हाक मारता कामा नये, असं तिनं जाहीर केलं. कसलं ते विचित्र नाव!

"हे बघ मित्सु, ती लहान आहे. तिच्या डोक्यात उगाच काहीतरी फालतू

कल्पना भरवू नकोस.'' तिनं आपल्या नवऱ्याला झापलं. ''नाकासमोर पाहून चालणारे व्यवहारी लोक आहोत आपण. आपल्या मुलांनीही तसंच वागायलं पाहिजे.''

त्यानंतर 'च्यो-च्यो' हे नाव बाप-लेकीचं गुपित झालं. बाकीचे मात्र तिला नेहमीप्रमाणे 'मिका' म्हणू लागले.

रोज सकाळी मित्सु कामाला निघून जायचा. त्यानंतर मुलांकडे आणि घराकडे लक्ष देणं, हे साचियोचं काम असायचं. त्यांनी घरात बसून खेळलं पाहिजे, यावर तिचा कटाक्ष होता. अलीकडे नागासाकी बंदरामध्ये अनेक परदेशी जहाजं येऊ लागली होती. त्यावरून उतरणारी ती पाश्चिमात्य माणसं, क्वचित कधीतरी एखाददोन स्त्रिया, साचियोला ते काही आवडायचं नाही. एखाददोन आठवडे तिथे राहून ते प्रवासी परत निघून जात. एक दिवस मात्र अशाच एका जहाजातून अनेक जण उतरून आसपासच्या भूभागाची पाहणी करू लागले. त्यांचा मुक्कामाचा उद्देश स्पष्ट होता.

''ते स्वतःला ख्रिश्चन मिशनरी म्हणवतात.'' मित्सुनं माहिती पुरवली. ''इथे त्यांच्या धर्माचं एक मंदिर-ज्याला ते चर्च म्हणतात-ते बांधून मग जपानमध्ये ख्रिश्चन धर्माचा प्रसार करायचा आहे त्यांना.''

''पण त्यासाठी नागासाकीला का आले आहेत ते?'' साचियोनं विरोध दर्शवला.

''हे बघ, आपण इथे आपल्या मुलाबाळांबरोबर अगदी शांततेनं आणि आनंदात जगतो आहोत. या परक्या लोकांचं कामच काय आपल्या इथे? त्यांचे रीतीरिवाज कशाला शिकायला हवेत आपण? अगदी कशाचीच गरज नाहीये आपल्याला. काही बदलसुद्धा नको घडायला इथल्या वातावरणात.''

''अगं पण, इडो सरकारनं त्यांना राजधानीत शिरकाव करू दिला नाही, त्यामुळे त्यांना इथं दक्षिणेत, नागासाकीला येणं भाग पडलं आहे. शिवाय, त्यांच्यामुळे व्यवसाय नाही का वाढणार? आपल्या समाजाचा फायदाच होणार आहे त्यामुळे. आता बघ, ते इथे जागा विकत घेतील. शिवाय, त्यांच्यामुळे बार आणि रेस्टॉरंटमध्येसुद्धा चलती होईल.'' मित्सु समजावणीच्या स्वरात म्हणाला, ''प्रत्येक गोष्टीला एक चांगली बाजू असतेच ना!''

साचियोला ते काही पटलं नाही. तिनं निक्षून सांगितलं, ''यातून काहीही चांगलं निष्पन्न होणार नाही. आत्ता इतक्यात गेशांचे किती बार नव्यानं सुरू झालेत, ते पाहिलं आहेस ना? त्या मारुयामा लेनमधून एक चक्कर मारली की, अशात झालेले बदल ताबडतोब लक्षात येतात.''

त्यावर अधिक काही न बोलता मित्सु साननं विषय संपवला. तसंही, नुकताच त्याचा एक व्यवहार फिस्कटल्यानं त्याला चांगलाच आर्थिक झटका बसला होता.

त्यातून कसं बाहेर पडायचं, हा एक मोठा प्रश्न त्याच्यासमोर होता. नागसाकीमध्ये झपाट्यानं स्थायिक होणाऱ्या त्या पाश्चिमात्य लोकांसाठी त्यानं बराच माल मागवला होता. त्यासाठी त्यानं आपली सगळी पुंजी तर पणाला लावलीच होती, शिवाय मोठं कर्ज उचललं होतं. पण माल घेऊन येणारं जहाज वादळाच्या तडाख्यातून वाचू शकलं नाही. मित्सुचं सारं संचित जलार्पण झालं होतं.

हे कळताच त्याच्या पायाखालची जमीन सरकली. 'असं कसं झालं?' त्यानं टाहो फोडला. 'तो सगळा माल मी या परदेशींना तिप्पट भावानं विकणार होतो. आलेल्या पैशातून सगळी कर्जं फेडूनही माझ्याजवळ चिक्कार शिल्लक उरणार होती. आता मी काय करू?'

अजूनही त्यानं घरी काही कळू दिलं नव्हतं. त्या संध्याकाळी जेवणं झाल्यावर त्याची मुलं घरात, फायरप्लेससमोर सुखावली. तो मात्र विषण्ण मन:स्थितीत होता. कर्ज चुकवण्यासाठी सरतेशेवटी हे घरसुद्धा विकावं लागलं तर कसं होईल, या विचारानं त्याला भेडसावून सोडलं होतं.

त्याची लाडकी च्यो-च्यो आपल्या भावाबरोबर मजेत खेळत होती. ते पाहून त्याच्या काळजाचं पाणी झालं. हे घरही गेलं, तर तिचं कसं होईल. नुकतंच तिला सोळावं लागलं होतं. या विवंचनांपायी तिच्या चेहऱ्यावरचं हसू कोमेजलं तर? निव्वळ कल्पनेनं त्याची घालमेल वाढली.

उद्याच आपल्या धनकोकडे जायचं आणि कर्जफेडीसाठी थोडी मुदत वाढवून घ्यायची, असा निश्चय त्यानं केला. शिवाय, गरज पडली तर परदेशींकडे नोकरी करण्यासाठी त्यानं मनाची तयारी केली. साचियोला ते पटलं नसतंच, पण त्याच्याकडे दुसरा उपाय नव्हता.

मुख्य म्हणजे, च्यो-च्योला याबद्दल काहीसुद्धा कळू द्यायची त्याची इच्छा नव्हती. लाडात वाढलेल्या तिच्या आनंदी चेहऱ्यावर दुःखाचं सावटही पडायला नको होतं.

एखाद्या सुंदर फुलपाखराप्रमाणे तिच्याही आयुष्यात लख्ख प्रकाश, तजेलदार रंग आणि भरभरून आनंद तेवढा होता.

प्रकरण ३

आपली आर्थिक परिस्थिती किती खालावली आहे, हे सत्य मित्सुनं साचियोपासून कितीतरी दिवस लपवून ठेवलं. पण जेव्हा रोजच्या जेवणासाठीदेखील त्याच्याकडे पैसे उरले नाहीत, तेव्हा निरुपायानं त्यानं आपल्या बायकोला त्याची जाणीव करून दिली.

"अशी परिस्थिती कशी काय ओढवून घेतलीस तू?" हुंदके देत साचियो म्हणाली. तिला समजल्यापासून गेले कित्येक दिवस ती फक्त रडत होती. त्यामुळे दोन्ही मुलं अगदी बावरली होती. "तुला मी बजावलं होतं ना की, त्या परक्यांसमोर जाऊ नकोस. आमच्यावर किती लाजिरवाणी वेळ आणली आहेस तू अशा वागण्यानं!"

नवऱ्याला ताडताड बोलून तिनं त्याला चक्क बेडरूममधून बाहेर काढलं. त्यानंतरची प्रत्येक रात्र बैठकीच्या खोलीत साध्या फुटॉनवर-बिछान्यावर झोपण्याशिवाय त्याच्याकडे काही पर्याय नव्हता. एकटी च्यो-च्यो तेवढी चकार शब्दही न उच्चारता रोज आपल्या वडिलांजवळ बसून राहायची.

दुसऱ्या दिवशी सकाळी मित्सु बंदरावर गेला. काम करणं तर त्याला भागच होतं. कर्ज चुकवायचं होतं. शिवाय, घरच्यांच्या पोटात दोन घास पडणं गरजेचं होतं. नांगरलेल्या जहाजांमध्ये माल भरायचं काम त्याला मिळालं. नशिबानं काय वेळ आणली होती! कालपर्यंत यशस्वी व्यापारी म्हणून वावरणाऱ्या मित्सुला आज रोजंदारी करावी लागत होती.

थकला-भागलेला मित्सु संध्याकाळी पाय ओढत कसाबसा घरी यायचा. ओझी वाहून त्याची अवस्था फार बिकट झालेली असायची. हातापायांना छाले, कळकट-मळकट कपड्यांना घामाचा दुर्गंध; अगदी पाहावायचं नाही त्याच्याकडे. च्यो-च्यो पट्कन पुढे होऊन त्याला हातपाय धुवायला कोमट पाणी द्यायची. त्याची काळजी

घ्यायची. पण साचियो मात्र 'आपला कशाशी काय संबंध' अशा थाटात वावरायची. तिच्या मते सगळी चूक मित्सुची होती. त्याला क्षमा करण्याइतका मनाचा मोठेपणा तिच्याकडे नव्हता. त्याच्या नशिबातील बैठकीच्या खोलीतील बिछाना काही सुटू शकला नाही.

वडिलांचे कष्ट पाहून अस्वस्थ झालेल्या च्यो-च्योनं एक दिवस आपल्या भावाला त्राग्यानं म्हटलं, "आपल्या कुटुंबासाठी पैसे कमावून आणण्यासाठी मीही काही केलं पाहिजे. ओतोसानचे कष्ट पाहवत नाहीत मला."

त्यावर तिचा भाऊ चिडून म्हणाला, "तू मुलगी आहेस. तू काय करू शकणार आहेस? जरा मला मोठं होऊ दे. मीच ओतोसानच्या हाताशी येईन. मुलींनी फक्त लग्न करून घर चालवायचं असतं."

"अरे, तुला मोठं व्हायला अजून कितीतरी अवकाश आहे. तोवर फार उशीर झालेला असेल. ओतोसान तोवर कदाचित काम करून करून संपून जातील." अतिशय दुःखानं च्यो-च्योनं उत्तर दिलं. तिच्या भावानं कितीही डिवचलं तरी त्याच्याशी वाद घालण्यात तिला जराही स्वारस्य नव्हतं.

पण तिच्या भावाचं म्हणणं काही चुकीचं नव्हतं. पारंपरिक जपानी कुटुंबात मुलींचं काम फक्त लग्न, संसार, मुलंबाळं इतक्यापुरतं मर्यादित होतं.

हल्ली मात्र च्यो-च्यो वेगळा विचार करत होती. स्त्रियांसाठी निषिद्ध मानलेल्या अर्थार्जनाचा विचार तिच्या मनात सतत डोकावू लागला होता. तिच्या मते तिला काही ना काही काम नक्कीच करता आलं असतं.

तिला एकदम आठवलं, काही दिवसांपूर्वी ती फिरत फिरत मारुयामा लेन या भागात पोचली होती. ती कुठे गेली आहे, हे तिच्या आईला कळलं असतं तर तिची काही खैर नव्हती. या भागात रस्त्याच्या दुतर्फा 'टी-हाउस' होते. आलेल्या ग्राहकांना हसतमुखानं आणि तत्परतेनं चहा आणि केक्स नेऊन देण्यासाठी तिथे रंगीबेरंगी किमोनो घातलेल्या सुंदर तरुण मुली तैनात केलेल्या होत्या. पगाराच्या जोडीनं मिळणाऱ्या 'टिप्स'मुळे त्या मुली ग्राहकांशी छान गप्पादेखील मारत.

आता अशा जागांबद्दल ओकासानच्या-आईच्या मनात चीड का, हे काही मिकाला कळत नव्हतं. तिथल्या मुली काही वाईटसाईट काम करत नव्हत्या. तिथे येणारे सगळे ग्राहक हे पुरुष होते, तरी च्यो-च्योला हे काम सोपं वाटलं होतं. ग्राहकांना आनंदी ठेवणाऱ्या त्या मुलींना पगार चांगला मिळत असणार, असा अंदाज तिनं बांधला होता.

मनाशी काहीतरी विचार करून तिनं नंतर त्या भागात मुद्दाम अनेक चकरा मारल्या. इथे आपल्याला काम मिळालं, तर आपण आपल्या कुटुंबाला आर्थिक हातभार लावू शकू का, असा धीट विचार तिच्या मनात येऊ लागला होता. तिला

आता सोळा पूर्ण झाले होते. शिवाय, तिथल्या टी-हाउसमध्ये काम करणाऱ्या इतर मुलींसारखीच ती सुंदर होती.

तिनं आपला विचार मांडताच साचियोने थयथयाट केला. तार सप्तकात ती किंचाळली, "मी मेले तरी तुला तिथे काम करू देणार नाही. प्रतिष्ठित व्यापारी असलेला माझा नवरा आपली सगळी पत घालवून बसला आहे. कसलं मेलं ते गोदी कामगाराचं जिणं! ना पैसा ना प्रतिष्ठा. त्यातून आता माझ्या लेकीला टी-हाउसमध्ये काम करण्याची उपरती झाली आहे. फारच छान!"

काही दिवस असेच गेले. त्या दिवशी दुपारी मिका घरी आली आणि तेवढ्यात तिला आईवडिलांच्या बेडरूममधून आईची किंकाळी ऐकू आली. काय झालं, हे पाहायला मिका पुढे होण्यापूर्वीच खोलीचं दार उघडून साचियो बाहेर आली. एकीकडे ती हातानं आपला किमोनो टराटरा फाडत होती. तिनं अंगावरून तो किमोनो पूर्ण फाडून फेडायच्या आधीच मिकानं तिला घट्ट धरलं.

तिच्या आईच्या नेहमीच्या नियंत्रित आणि शिस्तबद्ध स्वभावाशी तिचं आत्ताचं वागणं विसंगत होतं. त्यामुळे ती हादरली. नक्कीच काहीतरी भयंकर घडलं असणार.

"ओकासान, काय झालं? असं का करते आहेस तू?"

"तुझे ओतोसान, ओतोसान....!" आपल्या बेडरूमच्या दिशेनं बोट दाखवत साचियो कसंबसं म्हणाली.

आपल्या आईचे हात रक्ताळलेले आहेत, हे आत्ता कुठे मिकाच्या लक्षात आलं. ती सुन्न झाली. रडणाऱ्या आईला तसंच ठेवून ती खोलीमध्ये धावली.

'बापरे! सगळीकडे इतकं रक्त का सांडलं आहे?' क्षणभर तिला काही समजेना.

तिचे ओतोसान तिथे बिछान्यावर रक्ताच्या थारोळ्यात पडले होते. ते पाहून ती जोरात किंचाळली. त्यांच्या पोटाला खोल जखम झाली होती. त्यातून त्यांची आतडी बाहेर लोंबत होती.

"परमेश्वरा! हे काय झालं! कुणीतरी धावा! मदत करा! ओतोसाननं हाराकिरी केली आहे! लवकर या कोणीतरी!" ती एका दमात ओरडली.

खरंतर तिला आपल्या वडिलांजवळ जायचं होतं. त्यांना गदागदा हलवून विचारायचं होतं, "का, का, का केलंत असं?" पण त्या थारोळ्यात पाऊल ठेवण्याची तिची हिंमत झाली नाही.

खोलीच्या बाहेर पावलांचे आणि बोलण्याचे आवाज येऊ लागले. साचियोच्या किंकाळ्या ऐकून शेजारी धावत आले होते. तितक्यात रक्ताची धार मिकाच्या पायाशी पोचली आणि ती बेशुद्ध पडली.

ती शुद्धीवर आली, तेव्हा तिच्या खोलीत बिछान्यावर होती. घरात स्मशानशांतता होती.

ती हादरली. काय झालं? सगळे कुठे गेले? कासावीस होऊन ती उठली. कितीवेळ बेशुद्ध होती ती कोण जाणे.

तिला रडू आलं. 'अशी कशी मी? इतकी कशी दुबळी? माझ्या ओतोसानना माझी सगळ्यात जास्त गरज होती, तेव्हा मी बेशुद्ध कशी पडू शकते? त्यांच्या आयुष्याच्या शेवटच्या क्षणी मी त्यांच्याजवळ जाऊ शकले नाही, त्यांना स्पर्श करू शकले नाही; इतकी कशी मी घाबरट?'

कसंबसं स्वतःला सावरत ती उठली. भयंकर काहीतरी घडलं होतं. तशीच ती तिच्या आईवडिलांच्या बेडरूममध्ये गेली. इथेच थोड्या वेळापूर्वी ओतोसाननं हाराकिरी केली होती. तिचा पुन्हा एकदा थरकाप झाला. काही तासांपूर्वी झालेल्या आकांताचा मागमूसही त्या खोलीत नव्हता. तिथल्या तातामी-चटईवर रक्ताचा धब्बा तेवढा दिसत होतं.

'मला स्वप्न पडलं होतं का? ओतोसान अजूनही जिवंत आहेत का?' मिकाला पुन्हा रडू आलं. रक्ताच्या धब्ब्याकडे पाहत तिनं जोरात मान झटकली. घडलेली घटना खरी आहे आणि आपले ओतोसान आता या जगात नाहीत, हे वास्तव तिच्या लक्षात आलं.

पण मग मित्सुला आता कुठे नेलं होतं? साचियो कुठे होती? आपल्याच विचारात मिका कितीतरी वेळ तिथेच सुन्न होऊन बसून राहिली. रक्ताचा विचित्र गंध तिथे भरून राहिला होता. कितीही वाटलं तरी तिथून उठण्याची शक्ती तिच्यात नव्हती.

बाहेरच्या दाराचा आवाज तिला आला, तेव्हा संध्याकाळ झाली होती. दोन घरं सोडून राहणारी वयस्क रिको आजी तिच्याजवळ आली.

"मिका च्यान, ऊठ बाळा. मी आले आहे, रिको ओबाचान."

तिचा आवाज ऐकताच मिकाला एकदम बळ आलं. आवेगानं उठून ती ओबाचानच्या कुशीत शिरली. जपानी लोकांमध्ये असं भावनांचं प्रदर्शन किंवा इतका उघड स्पर्श करण्याची पद्धत नाही. पण स्वतःला सावरून घेत रिकोनं मिकाला कुशीत घेतलं. मिकाला आता सांत्वनाची गरज होती.

"तुझ्या वडिलांना आता मंदिरात नेलं आहे." नुकताच या घरात मृत्यू झाला आहे, याचं भान असल्यामुळे अतिशय गंभीर स्वरात रिको म्हणाली.

"आणि माझी आई, भाऊ?"

"सगळे जण तिथेच आहेत, मिका च्यान. मंदिराच्या प्रांगणात अंत्यविधी करण्याची विनंती तुझ्या आईनं केली आहे. मुख्य धर्मगुरूंनी ती मान्य केली आहे.

"तुझ्या कुटुंबावर फार वाईट वेळ आली आहे. आम्हाला कल्पना आहे त्याची. आम्ही सगळे मिळून तुझ्या ओतोसानचे अंत्यविधी योग्यप्रकारे पार पाडायला मदत करू. तुझं आवरलं की सांग. मग मी तुला तिकडे घेऊन जाईन."

मिका आणि रिको घाईघाईनं मंदिरात पोचल्या. तोवर मित्सु सानला स्वच्छ करून काळ्या युकातामध्ये लपेटलेलं होतं. मंदिराच्या लहानशा अंत्यविधी कक्षात अतिशय साध्या शवपेटीत त्याला ठेवण्यात आलं होतं.

बाजूला बसलेली साचियो हुंदके देत होती. मिकाचा भाऊ सुन्न होऊन बसला होता.

कावरीबावरी झालेली मिका आपल्या वडिलांच्या शवपेटीजवळ बसली. पुढे होत ती त्यांच्या कानात कुजबुजली, "ओतोसान, तुम्ही असं का केलंत? तुम्ही आम्हाला असे कसे सोडून जाऊ शकता? तुम्ही यशस्वी आणि श्रीमंत व्यापारी होतात तेव्हा मी तुमच्यावर जितकं प्रेम करत होते, तितकंच प्रेम तुम्ही गोदी-कामगार म्हणून काम करत असताना करत होते, हे माहीत आहे का तुम्हाला? कसं माहीत असणार? आजवर मी कधी सांगितलंच नाही. आणि आज सांगते आहे तर ऐकून घ्यायला तुम्ही कुठे आहात?"

तितक्यात वाऱ्याची एक हळुवार झुळूक आली आणि मिकाच्या रुंद कपाळावरची बट हलकेच बाजूला झाली. आपल्या वडिलांपर्यंत आपलं प्रेम, कळवळा आणि आदर पोचला आहे, हे तिला जाणवलं.

काळ काही कोणासाठी थांबत नाही. अंत्यविधीनंतरचे कित्येक दिवस साचियो आपल्या दुःखातून बाहेर येऊ शकली नाही. मिका जमेल तसा स्वयंपाक करायची, पण साचियो जेमतेम एखाददुसरा घास खायची. सामाजिक आणि आर्थिक स्तरावर आपल्या कुटुंबाची अतिशय मानहानी झाली आहे, या दुःखातून ती कधी बाहेर पडू शकली नाही. असेच कितीतरी आठवडे आणि महिने लोटले. पण त्यांच्या परिस्थितीत काहीही फरक पडला नाही.

एक दिवस मिका बाहेरून आली, तेव्हा तिची आई घरात नव्हती. 'माझं जगण्यातलं स्वारस्य संपलं आहे. मी ओकुतामा पर्वतावरील मोनॅस्ट्रीमध्ये निघून जात आहे.' अशी तिनं लिहिलेली बोटभर चिठ्ठी तेवढी मिकाला मिळाली. 'मी केलेल्या पापांची शिक्षा सगळ्या कुटुंबाला मिळाली आहे. त्यामुळे त्या पापांचं परिमार्जन करण्यासाठी मी आता पुढचं आयुष्य ध्यानधारणेमध्ये घालवणार आहे.' असंही तिनं लिहिलं होतं.

मिकाच्या वडिलांच्या हाराकिरीनंतर काही महिन्यांतच तिचा भाऊ घर सोडून कामाच्या शोधात टोकियोला निघून गेला होता. तिनं बरोबर यावं म्हणून तो खूप मागे लागला होता. पण साचियोची अवस्था बिकट असताना तिला असं सोडून

जाणं मिकाला पटलं नव्हतं. आता आईच्याही जाण्यानं सतरा वर्षांची मिका अगदी एकटी पडली.

च्यो-च्यो! मित्सुची लाडकी च्यो-च्यो. त्यांचं फुलपाखरू! तिचा सांभाळ करायचं, रक्षण करायचं वचन दिलं होतं त्यांनी तिला. पण तरीही ते तिला सोडून गेले होते. सगळेच तिला सोडून गेले होते. मिकाच्या डोळ्यांतून टपकन एक अश्रू ओघळला. हातातल्या आईच्या चिठ्ठीवर तो पडला. क्षणभर मिकाला वाटलं की, आपण ही सुरी खुपसून घेत जीगाई करावी. हाराकिरीचा थोडा सौम्य प्रकार, स्त्रियांसाठी. आता जगण्यासारखं काय उरलं होतं तिच्या आयुष्यात?

मनाच्या अशा विषण्ण अवस्थेत तिला साकुरा टी-हाउसची आठवण झाली. तिथली सुंदर, तरुण, डौलदार मदतनीस चिको, नुकतंच काही दिवसांपूर्वी तिनं मिकाला देऊ केलेलं काम. चिको किती प्रेमानं वागली होती तिच्याशी! चिको आणि मालकीण सायुरी. हं, त्यांच्या आश्रयानं पुन्हा जगता येईल बहुधा. त्या विचारानं हातातल्या सुरीवरची मिकाची पकड सैल झाली. 'थाड' असा आवाज करत सुरी जमिनीवर पडली. तो दिवस तिच्या आयुष्यातील शेवटचा दिवस नव्हता तर!

'उद्याच जाऊन चिको सानना भेटते. हो म्हणते तिला या नोकरीसाठी.' मिकाचा विचार पक्का झाला. त्या रात्री रडतरडत झोपली ती.

साचियोसारखी घर-संसारात धन्यता मानणारी स्त्री मठात रमू शकली नाही. जेमतेम आठवड्याभरात ती परत आली. फरक इतकाच की, ती मुंडण करून आली होती. शिवाय, आपल्या लेकीला असं एकटं टाकून गेल्याचा तिला फार पश्चात्ताप झाला होता.

आपली ओकासान परत आलेली पाहून मिकाला खूप आनंद झाला. आता ती एकटी नव्हती. 'साकुरा टी-हाउसमध्ये काही दिवस काम करून पाहायला हरकत नाही,' असं जेव्हा साचियो तिला म्हणाली, तेव्हा तर तिला फार छान वाटलं. खूप दिवसांनी त्या घरानं आनंदाचे क्षण अनुभवले.

प्रकरण ४

नोकरीचा पहिलाच दिवस असल्याने च्यो-च्योचं हृदय जोरात धडधडत होतं. ती खूप अस्वस्थ झाली होती. आजवर तिनं स्वतःच्या कुटुंबाबाहेर कधी कुणाला असं चहा-पाणी दिलं नव्हतं. समजा, एखाद्या ग्राहकाला चहा देताना त्याच्या अंगावर कढत चहा सांडला तर? त्याला भाजलं तर? ती सुंदर नाही, सौम्यपणे वागत नाही म्हणून ग्राहकांना ती आवडली नाही तर? असं झालं तर... तसं झालं तर...? अनेक प्रश्न तिला भेडसावत होते.

"वेलकम, वेलकम. साकुरा टी-हाउसमध्ये स्वागत आहे! तू मिका आहेस ना!'' अतिशय मधाळ स्वरातील शब्द मिकाच्या कानावर पडले. त्याच्या जोडीनं दाराला लावलेल्या नाजूक घंटीचा किणकिणाट ऐकू आला. देखणा किमोनो घातलेली एक सुंदर स्त्री दारात उभी होती. तिचं हसू तिला शोभेलसं होतं. नागासाकीमध्ये तिच्या टी-हाउसची कीर्ती काही उगाच पसरली नव्हती. दिवसभर काम करून त्रासलेल्या ग्राहकांचा थकवा तिच्या गोड वागण्याबोलण्यानं कुठल्या कुठे पळून जायचा.

सायुरी मियामोतो. साकुरा टी-हाउसची मालकीण. मिका आ वासून तिच्याकडे पाहत राहिली. सायुरीच्या व्यक्तिमत्त्वाची जादूच अशी होती की, मिकाची अस्वस्थता सहज दूर झाली.

अर्थात काही दिवस तिच्या सहवासात राहिल्यावर मिकाला हेही समजलं की, व्यवसायाला सायुरी किती पक्की आहे. सायुरीबद्दलचा तिचा आदर त्यानंतर अधिक दुणावला.

आता नागासाकी बंदरात कितीतरी परदेशी उतरू लागले. त्यांची वृत्ती थोडी उर्मट होती. परंतु, सायुरीनं त्याच्याशी जुळवून घेत खास त्या प्रवाशांच्या सोयीसाठी

आपल्या टी-हाउसला जोडून स्वतंत्र व्यवस्था केली. तिथली सजावट पाश्चात्त्य धर्तीची होती. शिवाय, त्यांच्या आवडीच्या विविध प्रकारांच्या मद्यांची आणि बिअरची तिथे रेलचेल होती. अर्थात, तिचा पुरवठादार कोण आहे, याचा तिनं कधी पत्ता लागू दिला नाही.

तिथे काम करायला सुरुवात केल्यावर सर्वांत आधी मिकाच्या काय लक्षात आलं, तर टी-हाउस असलं तरी चहाव्यतिरिक्त तिथे सगळ्यांच्या खिशाला परवडतील अशा विविध प्रकारांच्या 'साके' उपलब्ध होत्या. मुख्य म्हणजे आलेल्या ग्राहकाला चहा किंवा साके नेऊन दिलं की, काम संपलं, असं करून चालणार नव्हतं. उलट, त्यांच्याबरोबर बसायचं, त्यांच्या गप्पा ऐकायच्या, त्यांची इच्छा असेल तर त्यांच्या गप्पांमध्ये सामील व्हायचं, हासुद्धा तिच्या कामाचा भाग होता. तिथे काम करणाऱ्या मुलींना योग्य प्रशिक्षण देण्यात आलं होतं. त्यामुळे, घरच्या किंवा ऑफिसच्या कटकटीमुळे त्रस्त ग्राहकाचं बोलणं सहानुभूतीपूर्वक ऐकून घ्यायला त्या शिकल्या होत्या. म्हणूनच, टी-हाउसमधून बाहेर पडताना त्या ग्राहकांना दिलासा मिळत असे. आपलं म्हणणं ऐकून घेणारं कुणी आहे, याचा आनंद त्यांना होत असे.

सायुरी सानची शिस्त कडक होती. आलेल्या ग्राहकांनी तिच्या कुठल्याही मुलीशी कुठल्याही प्रकारचा सैलपणा केलेला तिला चालत नसे. ना मुलींना हात लावलेला चालायचा ना त्यांच्याशी वेडे चाळे केलेले चालायचे. त्या बाबतीत ती जराही गैरवर्तन चालवून घेत नसे.

समजा, साकेच्या आहारी जाऊन एखाद्यानं काही वेडेपणा करण्याचा प्रयत्न केला, तर ती खंबीरपणे बजावत असे, "काही टी-हाउसेसमध्ये कदाचित अशा बाबी चालतही असतील, पण आपल्याकडे नाही हं चालणार." तिच्या गोड आवाजातील जरब ग्राहकाला लगेच जाणवत असे. आपल्या गैरवर्तनाची जाणीव होऊन असा ग्राहक तिच्याकडे क्षमायाचना करत राही.

काही ग्राहकांच्या अपेक्षा थोड्या अधिक असत. ते ग्राहक मग दुसऱ्या टी-हाउसकडे मोर्चा वळवत. त्यांना अडवायचा कुठलाही प्रयत्न सायुरी करत नसे. मारुयामा लेनच्या दुतर्फा असलेल्या अनेक टी-हाउसमध्ये पुष्कळ गदारोळ असे. तरीही, सायुरीकडे मिळणारी उत्तम दर्जाची सेवा आवडणाऱ्या ग्राहकांची कमतरता नव्हती. म्हणूनच, ती एक प्रकारे निश्चिंत होती. आणि महत्त्वाचं म्हणजे, कित्येकदा दुसऱ्या टी-हाउसकडे जाणाऱ्या ग्राहकांची पावलं पुन्हा सायुरीच्या टी-हाउसकडे ओढीनं वळत होती. त्यांना तिथे मिळणारी वागणूक इतकी उत्कृष्ट असे की, त्यांचा स्वतःवरचा विश्वास वाढत असे.

आपल्याला मोठी बहीण असती तर किती बरं झालं असतं, असं मिकाला

आजवर कित्येकदा वाटलं होतं. सायुरी सानच्या रूपानं तिची ही गरज पूर्ण झाली. एक उत्तम गेशा होण्यासाठी अनेक लहानसहान बाबी जाणून घेणं गरजेचं होतं. सायुरीचं त्यावर प्रभुत्व होतं. सौम्य शब्दात, न कंटाळता सांगण्याशिकवण्याच्या सायुरीच्या पद्धतीमुळे मिकानं उत्साहानं सगळं आत्मसात केलं.

तिची आर्थिक अवस्था किती बिकट आहे, हे जाणून ऋजू स्वभावाच्या सायुरीनं मिकाला चांगला पगार देऊ केला. त्यामुळे मिकाचा स्वाभिमानही जपला गेला आणि ती आपल्या कुटुंबाचा भार पेलायला सक्षम झाली. अर्थात, आता आईशिवाय कोण होतं म्हणा त्या घरात! दर दोन आठवड्यांनी आपला पगार आईच्या हातात ठेवताना मिकाला खूप समाधान वाटायचं.

मुख्य म्हणजे आर्थिक स्वातंत्र्याच्या जोडीनं शारीरिक सुरक्षिततेची हमी मिकाला सायुरी सानकडे काम करताना मिळत होती. त्यामुळे, सुरुवातीला असलेला तिच्या आईचा-साचियोचा विरोधही आता बऱ्यापैकी मावळला होता.

कधीकधी शेवटचा ग्राहक बाहेर पडल्यावर सायुरी मिकाशी गप्पा मारताना म्हणायचीसुद्धा, ''मारुयामा लेनसारख्या सौख्य देणाऱ्या जागी आपण आहोत. तरीही, ग्राहकांनी वागण्याबोलण्याची रीत सांभाळावी, हा माझा आग्रह ते कसा काय मान्य करतात? आणि असं असूनही त्यांची पावलं पुन्हापुन्हा आपल्याच टी-हाउसकडे वळतात. अनेकदा मलाच माझं नवल वाटतं.''

फक्त त्या दोघींचे असे हे क्षण फार कमी असायचे. म्हणूनच, मिकाला त्या क्षणांचं फार अप्रूप असे.

एखाद्या रात्री सगळं आवरायला खूप उशीर व्हायचा. अशा वेळेस अंधारात एकटीनं चालत घरी जाण्याऐवजी मिका तिथेच झोपत असे. सायुरी साननं टी-हाउसच्या मागच्या भागात एक छोटी खोली अशा अडीअडचणीच्या वेळेसाठी मुद्दाम राखून ठेवलेली होती. फक्त मिकाच नाही, तर कुणाही मुलीला अडचण आली, उशीर झाला तर तिथे झोपायची परवानगी होती. लहानशी असली तरी आकर्षक सजावटीमुळे ती खोली खूप प्रसन्न होती. मिकाला आपल्या घरच्या अंधाऱ्या, एकांड्या खोलीपेक्षा इथेच अधिक सुरक्षित वाटत असे. निदान, एखादी रात्र त्रासदायक आठवणींपासून दूर राहणं तिला शक्य होई. ती कायम तिथे राहिली असती तरी सायुरी सानचं काही म्हणणं नव्हतं. पण घरी आईला एकटं ठेवून मिका कशी येणार? त्याऐवजी अधूनमधून मुक्काम करणं तिला अधिक सोयीचं होतं.

प्रश्न विचारायचा आणि त्याचं उत्तरही स्वतःच द्यायचं, ही सवय सायुरी सानला होती. आत्ताही तसंच झालं. ती म्हणाली, ''मला वाटतं, की अनेकांना खूप एकाकी वाटतं. आपल्याकडे आल्यावर त्यांना गप्पा मारायची, मनमोकळं हसायची संधी मिळते. म्हणून इथे रमत असावेत ते.''

"अगदी खरंय तुमचं म्हणणं," मिका पट्‌कन म्हणाली. "आपल्याकडे येणारे ताइतो सान. त्यांची बायको आणि दोन्ही मुली राहतात टोकियोमध्ये. त्यांची नोकरी नागासाकीमध्ये असल्यामुळे त्यांना इथे राहण्यावाचून पर्याय नाही. इथे येऊन ते रोज रात्री साके किंवा चहा पितात, छान गप्पा मारतात आणि जातात. त्यांचे बोलायचे विषय म्हणजे त्यांची नोकरी आणि कुटुंबीय."

"मी त्यांच्या एका मुलीसारखी दिसते, असंही त्यांचं म्हणणं आहे. म्हणून तर इथे यावसं वाटतं त्यांना. पण मिका च्यान, तुला खरं सांगू का," जरा काळजीच्या स्वरात सायुरी म्हणाली. "आपण असं किती दिवस चालवू शकू, हे नाही सांगू शकत मी. आपली जागा आहे मारुयामा लेनमध्ये. इथे येणाऱ्या लोकांच्या काही ठरावीक अपेक्षा असतात गं. आजकाल माझ्या लक्षात येऊ लागलं आहे की, नव्यानं इथे येणारे फारच थोडे जण परत इथे येतात. इथल्या ऐवजी त्यांना परदेशी लोकांसाठी सुरू केलेल्या टी-शॉपमध्ये जास्त मजा येते. तिथे हवी तेवढी हार्ड ड्रिंक्स पण घेता येतात त्यांना. शिवाय, रस्त्याच्या पलीकडच्या शॉप्समध्ये तर मुलींशी कसं वागायचं, याचे नियमसुद्धा शिथिल आहेत. तुला म्हणून सांगते, काय वाट्टेल ते झालं ना तरी मी आपल्या साकुरा टी-हाउसचं रूपांतर असं थिल्लर शॉप्समध्ये होऊ देणार नाही. एक प्रकारे कुंटणखाना वाटतो तो मला. जाऊ दे, कुठला विषय कुठं चालला आहे. वेळ येईल तेव्हा करू विचार. सध्या तरी आपलं सगळं ठीक सुरू आहे ना, मग झालं तर. मी तर म्हणते की, जर आपल्या दोघींशिवाय इथे कुणीही येईनासं झालं तर मग मी निवृत्त होईन. तोवर मिका, तुलाही साजेसा जोडीदार मिळेल. त्याच्याशी लग्न करून तू अगदी सुखानं संसार करू लागशील."

त्या रात्री उशीर झाल्यामुळे मिका तिथेच टी-हाउसच्या मागच्या खोलीत झोपली. तिथल्या मऊ बिछान्याची सवय नसल्यामुळे कितीतरी वेळ ती कूस बदलत सायुरी सानच्या बोलण्याचा विचार करत राहिली. तिच्या घरी तिचा बिछानासुद्धा तिच्या रोजच्या आयुष्यासारखा रुक्ष होता.

अलीकडे टी-हाउसमध्ये येणाऱ्या काही ग्राहकांनी तिच्या अंगचटीला येण्याचा प्रयत्न केला होता. मिळालेल्या दीक्षेचा योग्य वापर करून त्या ग्राहकांना न दुखावता दूर ठेवण्यात तिला यश आलं होतं. सायुरी सानना हे सांगितलं तर त्या ग्राहकांना झापतील, अशानं ग्राहक कमी होतील, आपली नोकरी जाईल; या भीतीनं तिनं त्याबद्दल चकार शब्दही उच्चारला नव्हता. टी-हाउसमधल्या मुलींशी कुणी वावगं वर्तन केलेलं सायुरीला अजिबात चालत नसे.

सायुरी सानचे शब्द तिच्या कानात रुंजी घालत होते. निवृत्त व्हायची वेळ येईल, तेव्हा लग्न हा एकमेव पर्याय आहे का? ती टी-हाउसमध्ये काम करत

होती, हे समजल्यावर मिळेल का तिला मनासारखा जोडीदार? सायुरी सान आपल्या टी-हाउसला, तिथे काम करणाऱ्या मुलींना कितीही जपत असली तरी मारुयामा लेन आणि तिथे असलेलं टी-हाउस यांना प्रतिष्ठा नव्हती.

अशातच दोन महिन्यांपूर्वी मिकाला तिच्या मैत्रिणीकडून जी वागणूक मिळाली, त्यामुळे तिला वास्तवाचं भान आलं. आपली आणि आईची गुजराण होण्यासाठी आपण जे काम करत आहोत, त्यामुळे सगळे आपल्याला टाळतात, हे सत्य तिला समजलं. तिच्या वडिलांचा व्यवसाय उत्तम चालत असताना त्यांच्या एका समव्यावसायिकाच्या मुलीशी-रीको तिचं नाव- मिकाची अगदी गट्टी जमली होती. मिका तिची खास जवळची मैत्रीण होती. तिचं लग्न दोन महिन्यांपूर्वी झालं, तेव्हा तिनं मिकाला बोलावलंच नाही.

"अगदी घरच्या घरी होतं गं रिसेप्शन." असं म्हणताना रीकोनं पट्कन मिकाची नजर चुकवली. बरोबरच आहे म्हणा! टी-हाउसमध्ये काम करणाऱ्या मुलीला घरगुती समारंभात कसं सामील करून घेणार? मग भलेही ती बालमैत्रीण का असेना.

मिका खूप दुखावली गेली. पण तरीही तिनं आपल्या मैत्रिणीला दोष दिला नाही. लग्न जरी रीकोचं होतं, तरी कुणाला बोलवायचं, कुणाला नाही या बाबतीत तिचं काही चाललंही नसेल, असा विचार तिनं केला. दोन्हीकडच्या पालकांनी पाहुण्यांची यादी पक्की केली असणार. मग, टी-हाउसमध्ये काम करणारी, तेही मारुयामा लेनमध्ये, मिका त्यांच्या यादीत कशी असणार? ती वधूची सगळ्यात जवळची मैत्रीण असली तरी ते तिला वगळणार हेच खरं.

त्या शहराची एक चांगली बाजू होती आणि एक वाईट. आणि, दुर्दैवानं मिका त्या चुकीच्या-वाईट बाजूला फेकली गेली होती. साकुरा टी-हाउसमध्ये कुठलंही गैरवर्तन होत नसलं, तरी ती एका शंकास्पद व्यवसायात सेवा देत होती हे पुरेसं होतं.

त्या रात्री मिकानं सायुरी सानला सांगितलं की, इथून पुढे तिला मिका न म्हणता फक्त 'च्यो-च्यो' नावाने ओळखलं जावं. तसंही तिनं जो गेशा व्यवसाय निवडला होता, त्याला 'मिका' हे नाव शोभत नव्हतं.

प्रकरण ५

त्यानंतरची दोन वर्षं कुठलाही उल्लेखनीय प्रसंग न घडता पार पडली. च्यो-च्योचं टी-हाउसमधील काम व्यवस्थित सुरू होतं. अचानक तिचं उन्मेई-नशीब तिला वेगळ्या वाटेवर खुणावू लागलं.

गेल्या काही संध्याकाळी एक उंच, देखणा परदेशी आवर्जून त्यांच्या टी-हाउसमध्ये येऊन बसू लागला होता. नागासाकी बंदरावर लागलेल्या एका जहाजातून उतरलेला तो एक अमेरिकन होता. बाजूच्या 'गाईजीन'मध्ये जाऊन समवयस्क टोळ्यांमध्ये रमण्यात त्याला स्वारस्य नव्हतं. कधीकधी त्याच्याबरोबर अजून एक अमेरिकन जोडीदार असायचा; शांत, अभ्यासू वाटणारा, चंदेरी काड्यांचा चष्मा लावणारा. तिथल्या एका निवांत कोपऱ्यात, एका मागोमाग एक चहाचे कप रिकामे करत तासन्तास गप्पा मारायचे ते.

काही दिवसांत तिथल्या मुलींना कळलं की, त्या उंच तरुणाचं नाव हेन्री पिंकरटन आणि त्याच्या मित्राचं नावं शार्पलेस आहे. हेन्री अमेरिकन नेव्हीमध्ये उच्चपदस्थ अधिकारी होता. शार्पलेस नागासाकीमधील अमेरिकी वकिलात-कौन्सलेटमध्ये अधिकारी होता. त्यांचं वागणं त्यांच्या पदाला साजेसं आणि अदबशीर होतं. च्यो-च्योचे वडील व्यापार करत असताना त्यांचा कधीतरी शार्पलेसशी संबंध आला होता. त्यामुळे, च्यो-च्योची त्याच्याशी थोडीशी ओळख होती.

"हे दोन्ही सद्‌गृहस्थ शेजारच्या इमारतीत जातील तर किती बरं होईल! अमेरिकी सरकारचे वरिष्ठ अधिकारी आहेत ते. मी त्यांना नाही म्हणू शकत नाही किंवा इथून जायला सांगू शकत नाही. तसं केलं तर त्यांचा अपमान होईल," सायुरी जरा त्रासून म्हणाली. "काय आहे ना, त्यांच्या इथे बसण्यानं आपल्या नेहमीच्या ग्राहकांची पंचाईत होते. तेही येईनासे झाले तर आपलं काही खरं नाही. त्यापेक्षा

कंटाळून ते दोघं अमेरिकन बाजूच्या गाईजीनमध्ये जाऊ लागले तर बरं होईल.''

पण सायुरीची इच्छा काही पूर्ण झाली नाही. ते दोघं रोजच येऊन बसू लागले. दुसरीकडे जाण्यानं अधिक मजा येऊ शकत होती तरी ते दोघं तिच्या टी-हाउसमध्ये का येऊन बसत, याचं कोडं सायुरीला काही उलगडेना. कालांतरानं तिथे येणाऱ्या सगळ्यांनाच त्या दोघांच्या असण्याची सवय झाली. त्यानंतर कुणाला काही वावगं वाटेनासं झालं.

नेमकी कधी कोण जाणे, पण त्या उंच तरुणाची नजर आपल्यावर खिळलेली असते याची जाणीव च्यो-च्योला होऊ लागली. ती कोणत्याही दिशेला असली तरी त्याची गडद निळी नजर तिचा पाठलाग करत राहायची. त्या नजरेनं तिला अचानक प्रचंड ऊब जाणवायची. किमोनोच्या मोठ्या कॉलरचा स्पर्शदेखील तिला मग नकोसा व्हायचा. त्या परदेशीला तिच्यात असं स्वारस्य घेताना पाहून इतर मुली जेव्हा च्यो-च्योला चिडवू लागल्या, तेव्हा तर ती लाजेनं लाल होऊ लागली.

एका परदेशीचं लक्ष आपण वेधलं आहे, या विचारानं कुणीही तरुणी खूश झाली असती, च्यो-च्यो तरी त्याला कसा अपवाद असणार! नुकतंच कुठे तिला अठरावं संपलं होतं. दिसायलाही ती सुरेख होती. त्यातून, आजवर तिच्याकडे इतकं कौतुकानं कुणीच पाहिलं नव्हतं. एकतर ती टी-हाउसमध्ये काम करत असायची किंवा मग तरुण मुलांच्या आया त्यांना तिचं वारंसुद्धा लागू द्यायच्या नाहीत.

पिंकरटन आणि शार्पलेस यांच्याबरोबर गप्पा मारायला च्यो-च्योला आवडू लागलं होतं. एरव्ही त्यांच्यासारख्या पुरुषांना फक्त स्वतःबद्दल बोलायला, स्वतःला गोंजारून घ्यायला आवडायचं. पण हे दोघं त्याला अपवाद होते. त्यांचा गप्पांमध्ये खूप विषय असायचे.

काही दिवसांनी नौदलाचं ते जहाज तिथून गेलं. त्याबरोबर त्या परदेशींचं येणंही थांबलं. तेव्हा कुठे च्यो-च्योच्या लक्षात आलं की, तिला त्यांची किती सवय झाली होती. विशेष करून पिंकरटनचं न येणं तिला फारच लागलं.

भानावर येत तिनं स्वतःला बजावलं, 'सायुरी सानचा महत्त्वाचा नियम लक्षात ठेव. इथे येणारे ग्राहक या गेशा पेशामुळे येतात. त्यांच्यात कुठल्याही प्रकारे गुंतायचं नाही. त्याहीपेक्षा महत्त्वाचं म्हणजे आपलं काम करत असताना कोणतीही मर्यादा ओलांडायची नाही.'

त्यानंतरचा महिना खूप गडबडीत गेला. च्यो-च्यो एव्हाना पिंकरटनला विसरली होती. आणि एका रात्री तिच्या ध्यानीमनी नसताना तो अचानक टी-हाउसच्या दारात अवतरला. नेहमीप्रमाणे शार्पलेस त्याच्या मागे होताच.

त्याला पाहून झालेला प्रचंड आनंद मोठ्या प्रयासानं दाबून ठेवत च्यो-च्यो ओरडली, ''पिंकरटन सान, तुम्ही आम्हाला भेटायला आलात ना!''

लगबगीनं पुढे होत तिनं त्याच्या आवडीची साके आणली. त्यानंतरची संपूर्ण रात्र तिनं त्या दोघांबरोबर बसून गप्पा मारल्या. म्हणजे, ते दोघं बोलत होते आणि ती तिला दिलेल्या शिकवणीनुसार अधूनमधून हुंकार देत होती.

टी-हाउस बंद होईपर्यंत ते दोघं थांबून राहिले. पिंकरटन नागासाकीला परत आल्याचा च्यो-च्योला इतका आनंद झाला होता की, निघताना त्यानं तिचा हात किंचित जास्त वेळ धरून ठेवला होता, हेसुद्धा तिच्या लक्षात आलं नाही.

त्यानंतर प्रत्येक संध्याकाळी पिंकरटन तिच्या टी-हाउसमध्ये येत राहिला. त्याच्या जोडीला शार्पलेससुद्धा असायचा. पिंकरटन आवर्जून च्यो-च्योची सेवा मागून घ्यायचा. तिच्याही लक्षात येऊ लागलं होतं की, तो रोज येतो आणि तिच्यावर त्याची नजर नेहमीपेक्षा अधिक रेंगाळते.

तरीसुद्धा त्या दिवशी संध्याकाळी सायुरी साननं तिला जेव्हा सांगितलं की, शार्पलेसला तिच्याशी एकांतात बोलायचं आहे, तेही शक्य तितक्या लवकर, तेव्हा तिला प्रचंड धक्का बसला. काय बोलायचं असेल एवढं? तिनं स्वतःला विचारून पाहिलं, तिला उत्तर मिळू शकलं नाही. पण पिंकरटन आणि शार्पलेस हे त्यांच्या टी-हाउसचे महत्त्वाचे ग्राहक असल्यामुळे ती नकार देऊ शकत नव्हती. दुसऱ्या दिवशी दुपारी सायुरीच्या बैठकीच्या खोलीत त्यांची भेटीची वेळ ठरली.

त्याप्रमाणे शार्पलेस येऊन पोचला. तोही अस्वस्थ झाला आहे, हे च्यो-च्योला दिसलं. विषयाला नेमका कसा हात घालावा हे न कळून तो उगाच ओठांवरून जीभ फिरवत होता, जागेवर चुळबुळ करत होता.

सरतेशेवटी घसा खाकरत त्यानं बोलायला सुरुवात केली. ''च्यो-च्यो सान, मिस्टर पिंकरटन यांनी मला तुमच्याशी बोलायला पाठवलं आहे. विषय जरा नाजूक आहे.''

''हं, बोला ना!'' धीर एकवटून च्यो-च्यो म्हणाली. वरकरणी तिचा स्वर शांत असला तरी कोणत्याही क्षणी आपलं धडधडणारं हृदय फुटून बाहेर येईल, याबद्दल तिला खात्री पटली होती. तो काय बोलणार, याचाही अंदाज तिला एव्हाना आला होता.

पुढचे काही क्षण कुणीच काही बोललं नाही. ''गेल्या काही दिवसांत तुमच्या लक्षात आलंच असेल की, मिस्टर पिंकरटनला तुमची अतिशय ओढ वाटते आणि म्हणूनच त्यांनी मला विचारायला पाठवलं आहे की, तुम्ही त्यांच्याशी लग्न करायला तयार आहात का?'' अचानक शार्पलेस एका वाक्यात घडाघडा म्हणाला. ''हे पहा, तुम्ही विचार करायला वेळ घ्या, कारण मला वाटतं, तुम्हालाही या मागणीनं धक्का बसला असेल.'' तिचं गप्प बसणं त्याला अगदी असह्य झालं होतं.

ती बिचारी मुलगी किती गोंधळलेली वाटत होती. शार्पलेसला तिची कीव

आली. च्यो-च्योशी बोलायची जबाबदारी त्यानं स्वीकारायलाच नको होती का? त्याऐवजी त्यानं पिंकरटनची समजूत काढायला हवी होती. हा विचार त्याच्या डोक्यातून काढून टाकायला हवा होता. ही किती सुकुमार होती. शार्पलेस हेसुद्धा जाणून होता की, पिंकरटन तिच्याशी कायदेशीररीत्या किंवा औपचारिक विवाह करणार नाही. तो काहीतरी थातूरमातूर स्थानिक विधी करून तिच्याबरोबर राहण्याचा परवाना तेवढा मिळवेल.

पण तो पिंकरटनच्या उपकारांच्या ओझ्याखाली दबलेला असल्यामुळेच त्यानं नाइलाजानं या कामगिरीला होकार दिला होता. आता त्याला शब्द फिरवून चालणार नव्हतं.

"हे पहा, कृपा करून पिंकरटन सानला सांगा की, त्यांच्या या उदात्त हेतूनं मी उपकृत झाले आहे. पण या संदर्भात तुम्हाला माझ्या काकांशी– केन्जी ओजी सानशी बोलावं लागेल," सरतेशेवटी च्यो-च्योच्या तोंडून कसेबसे शब्द बाहेर पडले. "ते माझे पालक आहेत आणि त्यांच्या मान्यतेवाचून मी कुठलाही निर्णय घेऊ शकत नाही."

"अगदी बरोबर आहे तुमचं म्हणणं, च्यो-च्यो," तिच्याकडून काहीतरी उत्तर आल्याच्या आनंदात शार्पलेस म्हणाला. "मी म्हटलं त्याप्रमाणे हा आयुष्याचा प्रश्न आहे, तेव्हा तुमच्या काकांनीसुद्धा अगदी विचारपूर्वक निर्णय घ्यायला हवा."

त्यानंतर पंधरा मिनिटांनी शार्पलेस तिथून निघाला, तेव्हा त्याच्या तोंडात अगदी कडवट चव साठली होती. बटरफ्लाय म्हणजेच च्यो-च्यो नावाप्रमाणे निरागस मुलगी होती, अनाघ्रात होती. तो मात्र हेन्री पिंकरटनला ती भोगण्यासाठी प्राप्त व्हावी म्हणून मदत करत होता. हेन्री किती दिवस तिच्याबरोबर राहील, याचीही काही शाश्वती नव्हती. कुठल्याही सुज्ञ पालकानं असा प्रस्ताव नाकारला असता. तिच्या ओजी साननंसुद्धा तो नाकारावा म्हणजे पिंकरटन काही करू शकणार नाही, असं त्याला मनोमन वाटलं.

प्रकरण ६

केन्जी ओजी सान च्यो-च्योला कधीच आवडले नव्हते. पण तिचे वडील हयात नव्हते आणि केन्जीशिवाय तिला कुणी पुरुष नातेवाईक नव्हते, त्यामुळे तिच्या लग्नाचा महत्त्वाचा निर्णय घेण्यासाठी तिला त्यांच्यावर अवलंबून राहणं भाग होतं.

"ते अमेरिकन पिंकरटन काल येऊन गेले. तुझ्याशी लग्न करायचं म्हणत होते. त्याच्याबरोबर दुभाषा म्हणून एम्बसीमधले शार्पलेस पण आले होते." तिला पाहताच तुसड्या स्वरात केन्जीनं बोलायला सुरुवात केली. च्यो-च्योची कसली नसती ब्याद आपला भाऊ आपल्या मागे लावून गेला आहे, असाच विचार तो करत असावा.

त्यानं पुढे काही बोलण्याआधीच त्याचं उत्तर तिला कळून चुकलं.

"मिका," रुक्षपणे तो पुढे म्हणाला, "मी त्या अमेरिकनच्या मागणीला होकार दिला आहे. निदान त्यामुळे टी-हाउसमध्ये काम करण्याच्या फालतू कामातून तरी तुझी सुटका होईल. तसंही तुला कुणाकडून लग्नासाठी मागणी येणार आहे म्हणा! हे काम करता येईनासं झालं की, पुढे काय आहे तुझ्या हातात? मारुयामा लेनमध्ये काम करणाऱ्या मुलीनं कुणाकडून लग्नाची मागणी येईल, अशी अपेक्षाही ठेवू नये."

"तू स्वतःहून त्या ठिकाणी काम करते आहेस, त्यामुळे होणाऱ्या परिणामांना तूच जबाबदार आहेस," जराही दयामाया न दाखवता ते बोलत होते. आपल्या भावाच्या मृत्यूनंतर त्याच्या लेकीला, म्हणजेच आपल्या पुतणीला आपण कोणतीही मदत केली नाही, याचं त्याला थोडंही वैषम्य वाटत नव्हतं. त्यानं मदतीचा हात पुढे केला असता तर मिकाला नोकरी का करावी लागली असती? आईचा भार का पेलावा लागला असता?

ज्या एकमेव माणसाकडून च्यो-च्योची थोडीबहुत अपेक्षा होती, त्याचं हे सडेतोड बोलणं ऐकून ती खिन्न झाली. पण तिच्याकडे उत्तर नव्हतं. तिला गप्प बसणं भाग होतं.

आपल्या बोलण्याचा तिच्यावर काय परिणाम होतो आहे, हे लक्षात न घेता तो पुढे म्हणाला, "पिंकरटननं नागासाकी टेकडीच्या टोकावर एक घर भाड्यानं घेतलं आहे. परवा तुमचं लग्न होईल आणि त्यानंतर तू तिथे त्याच्याबरोबर राहायला जाशील."

च्यो-च्योनं धीर गोळा करून विचारलं, "ओजी सान, विधिवत लग्न लागेल ना आमचं?"

"हो, हो, त्याच्यात काय एवढं विचारायचं?" त्यानं तिला उडवून लावलं.

"ही ब्याद केव्हा एकदा घालवतो" ही केन्जी ओजी सानची तऱ्हा तिला विषण्ण करून गेली. तिच्या डोळ्यातून निखळलेला एक चुकार अश्रू तिच्या युकातावर पडला. आज तिचे ओतो सान असते तर...! तिला त्यांची प्रकर्षानं आठवण आली. पण त्या कुटुंबाशी तिला बांधून ठेवणारं कुणीच उरलं नव्हतं. काही महिन्यांपूर्वी तिच्या भावाला मुलगा झाला होता, त्यामुळे त्याच्या मदतीसाठी तिची आई तिला एकटीला सोडून टोकियोला निघून गेली होती.

केन्जीचा होकार मिळवण्यासाठी त्याचे हात ओले करण्यात आले होते. हे तिला ठाऊक असायचं काही कारणच नव्हतं. दुसऱ्या दिवशी ठरलेली रक्कम त्याला मिळाली आणि त्यानं करारावर सही करून मिकाला हेन्री पिंकरटनकडे सुपुर्द केलं. ती व्यवहाराचं निमित्त ठरली होती.

"मी लग्न करते आहे, त्यामुळे उद्यापासून मी साकुरा टी-हाउसला येऊ शकणार नाही." असं च्यो-च्योनं सांगितल्यावर एकट्या सायुरीला मात्र काळजी वाटली.

"च्यो-च्यो, तुझा निर्णय योग्य आहे का? मला काळजी वाटते आहे. इथे आपल्या टी-हाउसमध्ये तू सुरक्षित होतीस. तू इथून गेल्यावर मला त्याबाबत काहीच करता येणार नाही. पण तुला थांबवणारी मी कोण? तसंही, या टी-हाउसमधील गेशाच्या पेशाव्यतिरिक्त मी तुला काहीही देऊ शकत नाही. हेही तितकंच खरं की, पुन्हा तुला लग्नाची मागणी येईलच याचीही शाश्वती नाही. आपल्या इथे आपण इभ्रतीला जपून असतो हे खरं असलं, तरी एकंदरीतच टी-हाउसमध्ये काम करणाऱ्या मुलींबद्दल सगळे कसा विचार करतात, हे तुलाही माहीत आहे." पुढे काही बोलणं अशक्य झाल्यामुळे सायुरी साननं तिच्या सगळ्यात तरुण शिष्येला पट्कन कुशीत घेतलं, जपानी शिष्टाचारांच्या विरुद्ध.

मग स्वतःला सावरत तिनं दिलासा दिला, "च्यो-च्यो, कदाचित आपल्याला

उगीच काळजी वाटत असेल. सगळं चांगलं होईल. माझ्या माहितीतल्या काही जपानी मुलींनी अमेरिकन तरुणांशी लग्नं केली आहेत. सुखात आहेत त्या सगळ्या. तुला आता निदान हक्काचं घर आणि नवरा तरी मिळेल; तो देईल तुझ्याकडे लक्ष. खरंतर मला किती आनंद व्हायला हवा! उगाचच वेड्यासारखी काळजी करत रडत बसले आहे मी.''

ती पुढे असंही म्हणाली, ''काहीतरी खटकतं आहे मला. पिंकरटन सान तुझ्याहून वयानं खूप मोठे आहेत. त्यांच्यासारखा जग पाहिलेला माणूस तुझ्याशी का लग्न करतो आहे, हा प्रश्न माझ्या मनात आहे. एखाद्या तरुण अमेरिकन मुलानं तुझ्याशी लग्न केलं असतं, तर मला इतकी शंका आली नसती. पण, या परिस्थितीत मी तुला काहीही मदत करू शकत नाही, दुसरा एखादा मार्ग दाखवू शकत नाही.''

सायुरीचं मन धास्तावलेलं होतं. च्यो-च्योच्या आनंदात ती सहभागी होऊ शकत नव्हती. तिला काहीतरी आशंका भेडसावत होती. आपल्या मनातला किंतु हा केवळ आपली लाडकी शिष्या इतक्या तडकाफडकी सोडून जाते आहे म्हणून असावा, अशी तिनं आपल्या मनाची समजूत घालून घेतली.

ठरल्याप्रमाणे दुसऱ्या दिवशी शार्पलेस आणि केन्जी ओजी सान नागासाकीच्या टेकडीवर असलेल्या घरी तिला घेऊन आले. पिंकरटननं ते घर भाड्यानं घेतलं होतं. च्यो-च्योबरोबर तिचं थोडंबहुत सामान होतं. निघताना सायुरी साननं अश्रुभरल्या डोळ्यांनी तिच्या हातात एक लाल किमोनो ठेवत म्हटलं, ''तुझ्या लग्नासाठी हा किमोनो आहे, च्यो-च्यो सान.''

सायुरीनं त्या किमोनोच्या बाहीवर असलेल्या सारस पक्ष्याच्या चित्रामागे एका पाकिटात थोडे पैसे लपवले होते. सोबत चिठ्ठी होती, 'अडीअडचणीसाठी...'. ते पाहून च्यो-च्योला रडू आवरेना. तिच्यासारख्या अनाथ मुलीसाठी ते पाकीट म्हणजे कुबेराचा खजिना होतं जणू.

टेकडीच्या माथ्यावर असलेलं ते घर... घर कसलं... छोटासा बंगला होता तो. सभोवताली सुंदर बगिचा आणि चारी बाजूंनी बांबूची आणि विलोची दाट झाडी. ते जपानी धाटणीचं घर होतं, सगळीकडे चटया पसरल्या होत्या. दारं सरकती होती. शार्पलेसच्या घरात होतं तसं कुठलंही बोजड फर्निचर इथे नाही, हे पाहून च्यो-च्यो खूश झाली. निदान तिचा परकेपणा लवकर कमी झाला असता.

शार्पलेस तिच्या वडिलांच्या ओळखीचा होता. शिवाय, यूएस कौन्सलेटमध्ये तो मोठ्या पदावर काम करत होता. त्यामुळे च्यो-च्योचा त्याच्यावर खूप विश्वास होता, म्हणून तिनं त्यालाच विचारलं, ''लग्नाचे विधी कुठे होणार आहेत?''

विनाकारण घसा खाकरून त्या अमेरिकी मुत्सद्यानं तोंडातल्या तोंडात उत्तर

दिलं, ''मला वाटतं, इथेच होणार आहेत.''

हे नाटक निभावणं शार्पलेसला जड जाऊ लागलं होतं. च्यो-च्योच्या वडिलांबरोबर बसून आपण काम केलं आहे, मित्रत्वाच्या नात्यानं मौजमजा केली आहे, हे आठवून त्याच्या मनात अपराधीपणाची भावना दाटून आली.

त्याच्यावर विश्वासलेल्या च्यो-च्योनं फक्त संमतिदर्शक मान डोलावली. काहीही झालं तरी पिंकरटनला थोडेफार विधी पार पडायला लावायचे म्हणजे या निरागस मुलीचा विरस होणार नाही, हे शार्पलेसनं मनाशी पक्क केलं. लग्नाच्या करारावरदेखील त्याला सह्या करायला लावायच्या म्हणजे तिला शांत वाटेल, हेही त्यानं ठरवलं. तो वकिलातीमध्ये उच्च पदावर होता. त्याचा शब्द पिंकरटन टाळू शकला नसता याची त्याला खात्री होती.

केन्जी सान आणि शार्पलेस तिथून गेल्यावर च्यो-च्यो खिडकीशी जाऊन उभी राहिली. बहुधा ते पिंकरटनला आणायला गेले असावेत. ती जिथे उभी होती, तिथून बागेतील अझिलीयाची झुडपं दिसत होती. कळ्यांनी डवरली होती ती सगळी. लवकरच बगिच्यात सगळीकडे त्याची फुलं फुलणारं होती. आपण करत आहोत ते योग्य की अयोग्य या विचारात ती गुंतली. अस्वस्थता आणि उत्कंठा असे संमिश्र विचार तिच्या मनात थैमान घालत होते. शार्पलेसनं कबूल केल्याप्रमाणे आता थोड्याच वेळात तिच्या विवाहविधींना सुरुवात होणार होती.

''आज माझं लग्न होणार आहे,'' तिनं स्वतःलाच सांगितलं. पण त्या आवाजात कुठेही उत्सुकता नव्हती. निव्वळ भकासपणा तेवढा होता. आपल्या लग्नाबद्दल तिनं पूर्वी केलेल्या कल्पना तिला आत्ता आठवल्या. खूप वाईट वाटलं तिला. प्रियजनांच्या सहवासात, कुटुंबीयांच्या वेढ्यात, आनंदाच्या वातावरणात, भेटवस्तू आणि फुलांच्या गराड्यात आपलं लग्न होईल, असं स्वप्न तिनंही पाहिलं होतं.

त्याऐवजी या घरातील सुन्न शांतता तेवढी तिच्या सोबतीला होती. सगळे कुठे होते? खरंतर या क्षणी तिची आई तिच्या आजूबाजूला वावरत, मध्येच तिच्या केसांची बट बाजूला करत, किमोनोला न पडलेल्या सुरकुत्या सरळ करत उभी असायला हवी होती. किमोनोची गाठ-ओबी-बांधणं मोठं कौशल्याचं काम होतं. त्यासाठी तिच्या आईला कित्येक तास खर्ची घालावे लागले असते. आपल्या सुंदर, देखण्या लेकीच्या आयुष्यातील त्या अतिशय खास दिवशी तिची आई किती उत्साहानं वावरली असती!

पिंकरटन तिथे येऊन पोचला होता, हे च्यो-च्योला माहीत नव्हतं. शार्पलेस आणि त्याच्यात वाद सुरू होता.

आपण दिलेल्या सहकार्याच्या मोबदल्यात पिंकरटननं तिच्याशी विधिवत लग्न

केलं पाहिजे, यासाठी शार्पलेस अडून बसला होता.

''काहीतरी काय मूर्खपणा आहे हा? आपल्या दोघांनाही माहीत आहे की, त्या मॅरेज सर्टिफिकेटच्या तुकड्याला काही अर्थ नाही, तीच गत त्या विधींची. असं असताना तू कशासाठी आग्रही आहेस इतका?'' पिंकरटन वैतागून म्हणाला.

''हे बघ पिंकरटन, त्या मुलीची तशी अपेक्षा आहे,'' शार्पलेसनं बरोबर मुद्दा मांडला. ''तिच्यासाठी हे खरोखरचं लग्न आहे. तू जपानमध्ये असताना तुझी शय्यासोबतीण म्हणून न राहता ती तुझी बायको म्हणून राहणार आहे. यामुळे तिच्या जगण्याला प्रतिष्ठा लाभणार आहे.''

तरीही पिंकरटन बधत नाही, हे पाहून शार्पलेसनं ठेवणीतलं अस्त्र काढलं. ''तू जर मॅरेज सर्टिफिकेटवर सही करून च्यो-च्योला आश्वस्त करणार नसलास, तर मी अंग काढून घेईन आता या सगळ्यातून.''

ही मात्रा अगदी बरोबर लागू पडली होती. शार्पलेसनं अंग काढून घेतलं तर एकूणच विवाह प्रकाराबद्दल च्यो-च्योला शंका येईल, पिंकरटन नागासाकीमध्ये असताना फक्त त्याची शय्यासोबत करण्यासाठी त्यानं आपल्याला विकत घेतलं आहे हे तिच्या लक्षात येईल; हे न समजण्याइतका तो काही दुधखुळा नव्हता. वकिलातीत वजन असलेल्या शार्पलेसला नाराज करून त्याचं कायमचं नुकसानही झालं असतं.

''आता तू इतका हट्टाला पेटला आहेस, तर तेही एक नाटक पार पाडू या.'' असं म्हणून वैतागून त्यानं होकार दिला.

अशाप्रकारे च्यो-च्योचा विवाह कर्नल हेन्री ऊर्फ बेंजामिन पिंकरटनशी झाला. अमेरिकन वकिलातीच्या मागच्या एका लहानशा कक्षात लग्नाचे साधेसे विधी पार पडले. च्यो-च्योच्या समजुतीनुसार विवाह पार पडण्याचे सर्व अधिकार अमेरिकन वकिलातीनं शार्पलेस सानला दिलेले होते. त्यामुळे त्याच्या आधिपत्याखाली तिचं लग्न लागलं तरी तिला शंका येण्याचं काही कारण नव्हतं.

विवाहविधींच्या वेळेस घ्यायच्या शपथा तिला दुभाषानं समजावून सांगितल्या. त्यानंतर त्यानं तिला आणि पिंकरटनला मॅरेज सर्टिफिकेटचं वाचन करून दाखवलं. इतकं सगळं झाल्यावर तिनं आणि पिंकरटननं क्रीम रंगाच्या त्या जाड कागदी सर्टिफिकेटवर सह्या केल्या. त्यावर ठळक अक्षरात इंग्लिशमध्ये मजकूर लिहिलेला होता.

आणि अशाप्रकारे च्यो-च्यो अमेरिकन कर्नल हेन्री पिंकरटन याच्याशी विवाहबद्ध झाली. साक्षीला होते, शार्पलेस आणि एक दुभाषा. स्थळ होतं, वकिलातीची एक साधीशी खोली!

च्यो-च्योनं नुकतीच सही केलेलं ते मॅरेज सर्टिफिकेट तिच्या हातात देत

शार्पलेस पुटपुटला, ''अभिनंदन!'' तिनं ते हातात इतकं घट्ट धरलं की, जणू तिचं पुढचं जीवन त्यावर अवलंबून आहे. ते पाहून त्याच्या पोटात तिळतिळ तुटलं. पण त्याच्या हातात काहीही नव्हतं.

''शार्पलेस सान, मनापासून आभारी आहे.'' च्यो-च्यो संकोचानं म्हणाली. तिचे हात थरथरत होते. तिच्या जीवनातील हा अत्यानंदाचा दिवस होता. आज तर खूप आनंद व्हायला हवा होता. तिलाही ते कळत होतं. पण तिचे डोळे गच्च भरले होते. टी-हाउसमध्ये येणाऱ्या एका माणसाशी तिनं लग्न केलं होतं. त्याच्याबद्दल तिला काहीही माहिती नव्हती. तिला आधार द्यायला तिच्या कुटुंबातील कोणीही उपस्थित नव्हतं.

तितक्यात तिच्याभोवती मिठी पडली. ती दचकली. मग तिच्या लक्षात आलं की, मिठीत घेणारे ते हात पिंकरटनचे होते, ज्याच्याबरोबर तिनं नुकत्याच विवाहाच्या आणाभाका घेतल्या होत्या. त्यानं झट्कन तिच्या ओठांवर ओठ टेकले.

''हॅल्लो मिसेस पिंकरटन,'' अत्यानंदानं तो म्हणाला. सारं काही सहजपणे आणि सुरळीत पार पडलं म्हणून त्याला फार आनंद झाला होता. प्रेमाचं सार्वजनिक प्रदर्शन करणाऱ्या या पाश्चात्त्य पद्धतीची तिला सवय नव्हती. तिनं स्वतःला आखडून घेतलं. पण त्याच क्षणी तिला आठवलं की, तो आता तिचा नवरा आहे आणि तिच्याशी शारीरिक लगट करण्याचा अधिकार त्याला आहे.

प्रकरण ७

''**आ**ज तर मला कालच्यापेक्षा जास्त त्रास होतो आहे,'' च्यो-च्योनं नव्यानं आलेल्या सुझुकीला म्हटलं. पिंकरटननं सुझुकीला वरकामासाठी लावलं होतं. महिन्याभरातच तिची आणि च्यो-च्योची गट्टी जमली. मालकीण आणि मदतनीस असं नातं न राहता त्या दोघी एकमेकींच्या मैत्रिणी झाल्या.

''काही खावंसं वाटत नाहीये. खाल्लं तरी पोटात ठरत नाहीये. उलटून पडतं लगेच. काहीतरी होणार आहे मला.'' च्यो-च्यो घायकुतीला आली होती.

''च्यो-च्यो सान, तुम्हाला काहीएक झालेलं नाही,'' सुझुकीनं तिला समजावलं. ''तुम्हाला दिवस गेले आहेत, इतकंच. मला खूप भावंडं आहेत. माझ्या आईची इतकी बाळंतपणं मी पाहिली आहेत की, माझ्या लगेच लक्षात येतं ते.''

ती पुढे म्हणाली, ''आता लवकरच या घरात लहान पावलं उमटणार. कित्ती मज्जा! मला खूपच आनंद झाला आहे.''

सुझुकीइतका निखळ आनंद च्यो-च्योला झाला नाही. तिला थोडी धास्ती वाटत होती. अजून तर ती वीस वर्षांचीसुद्धा नव्हती. घरात सांगणारं, समजावणारं कुणी मोठं माणूस नव्हतं, सोबतीला आई नव्हती. कसं होणार सगळं? ते बाळंतपण आणि नंतरचं संगोपन! तिला कसं जमणार ते? तरी बरं, ही सुझुकी सोबत आहे. तिनं नुकतंच तिचं एक धाकटं भावंड एकहाती सांभाळलं होतं. ते ऐकून च्यो-च्योची धास्ती जरा कमी झाली.

पिंकरटनशी लग्न होऊन काही महिनेच झाले होते. पण हा सर्व काळ तिच्यासाठी खूप आनंदाचा होता. जेवणाच्या सवयी खूप वेगळ्या होत्या दोघांच्या, पण त्या असणारच. अमेरिकन लोकांचा भरपूर आणि भरगच्च आहार आणि जपान्यांचं नजाकतीनं खाणं. शिवाय, सांस्कृतिक भेदही बरेच होते. तरीसुद्धा त्यांचं

वैवाहिक जीवन सुखाचं चाललं होतं हे नक्की!

च्यो-च्योला सगळ्यात जास्त आश्चर्य वाटे, ते एप्रन बांधून पिंकरटननं सहजतेनं स्वयंपाकघरात वावरून त्याच्या आवडीचे भरपूर चीझ घातलेले पदार्थ करण्याचं. एरव्ही मदत करणारे तिचे वडीलसुद्धा कधी स्वयंपाकघरात फिरकत नसत, त्यामुळे तर तिला फारच धक्का बसे.

पहिल्यांदा जेव्हा पिंकरटन असा एप्रन बांधून ओट्याशी उभा राहिला, तेव्हा तिला रडू आलं. 'म्हणजे! हे काय! मला याच्या आवडीचा स्वयंपाकसुद्धा करता येऊ नये का? बायको म्हणून मी माझ्या कर्तव्याला चुकले आहे.' असं म्हणत तिनं स्वतःला बोल लावले.

"असं काही नाही! तू शांत हो बरं च्यो-च्यो." हातातलं भांडं तिच्या हाताला लागणार नाही इतक्या उंचीवर धरत त्यानं तिची समजूत काढत म्हटलं. "अमेरिकेमध्ये सगळेच पुरुष स्वयंपाकघरात मदत करतात. तो काही गुन्हा नाहीये तिथे."

त्यानं हसून असं म्हणताच च्यो-च्यो नेहमीसारखी विरघळली. त्याच्या हसण्यात जादू होती. हसताना त्याचा ओठ एका बाजूनं किंचित वर उचलला जायचा. ती हळूहळू त्याच्या प्रेमात पडू लागली होती. आपलं पुढचं आयुष्य याच्याबरोबर सुखाचं जाईल, अशी आशा तिला वाटू लागली होती. तो नागासाकी सोडून जाईल, असं तिच्या मनातही कधी आलं नाही.

त्या दोघांचं एकत्रित जीवन इतकं सुंदर आणि सुखावह असताना तो का जाईल?

बहुतेक सर्व जपानी स्त्रियांप्रमाणे च्यो-च्योनं आपल्या नवऱ्याच्या आवडीनिवडी, सवयी आणि इच्छा यांच्याशी जुळवून घेतलं. तिनं त्याला एखाद्या वेळेस नकार दिला, स्वतःची इच्छा बोलून दाखवली तरी हरकत नाही; असं त्यानं कितीही सांगितलं तरी तिला ते पटत नसे. शेवटी, पिंकरटननं तिला आग्रह करणं सोडून दिलं. पारंपरिक स्त्रियांप्रमाणे वागण्यात तिला अधिक आनंद वाटतो, हे त्यानंही स्वीकारलं.

अमेरिकन वकिलातीमधल्या एका छोट्याशा खोलीत त्याचं तात्पुरतं ऑफिस होतं. रोज सकाळी ती आनंदानं त्याला निरोप द्यायची. व्यापाराच्या संदर्भात वेगवेगळे व्यवहार पाहणं, हे त्याच्या कामाचं स्वरूप होतं. तो कधी घरी येतो, याची ती उत्कंठतेने वाट पाहायची.

शार्पलेसनं सुचवल्यावरून च्यो-च्योनं इंग्लिश शिकायला सुरुवात केली होती. 'द मिशनरी वाइव्ह्ज ऑफ नागासाकी'या नावानं काही महिला एक छोटीशी शाळा चालवत. इंग्लिश चांगलं आलं की, च्यो-च्योला आपल्या नवऱ्याशी अधिक चांगल्या प्रकारे संवाद साधता येईल, असं त्याचं म्हणणं होतं. तिथे शिकायला

जाण्यासाठी तीही खूप उत्सुक असे. तिच्या तरतरीत बुद्धीमुळे तिनं थोड्या दिवसांत चांगली प्रगती केली.

लग्नानंतरचा हा काळ इतका पट्कन आणि आनंदात गेला असताना या गर्भारपणाच्या बातमीमुळे नवऱ्याची प्रतिक्रिया काय होईल, याचा तिला अंदाज येईना.

"च्यो-च्यो सान, इतकी काळजी करू नका." तिची भीती लक्षात घेऊन सुझुकीनं तिला समजावलं. "मी आहे ना तुमच्या मदतीला. आणि मुख्य म्हणजे तुमचा नवरा तुमच्याबरोबर आहे." ती स्वप्नाळू स्वरात पुढे म्हणाली, "मी खात्रीनं सांगते, त्यांना खूप आनंद होईल. ते काही आपल्या जपानी पुरुषांसारखे नाहीत. घरातली कामं आणि स्वयंपाकसुद्धा मजेत करतात ते. त्यामुळे मुलांशी पण ते छानच वागतील."

तिच्यासारख्या नोकरकाम करणाऱ्या मुलीसाठी प्रेम, लग्न, संसार, मुलं ही सगळी स्वप्नं होती. "च्यो-च्यो सान, खूप सुंदर असेल तुमचं बाळ. अमेरिकन आणि जपानी असं दोन्ही रक्त असेल बाळात."

त्या संध्याकाळी पिंकरटन लवकर घरी आला. त्याच्या मनात काहीतरी विचार चालू असावेत. त्या नादात स्वयंपाकघरात शिरून त्यानं अमेरिकन चॉव, मॅश्ड पटेटोज, ग्रिल्ड सॉसेजेस, फ्राइड एग्ज आणि ग्रीन सलाड असे अनेक पदार्थ तयार केले.

"पिंकरटन सान," जेवायला बसल्यावर च्यो-च्योनं अडखळत सुरुवात केली. जपानी पद्धतीनं चटईवर बसून समोर कमी उंचीचा चौरंग ठेवून जेवणं त्याला जमलं नसतं, म्हणून लग्नाआधीच त्यानं या घरात टेबल-खुर्च्या आणून टाकल्या होत्या. त्याचं आपल्याकडे लक्ष आहे, हे पाहून ती पुढे म्हणाली, "तुमच्या लक्षात आलं असेल की, हल्ली मला फारसं जेवण जात नाही. आज मला सुझुकी साननं सांगितलं की, ही सगळी दिवस गेल्याची लक्षणं आहेत."

आपलं बोलणं ऐकताच त्याचं ते खास ठेवणीतलं हसू त्याच्या चेहऱ्यावर उमटेल, तो पट्कन पुढे होऊन आपल्याला मिठीत घेईल, असं तिला वाटलं होतं. त्याला आनंद झाला की, या त्याच्या नेहमीच्या प्रतिक्रिया होत्या. पण आत्ता तसं काहीच झालं नाही.

उलट त्याच्या चेहऱ्यावरून क्षणभर का होईना पण एक गर्द सावली चमकून गेल्यासारखं तिला वाटलं. त्रागा, द्विधावस्था आणि भीती पण... तितक्यात स्वतःला सांभाळत पिंकरटन हसला. मग घसा खाकरत तो म्हणाला, "अरे वा! ही तर फार छान बातमी आहे. च्यो-च्यो, ये इकडे. मस्त मिठी मारू दे तुला."

त्याच्या म्हणण्यानुसार तिनं केलं, पण मनोमन तिला जाणवलं की, हे सर्व

वरवरचं होतं.

तिला दिवस गेले आहेत, हे ऐकून पिंकरटनला आनंद का नव्हता झाला? त्यांचं लग्न झालं होतं. मग दिवस जाणं तर स्वाभाविक होतं ना? त्याच्यापासून तिला मूल झालेलं नको होतं का त्याला?

अस्वस्थपणे तिनं त्याला विचारलं, ''पिंकरटन सान, ही बातमी ऐकून तुम्हाला आनंद नाही झाला. खूप घाई झाली का?''

त्यावर हसून त्यानं तिच्या लांब, सुळसुळीत, मोकळ्या केसांतून हात फिरवला.

''वेडी आहेस की काय? मला खूप आनंद झाला आहे. फार छान बातमी आहे ही. पण, काय आहे ना, ऑफिसमध्ये जरा कामाचा ताण जास्त आहे. त्यामुळे थकलो आहे जरासा.''

हे ऐकताच च्यो-च्योनं मनातील शंका एका कोपऱ्यात ढकलल्या. हीच योग्य जागा होती त्यांची. त्यानंतर आपल्या नवऱ्याबरोबर तिनं आनंदात जेवण संपवलं. खूप दिवसांनी ती पोटभर जेवली. मुख्य म्हणजे रोजच्यासारखं आज तिला अन्न उलटून पडलं नाही.

त्या रात्री त्यांचा प्रणय विशेष रंगला. त्याचा हळुवारपणा तिला पुन्हा सुखावून गेला. तशी त्याच्या प्रेमात पडण्याची इतर अनेक कारणं होती म्हणा, पण त्याच्या स्वभावातील या हळुवारपणामुळे ती त्याच्यावर अधिक प्रेम करत होती. त्याच्या सहवासात तिला खूप सुरक्षित वाटत असे. आयुष्यात पहिल्यांदाच तिच्यावर कुणी प्रेम करत होतं.

त्याच्या कुशीत शिरून, त्याच्या हृदयाची शांत धडधड ऐकत ती निर्धास्तपणे झोपली. उगाचच आपण शंका घेत होतो, असा विचारही तिच्या मनात आला. आता मात्र सगळ्या अडचणी संपल्या होत्या.

''जरा एक समस्या निर्माण झाली आहे. त्या पोरीला दिवस गेले आहेत माझ्यापासून. काल संध्याकाळी सांगितलं तिनं मला.'' उसासा टाकत पिंकरटन म्हणाला.

दुसऱ्या दिवशी तो घाईनं अमेरिकन वकिलातीत शार्पलेसला भेटायला गेला. त्याच्या सांगण्यावर शार्पलेसनं जराशी सहानुभूती दाखवू नये, याचा त्याला धक्का बसला होता.

''हे बघ, कुठल्याही जबाबदार पुरुषाला ही जाणीव असायला हवी,'' अतिशय शांतपणे शार्पलेसनं बोलायला सुरुवात केली. ''मुळात, तू तिच्याशी अशाप्रकारे नात्याचं नाटक करतो आहेस, हेच मला पहिल्यापासून अमान्य आहे. माझ्या मते एका निष्पाप तरुणीचं शोषण करतो आहेस तू. माझ्याकडून सहानुभूतीची अपेक्षा

तरी कशी ठेवतोस? निदान आता तरी त्या मुलीच्या दृष्टीनं जे योग्य आहे, तेच करशील अशी आशा करतो मी.''

त्यावर बराच वेळ शांततेत गेल्यावर पिंकरटन धीर एकवटून म्हणाला, ''नागासाकीमध्ये एक म्हातारी दाई गर्भपाताची कामं करून बायकांना सोडवते, असं ऐकलं आहे मी.''

हे ऐकताच शार्पलेसनं टेबलवर मूठ इतक्या जोरात आपटली की तिथला पेन स्टॅन्ड घरंगळत खाली पडला.

''काय डोकंबिकं फिरलंय का तुझं? बेकायदेशीररीत्या त्या पोरीचा गर्भपात करण्यात तिच्या जिवाला किती धोका आहे, याचा थोडातरी विचार केला आहेस का तू?'' शार्पलेस संतापून म्हणाला. ''लग्न झालं की मुलं होणारच, ते स्वाभाविक आहे. अशा परिस्थितीत गर्भपात करणं गरजेचं आहे, हे तिला कसं समजावून सांगणार आहेस तू?'' तो पुढे उपरोधानं म्हणाला, ''की मग तू तिला सांगणार आहेस का की, तुमचं लग्न फसवं आहे. नागासाकीमध्ये असेपर्यंत तुझी शय्यासोबत करण्यापुरती तिची तुला गरज आहे म्हणून तू लग्नाचं नाटक केलंस? शी! कसल्या घाण कामात गुंतवलंस तू मला!''

''हे बघ शार्पलेस, तुलाही माहीत आहे की, असं काही माझ्या मनात नाही, मला ती मनापासून आवडते.'' पिंकरटननं उत्तर दिलं खरं, पण शार्पलेसच्या नजरेला नजर देण्याची त्याची हिंमत नव्हती.

''मग तर तू आता तिच्याशी कायदेशीररीत्या लग्न केलं पाहिजेस, तिला दिवस गेल्यामुळे ते आता आवश्यक झालं आहे. त्यानंतर इथून परत अमेरिकेत जाशील, तेव्हा तिला आपली बायको म्हणून तू घेऊन गेलं पाहिजेस. त्यासाठी आवश्यक ती कागदपत्रं मी तयार करून देईन तुला.''

''छे! च्यो-च्यो अमेरिकेत कधीच सुखी होऊ शकणार नाही. ती हाडाची जपानी आहे.''

''हे तू कसं ठरवू शकतोस? तू फक्त कारणं देतो आहेस. मला तर खात्रीशीररीत्या समजलं आहे की, तुझा एका अमेरिकन मुलीशी साखरपुडासुद्धा झालेला आहे. इथून जाऊन तिच्याशी लग्न करण्याचा तुझा विचार पक्का आहे. च्यो-च्यो तुझ्या औट घटकेच्या मनोरंजनाचं साधन आहे, बाकी काही नाही.'' शार्पलेसनं सडेतोड उत्तर दिलं.

तो पुढे म्हणाला, ''हे बघ पिंकरटन, जे करणं योग्य आहे त्यासाठी मी तुझ्यावर जबरदस्ती करू शकत नाही. पण तू आयुष्यभर विसरू शकणार नाहीस की, तुझ्या क्षणिक आनंदासाठी तू एका निरागस मुलीच्या आयुष्याची माती केलीस. इथून पुढे मला काही बोलायचं नाही. माझ्याकडून कुठल्याही मदतीची अपेक्षा ठेवू

नकोस.''

इतकं बोलून शार्पलेस गर्रकन वळून तिथून निघून गेला.

च्यो-च्यो सानला सातवा महिना लागला होता. एक दिवस ती येणाऱ्या बाळासाठी कपडे शिवत असताना पिंकरटननं तिला सांगितलं की, काही महत्त्वाच्या कौटुंबिक कामासाठी त्याला अमेरिकेला जाऊन यावं लागणार आहे.

''पिंकरटन सान, असं कसं चालेल? अगदी दोन महिन्यांत आपलं बाळ जन्माला येईल.'' बोलताना च्यो-च्योला रडू आवरेना. तिच्या हातातील लहानसं झबलं खाली पडलं. ''बाळाच्या जन्मापर्यंत थांबू नाही का शकत तुम्ही?''

''नाही च्यो-च्यो. दोन दिवसांत निघण्याचा आदेश मला आला आहे.'' दिवस भरत आलेल्या आपल्या बायकोला जवळ घेत पिंकरटन म्हणाला. ''आणि हे बघ, काही महिन्यांचाच तर प्रश्न आहे. जितक्या लवकर मी जाईन, तितक्या लवकर मला परत येता येईल ना? बाळाच्या जन्मापर्यंत मी परत येईनसुद्धा.

''शिवाय, सुझुकी सान आहे तुझ्या सोबतीला. झालंच तर शार्पलेस साननं तुझ्याकडे लक्ष ठेवायचं कबूल केलं आहे.'' पिंकरटनच्या बोलण्यावर च्यो-च्यो नुसतीच थरथरत राहिली. तिचं जग उद्ध्वस्त होऊ पाहत होतं. कशी शांत राहणार ती? शार्पलेस म्हणाला तेच खरं होतं. स्वतःच्या सुखासाठी पिंकरटन अगदी खालच्या थराला पोचला होता. अत्यंत निंदास्पद कृत्य होतं त्याचं.

खरं म्हणजे काही दिवस च्यो-च्योबरोबर मजा मारल्यावर तिला पुढची काही वर्षं आरामात काढता येतील इतके पैसे देऊन अमेरिकेला परत जायचं, असंच त्याच्या मनात होतं. मूल होण्याची शक्यता त्यानं गृहीत धरली नव्हती. भलतीच भानगड निर्माण झाली होती.

तिचा आवेग पाहून क्षणभर पिंकरटनला वाटलं की, तिला असं एकटीला सोडून जाण्याऐवजी ती बाळंतीण झाल्यावर जावं. काही झालं तरी ते मूल त्या दोघांचं होतं. पण त्याच्या अमेरिकन वाग्दत्त वधूनं-हेलेननं त्याला निर्वाणीचा निरोप पाठवला होतं. महिन्याभरात अमेरिकेत परत जाऊन त्यानं तिच्याशी लग्न केलं नाही, तर ती त्याच्याबरोबरचं नातं तोडून टाकणार होती. त्यामुळे त्याला जाणं भाग होतं.

खरं सांगायचं तर पिंकरटनला सुखी वैवाहिक जीवनाची, नागासाकीमधील आयुष्याची सवय झाली होती. च्यो-च्योला सोडून जाणं त्याच्या जिवावर आलं होतं. पण हेलेनला थोपवणं आता कठीण होतं. तो तिला गमवू इच्छित नव्हता.

त्याच्या निघण्याच्या कल्पनेनं च्यो-च्योला कितीही वाईट वाटत असलं तरी ती अगदी आदर्श पत्नी होती. म्हणूनच, तिनं त्याच्या प्रवासाची तयारी करायला

मदत केली. दिलेला शब्द तो पाळेल, याची तिला खात्री होती. बाळाच्या जन्माआधी तो नागासाकीला परत येईल, याचीही तिला मनोमन खात्री होती. त्याच्यावाचून पुढचे दोन महिने तिला फार कठीण जाणार होते म्हणा.

पिंकरटनशी लग्न झाल्यापासून आजवर तिचं आयुष्य अगदी निर्धोक गेलं होतं. तो आपल्याला कधी सोडून जाईल, अशी कल्पनासुद्धा तिनं केली नव्हती. त्याच्या जाण्याच्या कल्पनेनं ती अतिशय अस्वस्थ झाली. तिच्या वडलांनी हाराकिरी केल्यावर तिला जसं दुःख झालं होतं, तसंच काहीसं तिला आत्ताही वाटत होतं.

"च्यो-च्यो सान, स्वतःला आवरा," तिची समजूत घालताना सुझुकी सान म्हणाली होती. "उत्तम जपानी गृहिणी आपल्या पतीला असा ताण नाही येऊ देत. विशेषतः, तो दूरच्या प्रवासाला निघाला की डोळ्यांत अश्रू नाही आणत. त्याऐवजी त्यांना प्रवासासाठी आणि लवकर परत येण्यासाठी शुभेच्छा द्या."

"सुझुकी, ते येतील ना परत?" न राहवून च्यो-च्योनं मनातील शंका ओठांवर आणली.

गेल्या दोन दिवसांत तिनं हा प्रश्न पिंकरटनला शंभरदा तरी विचारला होता. प्रत्येक वेळेस त्यानं तिला खात्री दिली होती, "च्यो-च्यो, माझ्या लाडक्या फुलपाखरा, मी परत येणार आहे. जमेल तितक्या लवकर येतो मी. आपलं बाळ जन्माला येण्याआधी येतो मी नक्की."

एकमेकांच्या सहवासातील त्यांच्या त्या शेवटच्या दोन रात्री होत्या. पिंकरटन पुन्हा पुन्हा च्यो-च्योला परत येण्याचं आश्वासन देत राहिला. त्याच्या कुशीत शिरून ती ऐकत राहिली. परत आल्यावर काय काय करायचं, याचे अनेक बेत त्यानं तिच्या कानावर घातले. तो अमेरिकेहून परत आला की, त्यांचं सहजीवन खऱ्या अर्थानं सुरू होणार होतं. तिलाही आता खात्री पटली की, कबूल केल्याप्रमाणे तो दोन महिन्यांत परतून येईल.

च्यो-च्यो वरकरणी कितीही धीरानं वागत असली तरी ज्या क्षणी तिचा नवरा आणि होणाऱ्या बाळाचे वडील गँगवेमधून पुढे होत त्या प्रचंड प्रवासी जहाजाकडे जाण्यासाठी निघाले, तेव्हा तिचा धीर सुटला. पिंकरटन तिच्यापासून दूर निघाला होता. ती अक्षरशः कोसळली.

शार्पलेस तिच्याबरोबर होता. पुढे होत त्यानं तिला सावरलं. जहाज दूर जाऊ लागलं. त्यांचा निरोप घेणाऱ्या पिंकरटनची आकृती पुसटशी झाली. च्यो-च्यो आता धाय मोकलून रडू लागली.

सुझुकी आणि शार्पलेसनं तिला सावरून घरी नेलं. रस्त्यातच तिनं त्याला विचारलं, "शार्पलेस सान, म्हटल्याप्रमाणे पिंकरटन सान परत येईल ना?"

यावर शार्पलेसकडे उत्तर नव्हतं. अमेरिकेत पोचल्यावर पिंकरटन आपल्या

वाग्दत्त वधूशी विवाहबद्ध होणार आहे, हे त्याला माहीत असल्यामुळे तो कितीतरी वेळ गप्प होता. पण जेव्हा त्यानं बघितलं की, च्यो-च्यो सान विरहाच्या कल्पनेनं वेडीपिशी झाली आहे, तेव्हा मात्र त्यानं पिंकरटन परत येण्याची ग्वाही दिली.

पिंकरटनशी लग्न झाल्यापासून च्यो-च्यो कधी एकटी राहिली नव्हती. त्यामुळे ती जरा शांत होईपर्यंत शार्पलेस तिथे थांबला. त्याची जेव्हा खात्री पटली की, सुझुकी च्यो-च्योकडे नीट लक्ष देईल, तेव्हा कुठे तो घरी परतला. पण जाण्याआधी त्यानं सुझुकीला बजावून सांगितलं, ''च्यो-च्यो सानसाठी कुठलीही मदत लागली तर मला हाक मारायला कचरू नकोस.''

शार्पलेस देव मानणारा पापभीरू माणूस होता. पिंकरटनचं वागणं त्याला अजिबात पटलं नव्हतं. आपल्या अमेरिकन बांधवानं एका निरागस मुलीला असं दुःखाच्या खाईत लोटून निघून जाणं शार्पलेसच्या तत्त्वात बसत नव्हतं. झाल्या प्रकाराला आपण हातभार लावला आहे, याची चुटपुट त्याला लागली होती.

दिवसभर घडलेल्या घडामोडींनी च्यो-च्यो सान थकून गेली होती. म्हणूनच, सुझुकीनं तिला गरम सुगंधी पाण्यानं अंघोळ घातली, त्यानंतर तिनं तिला अलगद बिछान्यावर झोपवलं. पिंकरटनला पाश्चात्त्य पद्धतीच्या पलंगाची सवय असल्यामुळे गेल्या कित्येक महिन्यांत च्यो-च्यो अशी बिछान्यावर झोपली नव्हती.

त्या रात्री च्यो-च्योला पहिल्यांदाच बाळाची हालचाल जाणवली. जणू बाळ तिला सांगत होतं, ''तू एकटी नाहीस. मी आहे ना तुझ्या सोबतीला.''

खरंच, ती आता एकटी नव्हती. तिच्यामध्ये एक जीव वाढत होता, प्रतिसाद देत होता. च्यो-च्योला खूप छान वाटलं. त्यानंतर तिला अगदी गाढ झोप लागली.

प्रकरण ८

पिंकरटन नागासाकीहून रवाना झाल्यानंतरचे दोन आठवडे च्यो-च्यो सानच्या आजवरच्या आयुष्यातील सर्वांत कठीण दिवस होते. रात्र-रात्र ती रडत राहायची. कधी चुकूनमाकून झोप लागली तर ती दचकून किंवा हुंदके देत जागी व्हायची. अशा वेळेस सुझुकी तिला जवळ घेऊन, कधी थोपटून परत झोपायला लावत असे. येणाऱ्या बाळासाठी खंबीर असणं किती गरजेचं आहे हे तिला बजावून सांगत असे.

आपल्या मालकिणीला अशा परिस्थितीतून बाहेर काढण्यासाठी सुझुकीकडे एकमेव उपाय होता. तिनं तोच अमलात आणला. ती म्हणाली, ''च्यो-च्यो सान, वेळेवर न जेवणं, स्वतःकडे दुर्लक्ष करणं, सारखी काळजी करणं, या सगळ्याचा बाळावर विपरीत परिणाम होईल.'' हे ऐकताच च्यो-च्योनं स्वतःला सावरलं.

दुःख आणि एकटेपणा कमी होण्यासाठी मग च्यो-च्योनं इंग्लिश शिकण्याकडे लक्ष द्यायला सुरुवात केली. गेल्या सात-आठ महिन्यांत तिथल्या अमेरिकन शिक्षिकांना तिच्याबद्दल आत्मीयता निर्माण झाली होती. त्यांच्याकडून मिळणाऱ्या मायेमुळे तिला स्वतःला सावरणं शक्य झालं.

एक दिवस तिनं शार्पलेसला मनापासून सांगितलं, ''पुढच्या महिन्यात पिंकरटन अमेरिकेहून परत येईल, तेव्हा अस्खलित इंग्लिश बोलून मी त्याला चकित करणार आहे.''

दर दिवसाआड एक चक्कर टाकून च्यो-च्योची खबरबात घेण्याचा परिपाठ शार्पलेसनं ठेवला होता. एकतर, कर्तव्यबुद्धी आणि त्याहून महत्त्वाचं म्हणजे तिच्या स्थितीबद्दल मनापासून वाटणारी कळकळ. त्या दोन स्त्रिया मदतीशिवाय कशा राहू शकणार होत्या? पिंकरटनची बातमी मिळण्यासाठी च्यो-च्योचं शार्पलेसला भंडावून सोडणं सोडलं तर दुसरी काही अडचण नव्हती. तिचे गर्भारपणाचे दिवस विनात्रासाचे

जात होते. च्यो-च्योला घरखर्च चालवता यावा म्हणून पिंकरटननं शार्पलेसकडे पुरेसे पैसे देऊन ठेवले होते. घराचं वर्षांचं भाडं भरलेलं होतं.

कधीतरी शार्पलेस पिंकरटनचं पत्र घेऊन यायचा. 'च्यो-च्योनं स्वतःची आणि बाळाची काळजी घ्यावी, अमेरिकेत सारं काही ठीकठाक आहे, तिनं कशाची काळजी करू नये,' अशा आशयाची ती पत्रं असायची. नवऱ्याचं पत्र आलं आहे, या आनंदात च्यो-च्योच्या लक्षात यायचं नाही की, नागासाकीला परत येण्याबद्दल त्या पत्रांमध्ये काहीही उल्लेख नसायचा. त्याला जाऊन आता महिना झाला होता. अर्थात, तिचं न विचारणं शार्पलेसच्या पथ्यावर पडायचं.

दुसऱ्या महिन्याचे दोन आठवडे पिंकरटनची काहीच बातमी आली नाही. च्यो-च्यो थोडी अस्वस्थ झाली होती. बाळाच्या जन्माआधी परत येईन, असं त्यानं कबूल केलं होतं, हे तिच्या चांगलं लक्षात होतं.

"जवळजवळ दोन महिने झाले माझ्या नवऱ्याला जाऊन. बाळाच्या जन्माआधी परत येईन, असं त्यानं म्हटलं होतं ना?" तिनं रडत रडत सुझुकीला म्हटलं. त्या दिवशी सकाळीच शार्पलेस तिला राहत्या घराच्या खरेदीचे कागदपत्र देऊन गेला होता. पण तिला त्याचा काहीही आनंद नव्हता. कारण, 'हक्काच्या घराबद्दल अभिनंदन' एवढ्या मजकुराच्या चिठोऱ्याशिवाय पिंकरटनकडून दुसरा काही निरोप नव्हता.

"कदाचित अमेरिकेत ते कामात अडकले असतील किंवा त्यांना नागासाकीला येण्यासाठी तिकीट मिळालं नसेल." सुझुकीनं आपल्या अल्पमतीला अनुसरून उत्तर दिलं. "तुमच्या लक्षात आहे का त्यांनी काय म्हटलं होतं? ते म्हणाले होते की महिन्याभरात येण्याचा प्रयत्न ते करतील. 'मी नक्की येईनच,' असं काही ते म्हणाले नव्हते. हे पहा च्यो-च्यो सान, अशा त्रासू नका. बाळाच्या तब्येतीसाठी ते योग्य नाही. मी खात्रीनं सांगते की, पिंकरटन सान नक्की परततील. नागासाकीला परत येण्याचा त्यांचा विचार नसता तर हे राहतं घर तुमच्या नावानं त्यांनी का विकत घेतलं असतं?"

सुझुकीनं कितीही विश्वास दाखवला तरी पुढचा महिनासुद्धा संपला. पिंकरटन काही आला नाही. त्याच्याकडून येण्याबद्दल काही बातमीसुद्धा आली नाही. च्यो-च्योचे दिवस आता भरत आले होते. अमेरिकेहून जहाज आलं आहे, हे कळताच ती घाईनं पोट सांभाळत बंदरावर जाऊन बसायची. पण एकदा तिचा पाय बंदरावर घसरला आणि ती पडली तेव्हापासून सुझुकीनं तिला बंदरावर जायला ठामपणे विरोध केला. च्यो-च्योनं कितीही गयावया केली तरी सुझुकीनं तिचं काहीएक ऐकलं नाही.

इकडे शार्पलेसला दुसऱ्या काही मित्रांकडून कळून चुकलं होतं की, पिंकरटननं

एव्हाना हेलेनशी लग्न केलं असून नागासाकीला किंवा जपानला परत येण्याचा त्याचा कोणताही विचार नाही. पण ही बातमी च्यो-च्योला सांगण्याचं धैर्य शार्पलेसमध्ये नव्हतं. ती मात्र वरचेवर वकिलातीत येऊन आपल्या नवऱ्याची ख्यालीखुशाली आणि परत येण्याची तारीख त्याला विचारत असे. काहीतरी थातूरमातूर उत्तरं देऊन तो तिची आशा जागृत ठेवत असे.

आणि सांगणार तरी काय? जो माणूस आपला नवरा आहे असा तिचा विश्वास आहे, तो चक्क दुसरीशी लग्न करून बसला आहे. तो आता कधीही परत येणार नाही. जन्माला येणाऱ्या बाळासाठीसुद्धा नाही, ते बाळ तिनं आता एकटीनं वाढवायचं आहे... कसं सांगणार होता तो तिला हे सगळं? त्याऐवजी, पिंकरटनचा अमेरिकेत अपघात झाला असून तो त्यात मरण पावला आहे, हे सांगणं अधिक सयुक्तिक ठरलं असतं. निदान तिचं वाट बघणं आणि आशेवर राहणं तरी थांबलं असतं. पिंकरटनच्या चांगल्या आठवणी मनात ठेवून ती पुढे जगू शकली असती. फसवणुकीच्या दारुण दुःखापेक्षा ते किंचित सुखावह ठरलं असतं.

हिवाळा सुरू झाला. पानगळ होऊ लागली. च्यो-च्योला प्रसववेदना सुरू झाल्या. सुझुकी आणि नागासाकीची एक सुईण नाकामिझू सान यांच्याशिवाय होतं तरी कोण तिच्या सोबतीला? येणारी प्रत्येक कळ तिला जीवघेणी वाटत होती. तिचा चेहरा घामानं थबथबत होता. त्या दोघी तिला जमेल तसा धीर देत होत्या.

दिवसभर कळा सोसून च्यो-च्यो थकून गेली. आपल्यात आता जीव उरला नाही, असं तिला वाटू लागलं. कसंही करून तिला फक्त त्या वेदनेतून बाहेर यायचं होतं. आता अजून सोसणार नाही असं तिला वाटलं आणि त्याच क्षणी वेदनेच्या उसळलेल्या लाटेसरशी बाळाचा 'ट्यांह्याऽ ट्यांह्या' तिच्या कानावर पडला. त्यापाठोपाठ झालेल्या रक्तस्रावानं तिच्या दिवसभराच्या वेदना जादू झाल्यासारख्या एका क्षणात थांबल्या.

"च्यो-च्यो सान, अगं, मुलगा झालाय तुला!" अगदी दुरून सुझुकीचा आवाज आला. त्यानंतर च्यो-च्यो बेशुद्ध झाली.

ती शुद्धीवर आली, तेव्हा तिच्या अंगावर स्वच्छ कपडे होते. बेशुद्धीच्या आधी जाणवलेल्या प्राणांतिक वेदनांचा आता मागमूसही नव्हता. मनाच्या कोपऱ्यात त्यांची थोडीशी आठवण तेवढी होती. तिनं मनोमन खामीचे-ईश्वराचे आभार मानले.

तेवढ्यात तिला बाजूला उभी असलेली सुझुकी दिसली. तिनं उत्कंठतेनं विचारलं, "बाळ कुठे आहे? कसं आहे?"

घाईनं पुढे होत सुझुकीनं तिला आश्वस्त केलं, "च्यो-च्यो सान, खूपच गोड बाळ आहे तुमचं. अगदी छान आहे. कसल्या लाथा झाडतंय! आणि ठणाणा आरडाओरडा करतंय. त्याच्या आवाजानं तर मेलेला माणूससुद्धा जागा होईल."

"बाळ कसं... कोणासारखं...?"

"अगदी आपल्या वडिलांवर गेलं आहे बाळ. जावळसुद्धा दाट, सोनेरी, मऊसुत. अगदी क्षणभर बाळानं डोळे उघडले, तेव्हा माझ्या लक्षात आलं की, त्यानं तुमचे डोळे घेतले आहेत."

ते ऐकताच च्यो-च्योच्या डोळ्यांतून घळघळा अश्रू वाहू लागले. कुठे होते बाळाचे बाबा? ते आपल्या बाळाला कधी भेटतील तरी का? तिचं आणि पिंकरटन सानचं हे बाळ... हा नवीन जीव... कधी दिसतील त्याला आपले बाबा?

बाळाला हातात घ्यायची तीव्र ऊर्मी तिला जाणवली. "आण पट्‌कन बाळाला. घेऊ दे मला त्याला जवळ. ऐकू दे त्याच्या इवल्याशा हृदयाची धडधड!" तिनं सुझुकीला फर्मावलं.

तिला परत बिछान्यात निजवत हळुवार स्वरात सुझुकी म्हणाली, "च्यो-च्यो सान, तुम्हाला खूप अशक्तपणा आला आहे. जरा विश्रांती घ्या. नाकामिझू सान बाळाला स्वच्छ करते आहे. आत्ता घेऊन येईल ती बाळाला! मग तुम्ही त्याला दूध पाजायला घ्या हं!"

च्यो-च्यो अचानक ढसाढसा रडू लागली. बाळंतपणानंतर, विशेषकरून पहिलटकरणींना, असं विनाकारण रडू येतं याची सुझुकीला कल्पना होती. त्यातून च्यो-च्योचं बाळंतपण खूप कठीण गेलं होतं आणि तिचा नवरा तिच्याजवळ नव्हता. कुटुंबातील कुणी सदस्यही नव्हते. अगदी एकटी पडली होती ती! तिचं रडणं स्वाभाविक होतं.

वागण्या-बोलण्याचे संकेत बाजूला सारत सुझुकीनं पट्‌कन च्यो-च्योला कुशीत घेतलं. बाळाच्या जन्माची बातमी पिंकरटनला कळवण्यासाठी आपण शार्पलेसला सांगू या, असं हळुवार शब्दात सांगून तिनं तिची समजूत काढली. बातमी कळताच पुढच्या जहाजानं पिंकरटन ताबडतोब नागासाकीला येतील, याची ग्वाही दिली. तेवढ्यानं च्यो-च्यो खूप शांत झाली.

तितक्यात नाकामिझू सान दुपट्यात गुंडाळलेल्या बाळाला घेऊन आली. बाळाला दूध कसं पाजायचं, हे तिनं च्यो-च्योला दाखवलं. ते इवलंसं गुलाबी गाठोडं च्यो-च्योनं जवळ घेतलं. बाळाचं तोंड तिच्या छातीला लागताच तिला पान्हा फुटला. उपजत वृत्तीमुळे बाळ पटपट चोखू लागलं.

ते इवलसं बाळ, फुटलेला पान्हा, त्याचं चोखणं हे सारं पाहून च्यो-च्योला प्रेमाचं भरतं आलं. आजवरचं दुःख, वेदना, एकटेपणा, पिंकरटनची अनुपस्थिती हे सगळं ती क्षणार्धात विसरली. आपलं आता कुणीही नाही, ही तिची जाणीव विरली. तिच्या मनात फक्त आणि फक्त ते गोजिरवाणं बाळ तेवढं होतं. त्या बाळासाठी ती जगणार होती. प्राणाची बाजी लावून त्याचं रक्षण करणार होती.

"जिन्सेई, माझं बाळ! हाफू! दोन संस्कृतींचा मेळ झाला आहे तुझ्यात!" तिच्या अश्रूंनी त्याचं सोनेरी जावळ ओलसर झालं. "इथून पुढे मी फक्त तुझ्यासाठी जगणार आहे. माझ्या बाळा, तुला माझ्यापासून कोणीही हिरावून घेऊ शकणार नाही."

किती गोड होतं तिचं बाळ. नाक, डोळे, कान, बोटं, सगळं काही प्रमाणशीर... जिन्सेईनं डोळे किंचित किलकिले केल्यावर तिच्या लक्षात आलं की, अगदी तिच्यासारखे डोळे होते त्याचे. मजेशीर वाटलं तिला, अमेरिकन चेहरा आणि जपानी डोळे.

तिचे डोळे पुन्हा भरून आले. "तू आपल्या अमेरिकन वडिलांचं आणि जपानी आईचं सुंदर मिश्रण आहेस बघ!" तिनं कसंबसं म्हटलं. का कोण जाणे, पण पिंकरटन अमेरिकेहून परत नागासाकीला येईल याची तिला आता शाश्वती वाटत नव्हती.

बाळाच्या जन्मानंतर काही दिवसांनी शार्पलेसनं एक चक्कर टाकली. पिंकरटनला बाळाच्या जन्माची बातमी कळवण्याचं वचन त्यानं दिलं. आपल्या आईच्या छातीला बिलगलेला तो इवलासा जीव आणि च्यो-च्योच्या नजरेतील हरवल्याचे भाव पाहून त्याचा जीव तिळतिळ तुटला. पण त्याच्या हातात काय होतं? तरीही पिंकरटनची खरडपट्टी काढण्याचा त्यानं निश्चय मनोमन केला. नागासाकी, च्यो-च्यो, होणारं बाळ यांपैकी कशाची तरी आठवण असेल का पिंकरटनला? शार्पलेसला त्याचीही खात्री नव्हती. अमेरिकेत, आपल्या नव्या कुटुंबात दंग झाला असणार तो!

बाळंतपणातून च्यो-च्यो पट्कन सावरली. असेच काही महिने गेले. जिन्सेईनं मस्त बाळसं धरलं होतं. तो खूप हसरा आणि खेळकर होता. त्याला पाहून च्यो-च्योचा ऊर अभिमानानं भरून येत असे. बाळात ती इतकी रमली होती की, कधीकधी तिला पिंकरटनची आठवणसुद्धा येत नसे. त्यानं नागासाकीला परत यावं, ही पूर्वीची तिची आससुद्धा आता कमी झाली होती.

जिन्सेईच्या जावळाच्या सुरुवातीच्या छटा खूप बदलत्या होत्या. पण काही महिन्यांत त्याच्या केसांनी सोनेरी तपकिरी रंग घेतला. भुरुभुरु उडणारे त्याचे केस म्हणजे जणू सूर्याची कोवळी किरणं! जपानी ठेवणीच्या, विरळ पापण्यांच्या त्याच्या तपकिरी डोळ्यांमध्ये किंचित करडी छटा होती. त्याचं ते रूपडं पाहून त्याच्या आईला खूप समाधान वाटे.

आपल्या आईच्या उजाड आयुष्यात आपल्या रूपानं खूप आनंद आणि सौख्य निर्माण झालं आहे हे जणू त्या इवल्याशा जीवाला जन्मतःच समजलं होतं. तिला खुलवण्याची आणि मनापासून हसवण्याची ताकद त्या बाळरूपात होती.

आयुष्य कुणासाठीही थांबत नाही. दिवस भराभर पुढे जात होते. जिन्सेईचं संगोपन योग्यप्रकारे होणं खूप गरजेचं होतं. त्यासाठी च्यो-च्योला काम शोधणं भाग होतं. म्हणूनच, ती पुन्हा एकदा तिच्या जुन्या कामाकडे वळली. दरम्यान सायुरी सान आजारी पडल्यामुळे साकुरा टी-हाउस बंद पडलं होतं. तिथे काम करणाऱ्या प्रत्येकीनं दुसरीकडे काम पत्करलं होतं. च्यो-च्योलाही मारुयामा लेनमध्ये दुसऱ्या टी-हाउसमध्ये गेशाचं काम स्वीकारणं भाग पडलं. साकुरा टी-हाउसची सुरक्षितता आणि मर्यादा दोन्ही आता तिला मिळणार नव्हत्या.

नवीन टी-हाउसमध्ये तिचा पहिला दिवस अत्यंत वाईट गेला. तिथला कलकलाट आणि गेशांचा उच्छृंखलपणा सहन होण्यासारखा नव्हता. पण काय करणार; तिलाही गडद मेकपचे थर थापून भडक रंगाच्या किमोनोमध्ये वावरावं लागलं. ग्राहक बांधून ठेवण्यासाठी करावे लागणारे नखरे शिकावे लागले.

"हल्ली त्या सगळ्यांचा आवडता खेळ म्हणजे एका मुलीनं दातात चेरी धरायची आणि तिचा जो ग्राहक असेल, त्यानं ती स्वतःच्या ओठात पकडायची. शी! मला तर पहिल्यांदा ते सहन झालं नाही. पण, कामाचा भाग आहे तो; तसं नाही केलं तर ग्राहक फिरकणार नाही पुन्हा, ही भीती असतेच. आणि केलं तर टिप मिळण्याची खात्री असते. हे सगळं लक्षात ठेवून मी ते काम आत्मसात केलं. आता मला त्याचं काहीही वाटत नाही," घरी आल्यावर तिनं कळवळून सुझुकीला सांगितलं.

अनेकदा पिऊन तर्र झालेल्या अनेक जणी आपापल्या ग्राहकाबरोबर शेजारच्या हॉटेलमध्ये जायच्या. जास्तीची टिप आणि त्या टी-हाउसशी ग्राहकाची बांधिलकी या दोन गोष्टी साध्य व्हायच्या त्यातून. च्यो-च्योसमोर असे प्रस्ताव आले होते, पण ते तिनं कधीही स्वीकारले नाहीत. ती पिंकरटनची बायको होती. एक ना एक दिवस तो परत येणार होता, त्यानं तसं वचन दिलं होतं तिला. मग ती आपलं शरीर दुसऱ्या पुरुषाला कसं काय अर्पण करणार? तो विचारही तिला अशक्य होता. एकदा तो आला की, तिला हे काम करण्याची गरज उरणार नव्हती.

तिच्या सुट्टीच्या दिवशी ती आणि सुझुकी त्यांच्या घराच्या बागेत राबत. तिनं मुद्दाम अमेरिकन फुलांची लागवड केली होती. त्यासाठी तिला शार्पलेसनं बियाणं पुरवलं होतं.

"पिंकरटन सानला खूप आवडतात फुलं. जपानी घरांमध्ये फारशा फुलबागा नाहीत, अशी त्यांची तक्रार असते. ते परत येतील, तेव्हा त्यांना इथे सुंदर फुललेली बाग दिसायला हवी." तिने सुझुकीला समजावून सांगितलं.

सुझुकी जेव्हा सुट्टी घेऊन तिच्या घरी जाई, तेव्हा मग जिन्सेईला टी-हाउसमध्ये नेण्यावाचून च्यो-च्योसमोर दुसरा मार्ग नसे. त्याचे सोनेरी केस आणि टपोरे डोळे

पाहून कुणालाही त्याला उचलून घ्यावंसं वाटे. च्यो-च्यो ग्राहकाचं मनोरंजन करत असली की, दुसऱ्या मुली त्याच्याकडे लक्ष देत. इतकंच नाही तर बाकीचे ग्राहकदेखील त्या बाळाशी खेळायला उतावीळ होत. जिन्सेई होताच तसा सुंदर!

क्वचित कधीतरी च्यो-च्यो वकिलातीत जाऊन शार्पलेसला भेटत असे. पिंकरटनची बातमी मिळवायचा तो एकच मार्ग तिला माहीत होता. कामाच्या निमित्तानं त्याचा आणि पिंकरटनचा थोडाबहुत संपर्क होत असे. पण पिंकरटननं आपल्या बायकोची आणि मुलाची कधीही चौकशी केली नाही, हे कटू सत्य शार्पलेस च्यो-च्योला सांगू शकत नसे. एक न एक दिवस पिंकरटन नागासाकीला येईल, असं सांगून शार्पलेस च्यो-च्योचा आशावाद जागा ठेवत राही.

कधीतरी ती जिन्सेईला वकिलातीत घेऊन येई. आता तो चालू लागला होता. त्याची नाकाची ठेवण अगदी पिंकरटनसारखी होती. केस मात्र थोडे जास्त सोनेरी होते.

पिंकरटनच्या बेजबाबदारपणाबद्दल शार्पलेसनं त्याला एकदा खडसावलं होतं, तेव्हा तो म्हणाला होता की, "माहीत नाही, ते मूल माझं आहे की नाही." जिन्सेईला समोर बघून शार्पलेसला पिंकरटनचं बोलणं अचानक आठवलं. त्याला पिंकरटनचा संताप आला.

"त्याच्या वडिलांच्या नावावरून मी त्याला 'बेन' हे अमेरिकन नाव दिलं आहे. शिवाय, मी त्याला थोडंफार इंग्लिश शिकवते आहे. त्याचे ओतो सान त्याला भेटतील, तेव्हा तो त्यांच्याशी बोलू शकला पाहिजे ना! शार्पलेस सान, तुम्हाला काय वाटतं?"

त्यावर त्या परराष्ट्र अधिकाऱ्यानं नुसतीच मान डोलावली. त्या दिवशी सकाळीच त्याला पिंकरटनचं पत्र आलं होतं. हेलेन नावाच्या उच्चभ्रू समाजातील तरुणीशी लग्न केल्याचं त्यानं लिहिलं होतं. "तू नागासाकीला परत कधी येणार?" या शार्पलेसच्या प्रश्नाला त्यानं 'इतक्यात मुळीच येणार नाही' असं उत्तर लिहिलं होतं. म्हणूनच च्यो-च्योच्या प्रश्नावर काय बोलणार होता तो?

अशीच दोन वर्षं गेली. च्यो-च्यो आपल्या बाळाबरोबर आनंदात जगायला शिकली होती. पण एक दिवस शार्पलेस अचानक काही न सांगतासवरता तिच्या घरी आला.

"अरेच्या! शार्पलेस सान, आज अगदी सकाळीच येणं केलंत? काही खास? एरव्ही तुम्ही संध्याकाळी येता ना!" तिनं अस्वस्थपणे विचारलं.

"च्यो-च्यो सान, तुझ्यासाठी काही बातमी आणली आहे मी." त्यानं सूतोवाच केलं.

त्यानं तिची नजर टाळली, हे तिच्या लक्षात आलं. तिचं हृदय जोरात धडधडू

लागलं.

"काय झालं शार्पलेस सान? काही वाईट बातमी आहे का?" तिची अस्वस्थता शिगेला पोचली.

"पिंकरटन पुढच्या तीन दिवसांत नागासाकीला पोचणार आहे." शार्पलेसनं घाईनं निरोप सांगून टाकला.

त्याचं बोलून होताच तिथे अचानक शांतता पसरली. बहुधा छोट्या जिन्सेईलासुद्धा वातावरणातील ताण जाणवला असणार. तोसुद्धा स्तब्ध झाला. च्यो-च्योच्या हातातला लापशीचा वाडगा सुटून जमिनीवर पडला. त्याबरोबर त्याचे तुकडे झाले. त्यातील लापशी सगळीकडे पसरली.

गेले दोन-अडीच वर्षं च्यो-च्यो या बातमीची आतुरतेनं वाट पाहत होती, तरी दुसरीकडे तिनं त्याच्या येण्याची आशा सोडली होती. अशा परिस्थितीत शार्पलेसच्या बोलण्यानं ती अवाक् झाली.

"काय? काय म्हटलं तुम्ही शार्पलेस सान? पिंकरटन नागासाकीला परत येत आहेत?" कसेबसे तिच्या तोंडातून शब्द बाहेर पडले.

"हो, तो आपल्या बाळाला भेटायला इथे येतो आहे." शार्पलेसनं पट्कन उत्तर दिलं खरं, पण हे सांगताना 'परत' हा शब्द त्यानं सोयिस्कररीत्या टाळला होता. गोंधळलेल्या च्यो-च्योच्या सुदैवानं ते लक्षात आलं नाही.

तोवर ती सावरली होती. तिच्या चेहऱ्यावर अत्यानंद दिसू लागला. उत्तेजित होत ती जिन्सेईला म्हणाली, "ऐकलंस का बाळा? तुझे ओतो सान नागासाकीला परत येत आहेत. आता ते आपल्याबरोबर राहतील. आपल्याला घर सजवायला हवं. खूप काम पडलं आहे. तीन दिवसांत जय्यत तयारी झाली पाहिजे ना!"

"सुझुकी, सुझुकी! ऐकलंस का गं? पिंकरटन सान नागासाकीला परत येणार आहेत एकदाचे. चल, आवरायला हवं सगळं झटपट!"

शार्पलेसनं किती आनंदाची बातमी आणली होती! ती त्यांचे आभार मानायला वळली. पण तोवर ते दाराबाहेर पडले होते. त्यांचे खांदे इतके का उतरले होते, ते काही तिच्या लक्षात आलं नाही. पिंकरटन नागासाकीला परत येत आहे, हे सांगताना त्यांच्या चेहऱ्यावर जराही आनंद दिसत नव्हता हे आत्ता कुठे तिच्या लक्षात आलं. पण तो विचार तिनं जाणीवपूर्वक दूर ढकलला.

किती दिवसांपासून ती या क्षणाची वाट पाहत होती! जिन्सेई आता आपल्या वडिलांना भेटणार होता. काहीही झालं तरी या आनंदाला विरजण लागता कामा नये, हे तिनं मनोमन ठरवलं आणि ती तयारीला लागली. पहिल्यांदाच तिचं कुटुंब एकत्र येणार होतं.

प्रकरण ९

पिंकरटनचं जहाज बंदराला लागण्याचा दिवस उजाडला. साधारणतः थंडीच्या दिवसांत आभाळ भरून आलेलं असायचं. पण त्या दिवशी सगळीकडे लख्ख प्रकाश पडला होता.

''पिंकरटन सानचं जहाज यायला जेमतेम दोन तास राहिले आहेत!'' सुझुकीच्या मदतीनं आपला ठेवणीतला किमोनो अंगावर चढवत च्यो-च्यो उत्तेजित स्वरात म्हणाली. मग तिनं त्यावेळच्या फॅशनला अनुसरून केसांची रचना केली. ''बघितलंस का, आजचा दिवस खास आहे म्हणून सूर्यसुद्धा चमकतो आहे. सगळी सुचिन्हं दिसतायेत आज.''

तिच्या आनंदात सहभागी होत सुझुकी उत्साहानं म्हणाली, ''च्यो-च्यो सान, आज खूप दिवसांनी तुमचा नवरा घरी येणार आहे. तुम्हाला इतकं मस्त सजवते मी, पहाच आता.'' ती स्वतःदेखील खूप आनंदात होती. तिच्या मालकिणीला खऱ्या अर्थानं कौटुंबिक सुख लाभणार होतं.

''मी जिन्सेईला सेलर सूट घातला आहे. मागच्या आठवड्यात मला तो एका दुकानात मिळाला. त्याला तो खूप छान दिसेल, असं वाटून मी तो घेतला त्याच्यासाठी.'' असं म्हणत सुझुकी जिन्सेईला च्यो-च्योसमोर घेऊन आली. निळ्या-पांढऱ्या सेलर सूटमध्ये तो खूप गोड दिसत होता.

''त्याचे डोळे तेवढे जपानी आहेत, नाहीतर अगदी अमेरिकन दिसतो आहे तो. त्याच्या ओतो सानला खूप आनंद होईल.'' च्यो-च्यो म्हणाली.

घराचा मालक अमेरिकेहून परत येणार, हे समजल्यापासून सगळं घर आनंदात न्हाऊन निघालं होतं. उत्सवाचं वातावरण पसरलं होतं त्यांच्याकडे. 'तुमच्या छोट्याशा कुटुंबात तुमचं स्वागत आहे' असा सुंदर बोर्ड करून सुझुकीनं घराच्या

दर्शनी भागात लावला होता. त्यावरचा मजकूर जपानी भाषेत असला तरी पिंकरटन सानला तो नक्की कळेल, याची तिला खात्री होती.

पट्कन सगळं आवरून त्या दोघी जिन्सेईला घेऊन पिंकरटनला आणायला घरातून बाहेर पडणार, तितक्यात बाहेर पावलं वाजली. पिंकरटन स्वतःच तिथे येऊन पोचला होता. त्याला पाहताच "पिंकरटन सान, तुम्ही आलात परत!'' असं म्हणत च्यो-च्योनं स्वतःला त्याच्या कुशीत झोकून दिलं. अत्यानंदामुळे तिच्या लक्षात आलं नाही की, त्याच्या हालचालींत सहजता नाही. त्याच्याकडे पाहण्यासाठी तिनं मान वर केली, तेव्हा तिला जाणवलं की, तो एकटा नव्हता. त्यांच्या घराच्या गेटपाशी सुंदर कपड्यातील अमेरिकन तरुणी उभी होती. गोंधळलेली च्यो-च्यो पट्कन किंचित मागे सरकली.

कोण आहे ही? पिंकरटन सानबरोबर ती इथे का आली होती? त्याची बहीण किंवा कोणी नातेवाईक असावी. नाहीतर आपल्या नवऱ्याबरोबर दुसरं कोण असणार?

तितक्यात तिला जाणवलं की, पिंकरटननं स्वतःला तिच्या मिठीतून मोकळं केलं आहे. त्या क्षणी ती स्तब्ध झाली. इतक्या दिवसांच्या विरहानंतर तिनं पिंकरटन सानकडून अशा कोरड्या वागण्याची अपेक्षा केली नव्हती. जवळपास तीन वर्षं न दिसलेल्या प्रेमळ नवऱ्याकडून तिनं प्रेमाची, आनंदाची आणि हळुवारपणाची अपेक्षा केली होती. नेहमीप्रमाणे तो पट्कन तिला उचलून गर्रकन फिरवेल आणि मोठ्या उत्साहानं तिला घरात घेऊन जाईल, अशी तिची खात्री होती. पण त्याऐवजी तो इतक्या रुक्षपणे का वागत होता?

त्याला आता ती आवडेनाशी झाली होती का?

दुरून आल्यासारखे पिंकरटनचे शब्द तिच्या कानावर पडले, "च्यो-च्यो, मी नागासाकीला आलो आहे खरा, पण पूर्वीसारखं काही राहिलं नाही. आपण जरा घरात जाऊन बोलू या का?''

मान डोलावत ती निमूटपणे आत आली. या छोट्याशा लिव्हिंग रूममध्ये त्यांनी तीन वर्षांपूर्वी किती आनंदात काळ घालवला होता! सुंदर कपड्यातील ती उंच अमेरिकन तरुणी घराच्या गेटपाशीच उभी आहे, हे तिला लक्षात आलं.

कुणीच काही बोललं नाही. तितक्यात लाजणाऱ्या जिन्सेईला घेऊन सुझुकी समोर आली. सेलर सूटमध्ये तो फार गोंडस दिसत होता. त्याला पाहताच पिंकरटनच्या चेहऱ्यावर पहिल्यांदाच हसू उमटलं.

नवरा-बायकोमध्ये काहीतरी ताण आला आहे, याची सुझुकीला काहीच कल्पना नसल्यामुळे तिनं जिन्सेईला पट्कन पिंकरटनसमोर धरत अभिमानानं म्हटलं, "हा बघा तुमचा मुलगा. अगदी तुमच्यासारखा दिसतो की नाही? जिन्सेई च्यान, आपल्या ओतो सानला हॅलो म्हण बरं!''

च्यो-च्योनं पुढे होत तिला हातानं ओढून खोलीबाहेर नेत म्हटलं, "सुझुकी, मला आणि पिंकरटनला काही महत्त्वाचं बोलायचं आहे. तेव्हा आपण थोड्या वेळानं बोलू या का?"

"का? काय झालं? सगळं ठीक तर आहे ना?" आत्ता कुठे सुझुकीच्या लक्षात आलं की, तिला वाटलं होतं त्याप्रमाणे 'आणि मग ते सुखानं नांदू लागलं' असं काही घडताना दिसत नाही.

च्यो-च्योनं त्यावर फक्त मान डोलावली आणि चक्क सुझुकीच्या तोंडावर तिथलं सरकतं दार ओढून घेतलं. बिच्चारी सुझुकी! सुस्कारा टाकत च्यो-च्यो आत उभ्या असलेल्या पिंकरटनकडे वळली. तो जे काही सांगणार आहे, त्याचा संबंध त्या बाहेर उभ्या असलेल्या अमेरिकन स्त्रीशी आहे हे तिच्या लक्षात आलं. इतकंच नाही तर तो काय सांगणार आहे, हेसुद्धा तिला मनोमन कळून चुकलं.

"त्या बाहेर उभ्या असलेल्या बाई," च्यो-च्योनं धीर एकवटून बोलायला सुरुवात केली. "कोण आहेत त्या? इथे का आल्या आहेत?"

उत्तर देण्याआधी पिंकरटन काही क्षण थांबला. "तिचं नाव हेलेन आहे आणि ती माझी बायको आहे."

"तुमची... तुमची बायको?" च्यो-च्योच्या तोंडातून जेमतेम शब्द बाहेर पडले. काहीतरी वाईट बातमी आहे, हे तिला जाणवलं असलं तरी असं काहीतरी असेल, असं तिला कधीही वाटलं नव्हतं. "पण, पिंकरटन सान, हे कसं शक्य आहे? तुमची बायको तर मी आहे!"

...शांतता...

"सांगा ना! अमेरिकेत दोन बायका केलेल्या चालतात का?" एखाद्या जखमी श्वापदासारखी ती विव्हळली.

दोन्ही हातात तोंड लपवत पिंकरटन कसंबसं म्हणाला, "च्यो-च्यो, तुला कसं सांगू समजत नाही. पण आपलं कधीच लग्न झालं नव्हतं."

"हे कसं शक्य आहे?" च्यो-च्यो कळवळून म्हणाली. "ते विधी, ते सर्टिफिकेट... शार्पलेस सान साक्षीदार होते ना आपल्या लग्नाचे!"

"च्यो-च्यो, मला माफ कर. नागासाकीमध्ये आपल्या दोघांना एकत्र राहता यावं म्हणून काहीतरी थातूरमातूर विधी केले होते. ते काही कायदेशीर लग्न नव्हतं." त्याच्या एकेका शब्दासरशी च्यो-च्योच्या हृदयात जणू हजारो सुऱ्या खुपसल्या जात होत्या. विश्वासघात आणि जीवघेणं दुःख...

"पिंकरटन सान, तुम्ही माझ्या जिवाशी असं कसं खेळलात? मला का फसवलंत? तुम्ही माझी थट्टा करताय ना, खरं सांगा!

"मी वाईट स्वप्न पाहते आहे का? मला जाग आली की, तुम्ही मला सांगाल

ना की, मी तुमची बायको आहे. बाहेर उभी असलेली ती अमेरिकन बाई तुमची बहीण किंवा नातेवाईक आहे? प्लीज, खरं बोला माझ्याशी.''

त्यावर पिंकरटननं तिला परत ''सॉरी'' म्हटलं. आपण नागासाकीमध्ये असताना आपल्याबरोबर राहून आपल्याला आनंदाचे, सौख्याचे अनेक क्षण देणाऱ्या, आपल्या मुलाला जन्माला घालणाऱ्या या सुंदर स्त्रीला आपण किती दुःख देत आहोत, या जाणिवेनं त्याच्या तोंडून शब्दही बाहेर पडेना.

अमेरिकेहून येताना हेलेनबरोबर झालेला संवाद आठवून तो एकदम शहारला. तो तिला म्हणाला होता ''हेलेन, तुझ्या लक्षात येतंय का? कदाचित च्यो-च्यो आपल्याला मूल देणार नाही. ती आई आहे त्याची. त्यामुळे तिचा अधिकार आहे.''

''काही झालं तरी तिला ते द्यावं लागेल,'' हेलेननं ठामपणे म्हटलं होतं. ''हेन्री, तुला कळतंय ना की, मला कधीही मूल होणार नाही, हे डॉक्टरांनी सांगितलं आहे. त्यामुळे, वाटेल ते झालं तरी हे मूल मिळवणं एवढाच पर्याय आहे तुझ्यापुढे.''

त्याच झपाट्यात ती पुढे म्हणाली होती, ''शिवाय, ते मूल तिथे जपानमध्ये वाढण्यापेक्षा इथे अमेरिकेत आपल्याजवळ चांगल्या प्रकारे वाढेल. अमेरिका आणि जपान असं दोन्ही रक्त आहे त्याच्यात. त्यातून, एकटी बाई कशी वाढवणार त्याला? तिला ना शिक्षण, ना धड नोकरी, ना काही पुंजी; आणि देशसुद्धा मागासलेला!''

''तो च्यो-च्योचा मुलगा आहे आणि म्हणूनच त्याला आपल्याला द्यायला ती नकार देऊ शकते, हे तू लक्षात घे हेलेन.'' त्यानं तिला समजवायचा पुन्हा प्रयत्न केला होता.

''हेन्री, वेळेवर ठरवू काय आणि कसं करायचं ते! तुला माहीत आहे माझा स्वभाव. मी एकदा काही ठरवलं की बस्स! सोडत नाही मग मी ते! मी निर्दयी आहे, असंसुद्धा म्हणतात कित्येक जण.''

तिचे शब्द आणि आवेश पाहून पिंकरटन जरा अस्वस्थ झाला होता. हेलेन शिकलेली होती, बुद्धिमान होती आणि त्याहीपेक्षा जास्त चतुर होती. तिच्या कुटुंबाचे वरपर्यंत संबंध होते. थोरामोठ्यांत तिची उठबस होती. जपानमध्ये त्यानं इतके गुण उधळूनदेखील त्याच्याशी लग्न करायला तिनं मान्यता दिली होती, ह्याचंच त्याला अप्रूप होतं.

आपल्या बायकोचा पिंकरटनला खूप आदर होता, कौतुक होतं. पण ती कुठच्या क्षणी कठोर आणि भावनाहीन होईल, याचा त्याला अंदाज नव्हता. अशा वेळेस त्याची परिस्थिती अगदी दयनीय व्हायची. तिच्या वागण्याची अशी पुरुषी आणि अतिव्यवहारी बाजू पाहिली की, त्याला आवर्जून च्यो-च्यो सानची आठवण

यायची. तिचा लडिवाळ नाजूकपणा, त्याच्यावरचा विश्वास, छानसं हसू... मग त्याला पश्चात्ताप व्हायचा. अर्थात, निवड त्यानं केली होती आणि परत फिरायला जागा नव्हती.

असो! अमेरिकेत आपल्या मुलाचं भविष्य खूप छान असेल, असा विषय काढायचा त्यानं प्रयत्न केला, पण च्यो-च्यो इतकी दुखावली गेली होती की, पुढे काही बोलण्याचा धीर त्याला झाला नाही, निदान त्या क्षणी तरी नाही.

मग उठून उभं राहत तो म्हणाला, ''मला वाटतं च्यो-च्यो, मी निघावं आता. मी उद्या पुन्हा येईन. तोवर तू पण थोडी शांत झालेली असशील. काही गोष्टींवर आपण चर्चा करणं गरजेचं आहे.''

पुढे होत तिला जवळ घेत तो म्हणाला, ''च्यो-च्यो, जे झालं, त्याबद्दल मी मनापासून तुझी माफी मागतो.'' क्षणभर ती त्याच्यावर विसावली. मात्र तिला लगेच जाणीव झाली की, आता हा आपला नवरा नाही. त्या कुणा दुसऱ्या स्त्रीचा त्याच्यावर अधिकार होता. त्याला जोरात ढकलून देत ती खोलीबाहेर धावली. तिच्या आयुष्याचं सगळं गणित चुकलं होतं.

जिन्सेईला घेऊन सुझुकी बाहेर उभी होती. तिनं जिन्सेईला घट्ट धरून ठेवलं होतं. तिच्या उतरलेल्या चेहऱ्यावरून च्यो-च्योच्या लक्षात आलं की, तिच्यात आणि पिंकरटनमध्ये झालेला संवाद तिनं ऐकला आहे. घराच्या त्या पातळ भिंतीमुळे ते सहज शक्य होतं.

ढसाढसा रडणाऱ्या च्यो-च्यो सानला सुझुकीनं थांबवलं नाही. ज्या पुरुषाला आपण आपला नवरा मानलं, त्याच्यावर वेड्यासारखं प्रेम केलं; त्यानं आपल्याला फसवलं आहे हे त्याच्याचकडून समजल्यावर कोणती स्त्री शांत राहू शकेल?

रात्री जिन्सेईला झोपवल्यावर सुझुकी आपल्या मालकिणीच्या जवळ आली. चकार शब्दही न उच्चारता तिनं च्यो-च्योच्या केसातून मायेनं हात फिरवायला सुरुवात केली. दुसरं काय करू शकणार होती ती?

तिला पिंकरटन सानचा खूप संताप आला होता. तिच्या लाडक्या मालकिणीला असं कसं काय दुखवू शकत होता तो? उद्या अमेरिकन वकिलातीत जाऊन शार्पलेस सानला भेटून त्याच्या अमेरिकन बांधवाबद्दल तक्रार करायची, असं तिनं पक्कं ठरवलं. च्यो-च्योसारख्या गोड आणि चांगल्या स्त्रीला कुणी असा त्रास द्यावा हे तिला पटत नव्हतं. सुझुकी नोकर असली तरी आपल्या मालकिणीसाठी ती हिंमत दाखवणार होती.

तितक्यात बाजूच्या खोलीतून जिन्सेईचं रडणं ऐकू आलं. त्याबरोबर दोघी पट्कन उठून त्याच्याकडे धावल्या. पण च्यो-च्यो इतकी दमली होती की, बाळाकडे लक्ष द्यायचं त्राणसुद्धा तिच्यात नव्हतं.

"सुझुकी, जिन्सेई च्यान जागा झालाय. त्याच्याकडे बघ बरं जरा." रडून रडून च्यो-च्योचे ओठ आणि डोळे सुजले होते. "मी येते थोड्या वेळानं." असं म्हणून ती पुन्हा अंथरुणात पडली.

काही मिनिटांत जिन्सेईचा हसण्याखेळण्याचा आवाज येऊ लागला. इतक्या वेळापासून वातावरणात भरून राहिलेली उदासी थोडीशी कमी झाली.

तरीही च्यो-च्यो आपल्या पिल्लाचं हसणं ऐकत तशीच पडून राहिली. तिला खूप उदास वाटत होतं. तिच्या वडलांच्या हाराकिरीनंतर आज पहिल्यांदाच तिच्यावर इतका दुःखद प्रसंग ओढवला होता. आता काय उरलं होतं तिच्या आयुष्यात? कुणाची वाट पाहणार होती ती? जिन्सेई नसता तर तिथल्या तिथे तिनं त्या दिवशी आयुष्य संपवलं असतं.

किती वेळ ती बिछान्यात रडत होती कोण जाणे! अश्रूंनी अंथरूण ओलं झालं. तशीच कधीतरी थकूनभागून ग्लानी येऊन ती आडवी झाली.

तास-दीड तासानं सुझुकी तिथे आली, तेव्हा तिला तर वाटलं की, अति-दुःखाने तिची मालकीण हे जग सोडून गेली. तिनं च्यो-च्योला गदागदा हलवायला सुरुवात केली, "च्यो-च्यो सान, उठा ना! तुम्ही नाही राहिल्या तर मी आणि जिन्सेईनं कुणाच्या तोंडाकडे बघायचं?"

कितीतरी वेळानं च्यो-च्योनं थोडीशी हालचाल केली. त्याबरोबर सुझुकीला हुश्श झालं. तिला एकदम आठवलं, तिच्या आईनं तिला कधीतरी सांगितलं होतं की, जर कोणी असं अचानक बेशुद्ध पडलं तर शुद्धीवर आल्यावर त्याला झोपू द्यायचं नसतं. त्याला जागं करून बसवून ठेवायचं. वेळ पडली तर एक चपराक मारायची, पण त्याला जागं ठेवायचं.

त्या एवढ्याशा सुझुकीमध्ये त्या क्षणी कुठून शक्ती आली कुणास ठाऊक, पण तिनं च्यो-च्योला उचलून भिंतीला टेकून बसतं केलं. आपल्या मालकिणीला चपराक मारायची किंवा तिला चिमटा काढायची मात्र तिची हिंमत झाली नाही. हरेक प्रयत्नांनी तिनं तिला तसंच बसवून ठेवलं.

मग च्यो-च्योच्या बाजूला बसून तिनं भराभर तिच्या हाता-पायांना मसाज करायला सुरुवात केली. बराच वेळाने च्यो-च्योच्या अंगाचा थंडगार स्पर्श जाऊन थोडी ऊब निर्माण झाली. तिचा श्वाससुद्धा थोडा खोल झाला. सुझुकीच्या डोळ्यांतून आनंदाश्रू वाहू लागले.

थोड्याच वेळात च्यो-च्योच्या चेहऱ्यावर जिवंतपणाच्या खुणा दिसू लागल्या. काही वेळानं तिनं स्पष्ट आवाजात बोलायला सुरुवात केली,

"सुझुकी सान, माझ्यामुळे तुला खूप त्रास झाला. मला माफ कर. जे काही ऐकलं, त्याचा धक्का बसल्यामुळे बहुधा असं झालं असावं. ईश्वराची इच्छा असेल

तर मी पट्कन बरी होईन.''

''हो, आपण तिघेही मस्त राहणार आहोत.'' मान हलवत सुझुकीनं म्हटलं. कितीतरी वेळ तिची मान तशीच हलत राहिली. कदाचित तिला त्यानं बरं वाटलं असावं.

ते पाहून च्यो-च्योला हसू आलं. पट्कन पुढे होत तिनं सुझुकीला थांबवलं. त्यावर धिटाईनं सुझुकी म्हणाली, ''हे पहा सान, एका अमेरिकनाच्या घृणास्पद फसवणुकीपायी आपण स्वतःला संपवता कामा नये.''

ते ऐकून च्यो-च्यो पुन्हा हसली. सुझुकीच्या मदतीनं ती बिछान्यावरून उठली. आपल्या युकाताला पडलेल्या सुरकुत्या तिनं हातानं सारख्या केल्या. जणू त्या कृतीतून ती बेंजामिन पिंकरटनला आपल्या आयुष्यातून कायमचं हद्दपार करत होती.

''चल सुझुकी सान, जिन्सेईला मोकळ्या हवेत फिरायला नेऊ या. मला वाटतं, आपल्या सगळ्यांनाच मोकळ्या हवेची गरज आहे.''

प्रकरण १०

पुढचे काही दिवस पिंकरटन पुन्हा पुन्हा च्यो-च्योला भेटायला आला. त्याला तिच्याशी त्यांच्या मुलाबद्दल बोलायचं होतं. पण तिनं त्याला घराची पायरीही चढू दिली नाही. एकीकडे तिला त्याला भेटावसं वाटत होतं, पण त्यानं दिलेलं दुःख इतकं खोल आणि ताजं होतं की, तिला तो नजरेसमोरही नको होता. इकडे बुद्धी तर तिकडे मन... तिची अगदी कुतरओढ होत होती.

पिंकरटन आणि हेलेनला घेऊन आलेलं जहाज ताबडतोब नागासाकी सोडून अमेरिकेकडे रवाना झालं तर आपण आपलं आयुष्य पुन्हा पहिल्यासारखं सुरू करू, असं तिला मनापासून वाटत होतं. परंतु बंदरात नांगरलेलं जहाज या वेळेस कितीतरी दिवस मुक्काम ठोकून होतं.

असाच एक आठवडा गेला. दारावर ओळखीची 'टकटक' झाली. शार्पलेस सान बाहेर उभे होते. च्यो-च्योला भेटण्यासाठी आले होते ते. सुझुकी त्यांना नकार देण्याआधीच ते दारातून आत आले. मग मात्र तिची काही मात्रा चालली नाही. तरीसुद्धा तिनं चट्कन पुढे होत लिव्हिंग रूमचं दार अडवलं.

"असू दे, येऊ दे त्यांना आत. भेटते मी त्यांना, सुझुकी." असं च्यो-च्योनं म्हणताच ती बाजूला झाली.

"तुमच्या बाबतीत जे घडलं, त्याचं मला मनापासून वाईट वाटतं आहे." लिव्हिंग रूममध्ये येऊन स्थानापन्न होताच शार्पलेस म्हणाला.

"या परिस्थितीत नुसतं वाईट वाटून भागणार नाही, असं नाही का वाटत?" च्यो-च्यो जरी हळुवारपणे म्हणाली, तरी आज कधी नव्हे तो तिचा स्वर अतिशय कडवट होता.

"तुम्हाला चिडण्याचा, संतापण्याचा पूर्ण अधिकार आहे. जे झालं, ते अतिशय

चुकीचं होतं.'' पुन्हा एकदा शार्पलेसनं कबूल केलं.

''शार्पलेस सान, तुम्ही म्हणता तसं हे जे काही झालं, त्यामुळे एका व्यक्तीचं जगणं संपलं, आयुष्य नासलं. ते करणाऱ्यानं जराही विचार केला नाही कशाचा.'' च्यो-च्योनं मोठ्या कष्टानं शब्द उच्चारले. ''तुम्ही म्हटलं त्याप्रमाणे जे झालं, ते अतिशय चुकीचं होतं.''

त्यानंतर कितीतरी वेळ दोघंही काही बोलले नाहीत. शार्पलेससारखा अमेरिकन वकिलातीचा उच्चपदस्थ अधिकारी आपल्यासमोर शरमेनं आणि पश्चात्तापानं मान खाली घालून बसलेला पाहून च्यो-च्योचं मन किंचित द्रवलं.

स्वतःला सावरत तिनं विचारलं, ''पिंकरटननं केलेल्या कृत्याबद्दल माफी मागायलाच आला आहात का तुम्ही?''

मान उंचावून शार्पलेस म्हणाला, ''हो! आणि, तुमच्या मुलाच्या भविष्याबद्दल थोडं बोलायचं होतं. मुलाचे वडील अमेरिकन असल्यामुळे मुलाला अमेरिकेचं नागरिकत्व मिळू शकतं. त्यासाठी आवश्यक ती कागदपत्रं जमवायला मी मदत करेन.''

''पण जिन्सेई तर जपानमध्ये राहतो आहे, त्याला गरजच काय अमेरिकेचं नागरिकत्व घेण्याची?''

''हो! बरोबर आहे तुमचं म्हणणं. पण मला असं वाटतं की, जिन्सेईकडे अमेरिकन नागरिकत्व असलं तर पुढे-मागे चांगली संधी मिळवण्यासाठी तो अमेरिकेला जाऊ शकेल.'' शार्पलेसनं आपलं मुद्दा रेटला.

त्यावर च्यो-च्यो काही बोलत नाहीये, हे पाहून तो पुढे म्हणाला, ''मला कळतंय की, सगळं फार अचानक आणि पट्कन घडत आहे. शिवाय, पिंकरटनच्या बातमीमुळे तुम्हाला खूप धक्का बसला आहे. विचार करायला थोडातरी वेळ हवा तुम्हाला. च्यो-च्यो सान, तुमचा काय निर्णय होतो आहे तो कळवा मला.'' असं म्हणत शार्पलेसनं सुझुकीनं समोर ठेवलेला चहाचा कप पट्कन रिकामा केला. जपानी रीतीभातीचा मुख्य भाग होता तो.

कसे तरी पाय ओढत तो तिथून बाहेर पडला. त्याच्या पावलांच्या आवाजावरून तो गेल्याचं त्या दोघींच्या लक्षात आलं. पण त्यांना हे माहीत नव्हतं की, त्याच्याबरोबर एक स्त्री होती आणि इतका वेळ ती गेटच्या बाहेर ताटकळत उभी होती.

तो गेल्यावर कितीतरी वेळ च्यो-च्यो तिथेच बसून राहिली. ती फार गोंधळली होती. जे काय सुरू होतं, ते तिच्या डोक्यावरून जात होतं. सुझुकीनं जिन्सेईला तिच्याजवळ आणून दिल्यावर तिनं आपल्या पोराला इतकं घट्ट आवळलं की, जीव घुसमटल्यामुळे तो रडायला लागला.

त्याच्या मऊशार सोनेरी केसात नाक खुपसत ती म्हणाली, ''माझ्या पिल्ला, मी तुला कधीच अमेरिकेला जाऊ देणार नाही.''

आपल्या आईचं प्रेम आणि कळकळ कळल्याप्रमाणे जिन्सेईनं मान हलवली.

पुढचे काही दिवस शांततेत गेले. जणू काही झालंच नव्हतं. उंचावरच्या त्या घराची दिनचर्या पहिल्यासारखी सुरू झाली. दिवस तर कामात संपत होता. पण सगळे झोपले की, च्यो-च्योच्या मनात अनेक प्रश्न घोंघावत. त्यांची उत्तरं तिला मिळत नसत. बागेतल्या रातकिड्यांची किरकिर ऐकत कधीतरी तिला झोप लागे.

जिन्सेईचा तिसरा वाढदिवस जवळ आला होता. त्याचं भविष्य काय असेल, हा प्रश्न आ वासून उभा होता.

ते घर पिंकरटननं तिच्या नावावर केलं असल्यामुळे तिच्या डोक्यावर निदान छप्पर तरी होतं. अन्यथा, मारुयाना लेनमधली नोकरी सोडल्यावर तिची परिस्थिती फारशी चांगली नव्हती. पिंकरटन पहिल्यांदा तिथून निघून गेला होता, तेव्हा त्यानं तिच्यासाठी पुष्कळ पैसे ठेवले होते. पण आज ना उद्या ते पैसे संपल्यावर काय करायचं? आता तर तो तिचा नवरा नाही, हे तिला समजलं होतं. त्यामुळे तो तिला आर्थिक मदत करत राहील, अशी अपेक्षा करण्यात अर्थ नव्हता.

शिवाय जिन्सेईचं काय? त्याला उत्तम शिक्षण मिळावं, अशी तिची इच्छा होती. तरच तो पुढे-मागे टोकियोला जाऊन एखादं चांगलं काम मिळवू शकला असता.

'जिन्सेई च्यानचं संगोपन मी उत्तमप्रकारे कसं करू शकेन?'

'मला कुठे नोकरी मिळेल?'

'मी परत मारुयामा लेनमध्ये काम शोधायला जाऊ का? गेशाचं काम स्वीकारू का?'

'पण मग जिन्सेई मोठा होईल, तेव्हा त्याला काय वाटेल? आपली ओका सान गेशा आहे, हे त्याला सहन होईल का?''

'आज तो छोटासा गोंडस मुलगा आहे म्हणून ठीक आहे. पण तो 'हाफू' आहे, मिश्र रक्ताचा आहे. उद्या मोठा झाल्यावर त्याला समाजात स्वीकारतील का?'

'आत्ताच तर त्याचे सोनेरी केस आणि अमेरिकन गोरेपण पाहून लोकांच्या नजरा त्याच्याकडे वळतात. अनेक जण त्याबद्दल कुजबुज करू लागले आहेत.'

किती प्रश्न! कशाचंही उत्तर मिळत नव्हतं. बरं, विचारणार तरी कोणाला? सुझुकीशिवाय कोण होतं तिच्या जोडीला?

''च्यो-च्यो सान, कशाला एवढी काळजी करता? आत्ताशी कुठे त्याला तिसरं लागलं आहे. दिवस जातील तसं पाहू या काय होतं ते.'' सुझुकीनं तिच्या बुद्धीला अनुसरून सल्ला दिला.

पण तिच्या अवतीभोवती काही हाफू होतेच. नागासाकीला भेट देणारे सेलर्स आणि स्थानिक जपानी मुली यांच्या एकत्र येण्यातून जन्माला येणाऱ्या या मुलांच्या पिवळट केसांमुळे त्यांचं वेगळेपण उठून दिसत असे. त्यांच्याबद्दल होणारी चर्चा तिच्याही कानावर पडत होती.

जिन्सेईला उत्तम शिक्षण देता यावं, तो खंबीर व्हावा, त्याच्यात आत्मविश्वास यावा, पुढे जाऊन त्याला टोकियोमध्ये चांगल्या प्रकारे स्थायिक होता यावे अशी कोणत्याही आईप्रमाणेच च्यो-च्योची स्वप्नं होती. मात्र, दिवसागणीक सोनेरी दिसणारे त्याचे केस त्याच्या परदेशी वडलांची आठवण करून देत होते. त्याला बरोबर घेऊन बाहेर पडलं की, जाणाऱ्या येणाऱ्यांची नजर त्याच्यावर खिळून राहत असे. जेव्हा लोक त्याच्याकडे बोट दाखवू लागले, तेव्हा च्यो-च्यो खूप अस्वस्थ झाली. आपल्या गोंडस मुलाचं भविष्य काय असेल, याची चिंता तिला भेडसावू लागली.

''सुझुकी, जिन्सेईला जन्माला घालून मी काही चूक केली असं तर नाही ना वाटत तुला?'' सुझुकीव्यतिरिक्त कुणाशी बोलू शकणार होती ती हे. ''असं काही होईल, असं कधी वाटलं नव्हतं. त्याचे ओतो सान-पिंकरटन आपल्याबरोबर इथे नागासाकीमध्ये राहणार होते. आमचं छोटंसं कुटुंब असणार होतं ते. जिन्सेईला आपल्या वडिलांचं संरक्षण मिळणार होतं. आपल्या जपानी समाजानं त्याला स्वीकारलं नसतं तरी अमेरिकन समाजाचा पाठिंबा त्याला मिळणार होता.

'पिंकरटनला अमेरिकेला परतावं लागलं तर ते मला आणि जिन्सेईला घेऊन जातील, असंच वाटलं होतं मला. म्हणून तर मी अमेरिकन वकिलातीमध्ये जाऊन त्यांची भाषा शिकत राहिले, त्यांची संस्कृती समजून घेत राहिले.

'अमेरिकेमध्ये परंपरांचा पगडा नाही. सगळ्यांना सामावून घेतात तिथे. जपानसारखं नाही. जिन्सेईसारखे कितीतरी वेगवेगळे हाफू आहेत तिथे. त्यांना मुख्य प्रवाहात सहज सामावून घेतलं जातं. त्यांना उत्तम शिक्षण मिळतं. चांगल्या नोकऱ्या लागतात.

'माझ्या लाडक्या जिन्सेईसाठी मला हेच तर हवं आहे. जपानमध्ये त्याला स्वीकारतील की नाही हा एक प्रश्नच आहे माझ्यापुढे. आणि समजा, त्याला इथे नाही स्वीकारलं तर? त्याचं काय होईल? मी काय-आज आहे, उद्या नाही. त्यातून मी पडले स्त्री, ना हातात सत्ता, ना पैसे. कसं काय रक्षण करणार मी त्याचं?

'त्याला चांगल्या शाळेत कुठून घालणार? उत्तम युनिव्हर्सिटी, उत्तम शिक्षण, उत्तम नोकरी... इथे नागासाकीमध्ये पण देऊ शकणार नाही मी त्याला यांपैकी काही. वडिलांच्या छत्राची गरज आहे त्याला, पण आता जपानमध्ये त्याला ते कसं मिळणार?'

च्यो-च्योच्या प्रश्नांच्या सरबत्तीला उत्तर देताना सुझुकी परत म्हणाली, "अजून लहान आहे जिन्सेई. आत्ताच इतका पुढचा विचार कशाला करायचा? तो मोठा होईपर्यंत काहीही होऊ शकतं. कदाचित तुम्हाला कुणी चांगला माणूस भेटेल. तुम्ही लग्न करून सुखात राहू शकाल. मग जिन्सेईची काळजी करायची काही गरज नाही."

"छे! ते शक्यच नाही सुझुकी सान," मान झटकत च्यो-च्योनं उत्तर दिलं. "मी आता पुन्हा लग्न करणार नाही. शिवाय, असं दुसऱ्याच्या मुलाचं-तेही एखाद्या हाफूचं पितृत्व कुणी कसं घेईल?

"पण तरीही तुझं म्हणणं खरं आहे. जिन्सेई अजून खूप लहान आहे. त्याच्या भविष्याचा विचार करायला खूप अवकाश आहे. काही दिवसांत पिंकरटनचं जहाज नागासाकी सोडून जाईल. मग त्यांना आणि त्यांच्या बायकोला आपण विसरून जाऊ. पुन्हा आपलं जीवन शांततेत घालवू लागू."

पुष्कळ रात्र झाली होती. सुझुकीनं घरातील सगळे दिवे विझवले. टेकडीवरचं ते घर शांत अंधारात बुडून गेलं.

आवाज होता तो फक्त आपल्या बाळासाठी आई गात असलेल्या अंगाईचा!

प्रकरण ११

पण टेकडीवरच्या त्या घराची शांतता फार काळ टिकली नाही. त्या दिवशी च्यो-च्यो आणि सुझुकी बगिच्यात भाज्यांच्या वाफ्यांची मशागत करत होत्या. अचानक गेटपाशी कोणीतरी आल्याची चाहूल लागली. च्यो-च्योनं वळून पाहिलं. तिथे चक्क ती उंच, अमेरिकन-हेलेन-तिच्या नवऱ्याची बायको उभी होती.

तिला पाहतच च्यो-च्यो जागच्या जागी गोठली. तिच्या नकळत तिच्या हातातील झाडं छाटायची कात्री खाली पडली.

"मला माफ करा, न सांगता अशी तुमच्याकडे आले आहे. पण दुसरा कुठला मार्ग दिसत नाहीये. मला तुमच्याशी महत्त्वाचं बोलायचं आहे." हेलेननं बोलायला सुरुवात केली. तिचा आवाज अगदी प्रेमळ होता. च्यो-च्योला नवल वाटलं.

किती विचित्र परिस्थितीत च्यो-च्यो अडकली होती. आज पहिल्यांदाच कुणी तिच्याशी इतक्या प्रेमानं बोलत होतं. दुर्दैवानं, ते बोलणारी तिच्या नवऱ्याची बायको होती. च्यो-च्योबद्दल तिच्या स्वरात कुठेही राग, तिरस्कार किंवा उपहास जाणवत नव्हता. ते पाहून च्यो-च्यो गहिवरली.

तरीही तिला बोलायची इच्छा नव्हती. म्हणून ती पुन्हा वळणार, तितक्यात हेलेनचे शब्द तिच्या कानावर पडले आणि ती तशीच थांबली,

"मला तुमच्या छोट्याशा मुलाच्या भविष्याबद्दल बोलायचं आहे. माझ्या मनात एक विशेष कल्पना आहे."

जपानमध्ये जिन्सेईचं भविष्य काय असेल, या विचारानं अलीकडे च्यो-च्योला इतकं भेडसावलं होतं की, स्वाभाविकपणे हेलेनच्या बोलण्याकडे तिचं लक्ष गेलं. हातातलं काम थांबवून ती पट्कन उठली आणि त्या उंच अमेरिकन स्त्रीसमोर जाऊन उभी राहिली.

ते पाहून हेलेनला हुश्श झालं. मुलाच्या भविष्याचा प्रश्न आला की, त्याची आई प्रेमापोटी वाटेल ते करू शकते, हा तिचा अंदाज प्राथमिकतः खरा ठरला होता. हेन्री काहीही म्हणो, आपला प्रयत्न यशस्वी ठरू शकतो, या विचारानं तिला पहिल्यांदाच किंचित दिलासा मिळाला.

आपण या अमेरिकन बाईशी नीट बोलू शकणार, नाही या भीतीनं च्यो-च्योनं तिला घरात येण्यासाठी खुणावलं.

जपानी परंपरेनुसार एकदा एखाद्या व्यक्तीला घरात बोलावलं की, ती तुमची पाहुणी असते. मग तुम्हाला तिच्याबद्दल वैयक्तिक स्तरावर किती का राग असेना, तिचं स्वागत योग्य प्रकारे केलं जातं.

या रीतीला अनुसरून सुझुकीनं पट्‌कन ग्रीन-टी आणि राइस कुकीज समोर आणल्या.

"मी अशी अचानक येऊन उभी राहिले म्हणून माफी मागते तुमची. मला हेन्रीनं पाठवलं आहे, तुमच्या मुलाबद्दल बोलण्यासाठी. मला वाटतं, तुम्ही त्याला जिन्सेई म्हणता, हो ना? हेन्रीला आपल्या मुलाची काळजी वाटते. स्वाभाविकच आहे म्हणा. जे काही आणि जसं काही झालं त्यामुळे तुमची मन:स्थिती काय असेल, तेही मी समजू शकते, कारण मी स्वतः स्त्री आहे. पण एक लक्षात घ्या, की इथे हेन्री, किंवा तुम्ही किंवा मी महत्त्वाचे नाही." शांत स्वरात हेलेनने बोलायला सुरुवात केली. "या सगळ्यात बाळाची काही चूक नाही. तो अगदी निरागस आहे. तो धड इथला नाही किंवा तिथला नाही. पण त्याला तो काय करणार?

"विशेषतः जपानमध्ये अशा मिश्र पालकांच्या मुलांना कशा परिस्थितीला तोंड द्यावं लागतं, ते हेन्रीला आणि मलाही चांगलंच ठाऊक आहे. त्यांना कुणी स्वीकारत नाही. ते सगळ्यांमध्ये मिसळू शकत नाहीत. जिन्सेईचं बालपण इथे जपानमध्ये गेलं तर त्याचं काय होईल, हीच काळजी हेन्रीला आणि मला आहे."

आपल्या बोलण्याचा च्यो-च्योवर काय परिणाम होतो आहे, ते पाहायला हेलेन थोडी थांबली. च्यो-च्योचा चेहरा पांढराफटक पडला होता. तिला बोलणं सुचत नव्हतं. कितीतरी वेळानं ती कशीबशी म्हणाली,

"म्हणजे? काय म्हणायचं आहे तुम्हाला? जिन्सेईला अमेरिकेला घेऊन जायचं तुमच्या आणि पिंकरटन सानच्या मनात आहे का?"

"हे पहा, त्याच्या वडिलांच्या मते त्याच्या भविष्याच्या दृष्टीनं हे सर्वोत्तम ठरेल. त्याला पुढे खूप संधी उपलब्ध होतील. मी तर ऐकलं आहे की, मिश्र रक्ताच्या मुलांना जपानी समाजात स्वीकारलं जात नाही. म्हणून हेन्रीची खास विनंती आहे तुम्हाला, की जिन्सेईला आमच्याबरोबर अमेरिकेला येऊ दे."

त्यावर च्यो-च्योनं नकारात्मक मान हलवली. ते पाहून हेलेनचं मन विषण्ण झालं.

''अमेरिकेसारख्या दूरच्या देशात, जिथे तो कोणाला ओळखतही नाही, तिथे त्याला तुमच्याबरोबर पाठवून देऊ म्हणता? शक्यच नाही!'' च्यो-च्योचा अगतिक पण ठाम स्वर उमटला. आता तिला राहवेना. तिच्या डोळ्यांतून अश्रूंच्या धारा लागल्या. खाली चटईवर त्यांचं थारोळं साचू लागलं.

तिचं दुःख पाहून हेलेनचा जीव कळवळला. हे सारं अशाप्रकारे व्हायला नको होतं. कदाचित हेलेनची ही योजनाच चुकीची आणि अवास्तव होती. मुकाट्यानं अमेरिकेला परत जाण्यात शहाणपण होतं का?

नवल म्हणजे हेलेनला त्या कधीही न पाहिलेल्या मुलाबद्दल मनापासून कणव वाटली. जपानमध्ये कसं जगणार होता तो? डोक्यावर वडिलांचं छत्र नाही. चांगल्या शिक्षणाची हमी नाही. समाजात स्वीकारतील याची शक्यता नाही. किती दुर्दैवी परिस्थितीत हे हाफू मूल जन्माला आलं होतं!

ही समोर बसलेली तरुणी. किती हलाखीची परिस्थिती होती तिची! पण ती आई होती त्या मुलाची. हेलेन जाणून होती की, कोणत्याही आईपासून तिचं मूल हिसकावून घेता येत नसतं. त्या आईनं तसं मान्य केलं तर आणि तरच तिचं मूल नेता आलं असतं. जिन्सेईला अमेरिकेला नेण्यासाठी हेलेन मनापासून प्रयत्न करत होती. तिला खात्री होती की, जिन्सेईवर ती पोटच्या मुलासारखी माया करेल, त्याला लाडाकोडात वाढवेल, पैशानं आणि प्रेमानं जे काही विकत घेता येईल, ते सगळं ती त्याला अमेरिकेत घेऊन देईल. तरीही ती त्या मुलाला त्याच्या आईपासून ओढून घेऊ शकली नसती. तिनं जरी बाळंतपण अनुभवलं नसलं तरी, एका आईच्या आणि तिच्या पोटच्या पोराच्या नात्याची कल्पना ती करू शकत होती.

हे विचार मनात येताच पुढे होत च्यो-च्योच्या जवळ जात तिनं तिला मिठी मारली. एका स्त्रीला दुसऱ्या स्त्रीच्या वेदनेची कल्पना आली होती. मग पट्कन ती जायला उठली.

''काही हरकत नाही.'' निघण्याआधी तिनं बोलायला सुरुवात केली. ''तुम्ही जर जिन्सेईला तुमच्यापासून दूर पाठवू शकत नसाल, तर तुम्हाला कुणी दोष देऊ शकणार नाही. हेन्रीचं एवढंच म्हणणं होतं की, अमेरिकेत जिन्सेई अधिक चांगल्या प्रकारे वाढेल. शिक्षण, सोयी, सुविधा... आणि आत्मविश्वाससुद्धा. त्याचा अभिमान वाटला असता तुम्हाला. पण तुम्ही त्याची आई आहात. त्याला पाठवायला तुम्ही स्वतः तयार व्हायला हवं.

''साधारण तीन दिवसांनी आमचं जहाज परत जायला निघेल. तुमचा विचार बदलला तर शार्पलेसच्या हाती निरोप पाठवा आम्हाला. या अशा परिस्थितीत माझी भेट घ्यायला तयार झालात म्हणून मनापासून आभारी आहे. आमच्यामुळे तुम्हाला जे दुःख सहन करावं लागलं, त्याबद्दल पुन्हा एकदा माफी मागते मी तुमची. हे

सगळं असं घडलं नसतं तर फार बरं झालं असतं. च्यो-च्यो सान, मी हे अगदी मनापासून सांगते आहे.''

हेलेनसमोर उभी असलेली जेमतेम विशीतील च्यो-च्यो, तिचा निरागसपणा, चांगुलपणा, एकट्यानं मूल वाढवायचं तिच्यापुढे असलेलं आव्हान; या सगळ्यानं हेलेन कासावीस झाली. क्षणभर तिला बेंजामिन पिंकरटनचा प्रचंड संताप आणि तिरस्कार वाटला. या तरुण, निरागस मुलीचं आयुष्य असं नासवायची काय गरज होती त्याला? तिनं विश्वास टाकला होता त्याच्यावर. आपल्या वाग्दत्त वधूला तोंडघशी पाडायचं होतं, तर गुलछर्रे उडवण्यासाठी कितीतरी मुरलेल्या मुली मिळू शकल्या असत्या ना बेंजामिनला!

तितक्यात बाजूच्या खोलीतून लहान मुलाच्या खिदळण्याचा आवाज आला. हेलेनचं मन बाळासाठी व्याकूळ झालं. त्या बाळाला कुशीत घेण्याची तीव्र इच्छा तिच्या मनात दाटली. त्याला आपल्याबरोबर अमेरिकेला नेऊन, उत्तम आयुष्य देण्यासाठी, त्याच्यावर जिवापाड प्रेम करण्यासाठी ती काय वाट्टेल ते द्यायला तयार होती.

आपल्याच्यानं आता एक शब्दही बोलला जाणार नाही, हे लक्षात येऊन ती पट्कन तिथून निघाली. शक्य तितक्या झपझप चालत ती त्या घरातून बाहेर पडली. अत्यंत व्यावहारिक आणि तर्कशुद्ध विचारसरणीची हेलेन सहसा भावनांच्या आहारी जात नसे. पण आज मात्र तिच्या अंतःकरणात कालवाकालव झाली होती. एका पुरुषानं दोन स्त्रियांना फसवलं होतं. च्यो-च्योच्या या भेटीनंतर तिच्या मनात बेंजामिन पिंकरटनबद्दल कडवटपणा दाटला होता, यापुढे ती त्याच्यावर पूर्वीसारखं प्रेम कसं काय करू शकणार होती?

ती त्याच्याशी असलेलं विवाहबंधन तोडणार नव्हती. समाजात त्यांच्या कुटुंबाला आदराचं स्थान होतं, ते टिकवणं गरजेचं होतं. पण त्या दोघांमधील पती-पत्नीच्या नात्याला आता काही अर्थ उरला नव्हता. एका असहाय तरुण आईच्या डोळ्यांतून घळघळा वाहणारे अश्रू पाहून हेलेन पिंकरटनच्या मनात उलथापालथ झाली होती.

ती निघून जाताच च्यो-च्योनं इतक्या वेळ आवरून धरलेल्या भावनांना वाट करून दिली. तिचे हुंदके ऐकून सुझुकी धावत बाहेर आली. ''च्यो-च्यो सान, काय झालं?''

मग तिच्या लक्षात आलं की, नेहमीप्रमाणे वागण्याबोलण्याचे संकेत पाळायची ही जागा नाही आणि वेळही नाही. त्या अमेरिकन स्त्रीबरोबर च्यो-च्योचं काय बोलणं झालं होतं, हे तिला माहीत असताना पुन्हा आपल्या मालकिणीला त्या सगळ्यातून जायला लावण्याची गरज नव्हती.

आपण संकेत झुगारत आहोत याची जाणीव ठेवत ती खालमानेनं म्हणाली, ''च्यो-च्यो सान, मला काही सांगायची गरज नाही. बाजूच्या खोलीतून ऐकलं आहे

मी सगळं. यावर काय बोलायचं, ते मला कळत नाहीये.'' आपण मर्यादा ओलांडत आहोत, या जाणिवेनं तिनं अस्वस्थपणे हात गुंतवून घेत पुढे म्हटलं, ''मला वाटतं, जेवणं होऊन जिन्सेई झोपला की, मग बोलू या आपण या विषयावर. तोवर आपण दोघीही थोड्या शांत होऊन नीट विचार करू शकू. माझी आई नेहमी म्हणायची की, आपण जेव्हा अतिशय चिंतेत असतो, तेव्हा आपली विचारशक्ती नीट काम करत नाही. अशा वेळेस महत्त्वाच्या आणि दुःखदायक बाबींची चर्चा कधीही करू नये.''

तिचं सांगणं पटल्यामुळे च्यो-च्योनं मान डोलावत संमती दर्शवली. काही न बोलता त्या दोघींनी स्वयंपाक केला. जिन्सेई मजेत खेळत होता. अगदी रोजच्यासारखं सगळं सुरू होतं. दुरून पाहणाऱ्याला कळलंही नसतं की, या दोघींच्या मनाची किती घालमेल होते आहे.

इतक्या दिवसांच्या सहवासानंतर सुझुकी च्यो-च्योची निव्वळ नोकर राहिली नव्हती. त्यांच्यात मैत्रीचं नातं निर्माण झालं होतं. त्यामुळे ती रोजच आपल्या मालकिणीबरोबर टेबलावर जेवायला बसत असे. जेवताना त्यांच्या गप्पा, हास्यविनोद होत. पण आज त्यांना विलक्षण ताण जाणवत होता. त्या दोघीही गप्प आहेत, हे जिन्सेईच्या लक्षात आल्याप्रमाणे तोही शहाण्यासारखा वागत होता. हट्ट नाही, खळखळ नाही; मुकाट्यानं जेवण संपवून तो आपल्या अंथरुणात झोपायला गेला. नेहमीप्रमाणे ओका साननं अंगाई म्हणावी, असा हट्टदेखील त्यानं केला नाही.

''आता मला सांग सुझुकी, की मी काय करावं?'' डबडबलेल्या डोळ्यांनी च्यो-च्योनं इतक्या वेळ आवरून धरलेल्या भावनांना वाट करून दिली. ''अमेरिकेत जिन्सेईला भेदभावाला, हाफू असण्याला सामोरं जावं लागणार नाही, हे हेलेनचं म्हणणं अगदी खरं आहे. त्याला तिथे सर्वोत्तम शिक्षण मिळेल. आयुष्यात पुढे उत्तम संधी मिळतील.

आज नागसाकीमध्ये फक्त अतिशय श्रीमंत आणि सत्ताधारी कुटुंब आपल्या मुलांना अमेरिकेत पाठवू शकतात. इथे जिन्सेईला आपल्या वडिलांचं संरक्षण पण नाही मिळणार. तो हाफू असल्यामुळे इथल्या समाजात त्याचा स्वीकार होणार नाही, हेसुद्धा खरं आहे. त्याला आयुष्यभर भेदभाव सहन करावा लागेल.

''पण सुझुकी, अगं हे सगळं खरं असलं तरी पोटच्या पोराला मी कसं काय इतक्या दूर जाऊ देऊ? तो डोळ्याला दिसणार नाही, त्याला जवळ घेता येणार नाही... कसं सोसवेल मला हे?

''आणि मी नाही जाऊ दिलं त्याला तर माझ्यासारखी स्वार्थी बाई नाही दुसरी! तो माझ्याजवळ राहावा म्हणून मी त्याला सगळ्या चांगली संधींपासून दूर ठेवणार. हे योग्य आहे का? हाफू म्हणून त्याचं जपानमधलं आयुष्य कसं असेल, हे माहीत असून मी असं वागावं का?

"सुझुकी सान, अगं सांग मला, मी करू तरी काय? मला तर काहीच समजेनासं झालं आहे."

च्यो-च्योच्या प्रत्येक वाक्यात किती तथ्य आहे, हे सुझुकीला लक्षात आलं होतं. तिनं दोन्ही बाजूंनी विचार केला होता, तोही योग्य होता. पण सुझुकी नोकर होती. आपल्या मालकिणीच्या दृष्टीनं योग्य काय, अयोग्य काय हे ती ठरवू शकत नव्हती. म्हणूनच, मनात आलेला पहिला विचार तिनं च्यो-च्योला बोलून दाखवला.

"तुम्ही जर जिन्सेईबरोबर अमेरिकेला जाऊ शकलात, त्याच्या जवळ राहू शकलात तर... सगळ्यात चांगला तोडगा हा वाटतो मला."

ते ऐकताच च्यो-च्योनं खेदानं मान हलवली, "नाही गं, ते शक्यच नाही. पिंकरटन सान आणि हेलेन नवराबायको आहेत. मग मी त्यांच्या आसपास असलेली कसं आवडेल त्यांना? मी जर त्यांना जिन्सेईला नेण्याची परवानगी दिली, तर कदाचित आयुष्यभर मला तो परत दिसणार नाही अशी तयारी ठेवावी लागेल मला. एकच आशा असेल मला की, एक ना एक दिवस माझ्या मुलाला आपल्या खऱ्या आईबद्दल समजेल आणि मी मरायच्या आधी तो परत येईल मला शोधायला.

"समजा, मी ठरवलं की, जिन्सेई नाही जाणार त्यांच्याबरोबर अमेरिकेला तर मारुयामा लेनच्या मागच्या गल्लीबोळात मोठा होईल तो. मी ना त्याला धड शिक्षण देऊ शकेन, ना चांगलं आयुष्य! छे! काय करावं, ते काही समजत नाही!"

त्या रात्री तिनं आपलं अंथरूण जिन्सेईच्या बाजूला पसरलं. ती आडवी झाली खरी, पण आज झोप रुसली होती तिच्यावर. रात्रभर ती आपल्या बाळाला थोपटत राहिली, नजरेत साठवत राहिली. कधीतरी थकूनभागून तिचा डोळा लागला.

पहाटे तिला जाग आली, तर तिची उशी अश्रूंनी भिजली होती. आपल्या बाळाला चांगलं आयुष्य मिळावं असं तिला वाटत असेल, तर त्याचा आयुष्यभराचा विरह स्वीकारणं भाग होतं. नाहीतर स्वार्थापोटी त्याला इथेच ठेवून पारंपरिक जपानमध्ये एका हाफूचं आयुष्य जगायला लावायचा निर्णय तिला घ्यायचा होता.

दोन दशकांनंतर, जपानच्या दिशेनं येणाऱ्या एका प्रवासी जहाजात आपल्या केबिनमध्ये बसलेल्या एका सोनेरी केसाच्या तरुणानं हातात काही कागद घट्ट धरले होते. ते वाचताना त्याचे डोळे भरून आले होते. आपल्या जन्मदात्या आईच्या वेदना त्याच्यापर्यंत पोचल्या होत्या. जेमतेम त्याच्याएवढं वय असेल तेव्हा तिचं. आपल्या लेकाचं आयुष्य घडवण्यासाठी तिनं केवढा त्याग केला होता. तोडक्यामोडक्या इंग्लिशमध्ये तिनं ते सारं लिहून ठेवलं होतं. तिला खात्री होती की, एक ना एक दिवस ही सगळी पत्रं आपल्या लेकापर्यंत पोचतील. कदाचित ती तेव्हा या जगात नसेलही. पण नेमकं काय घडलं, हे त्याला नक्की कळेल.

प्रकरण १२

दोन दिवस गेले. च्यो-च्योनं मनाशी काहीतरी निश्चय केला. आपल्याला निवडीला फार वाव नाही, हे तिला कळून चुकलं होतं.

बैठकीच्या खोलीत ती सुझुकीसमोर बसली होती. तिचे हातपाय थंडगार पडले होते, चेहऱ्याचा रंग उडाला होता. जणू काही प्राण आणि भावना तिला सोडून गेल्या होत्या. दुःखानं थिजली होती ती. तिच्या मनापर्यंत काहीही पोचत नव्हतं.

"पिंकरटन सान आणि हेलेनला जिन्सेईला अमेरिकेला नेऊ द्यायचं, असं मी ठरवलं आहे. त्यांनी त्याला आपलं मूल म्हणून वाढवावं." तिनं आपला निर्णय एकदाचा जाहीर करून टाकला.

"नाही... नाही... भलतंच काय बोलताय!" सुझुकी कळवळून ओरडली. "कृपा करून जिन्सेईला राहू दे इथे आपल्याबरोबर. मी तुम्हाला वचन देते की, मी लक्ष देईन त्याच्याकडे. इथून पुढे तुम्ही मला पगारसुद्धा देऊ नका. बस, दिवसभरात वाडगाभर भात दिलात तरी पुरे मला. च्यो-च्यो सान, मॅडम, ऐका माझं... असं करू नका, प्लीज!

"जिन्सेईला काहीही त्रास होणार नाही. आपण आहोत ना दोघी. आपण पाहू त्याच्याकडे. त्याला जराही नजरेआड होऊ द्यायचं नाही आपण."

"सुझुकी, गेले दोन दिवस आणि रात्री मी या एकच मुद्द्यावर विचार करते आहे." च्यो-च्योचा स्वर अजूनही निर्विकार आणि थंड होता. ते ऐकून सुझुकीला धडकी भरली. सुझुकी इतक्या वेळ जे बोलली, ते तिच्या कानात शिरलं नव्हतं बहुतेक.

"या मुलाला देण्याजोगं माझ्याकडे काहीही नाही. एका गेशाचा आणि तिला सोडून गेलेल्या अमेरिकन माणसाचा अनौरस मुलगा म्हणून वाढेल तो इथे. त्यानंतर

भविष्यात तो काय होईल? गोदी कामगार, नाहीतर सुतार... कुठलंही प्रतिष्ठेचं काम त्याला मिळणार नाही. तो हाफू आहे म्हणून त्याला आवर्जून वगळलं जाईल प्रत्येक वेळेस. ना वडलांचं छत्र असेल, ना कुटुंबाचा पाठिंबा. मोठेपणी तो कडवट होईल.

"मात्र तो जर अमेरिकेत गेला तर त्याला एक चांगलं कुटुंब मिळेल, आईवडील मिळतील. संरक्षित बालपण मिळेल. त्याची काळजी घेतली जाईल.

"हा निर्णय घेण्याआधी मी अमेरिकन वकिलातीच्या लायब्ररीमध्ये जाऊन आले. अमेरिकेबाबत पुष्कळ काही वाचलं मी. मला लक्षात आलं आहे की, तिथे खूप प्रसिद्ध शाळा आणि युनिव्हर्सिटी आहेत. मोठमोठाल्या कंपन्या आहेत. माझ्या जिन्सेईला तिथे कुणी 'उपरा' म्हणून हिणवणार नाही. इथे फक्त शुद्ध जपानी लोकांना चांगल्या युनिव्हर्सिटीमध्ये प्रवेश मिळतो. पुढे नोकऱ्याही त्यांनाच मिळतात. हाफू असलेल्यांना कोणतीही चांगली संधी मिळत नाही.

"आपल्या बाळाला असं जाऊ देताना मला किती वेदना होत आहेत, हे मी सांगूच शकत नाही. माझ्या अंतापर्यंत त्या तशाच राहतील.

"पण मी असा विचार केला की, आज मी तरुण आहे. पण माझ्यातील जोम संपल्यावर, पुढे काय? इथे जपानमध्ये जिन्सेईचं भविष्य काय? एक हाफू म्हणून त्याची अवहेलना होत राहील. त्याला शिक्षणाच्या, प्रगतीच्या, नोकरीच्या संधी नाकारल्या जातील. दुसरं काहीही काम न मिळाल्यामुळे त्याला हमाली कामं करावी लागतील. समाजाकडून सतत मिळणाऱ्या नकारामुळे तो रागीट होईल. हे पाहताना मला जे दुःख होईल, त्याचं काय? मी पुन्हा पुन्हा स्वतःला जेव्हा हा प्रश्न विचारते, तेव्हा माझ्या लक्षात येतं त्याचं भलं कशात आहे."

त्यावर उत्तर द्यायला सुझुकीनं तोंड उघडलं. पण च्यो-च्योनं तिला हाताने ठामपणे थांबवलं. आजवर तिनं सुझुकीला कधीही नोकर म्हणून न वागवता मैत्रीण म्हणून वागवलं होतं. त्यामुळे अशाप्रकारे तिला बोलण्यापासून रोखताना च्यो-च्योच्या मनात काय वादळ उठलं असेल याची सुझुकीला कल्पना आली.

"सुझुकी, एक शब्दही बोलू नकोस. हाफू असलेल्या माझ्या मुलाचं भविष्य उत्तम असेल, इथे जपानमध्ये त्याला प्रतिष्ठितांचं जिणं जगता येईल, प्रगतीच्या संधी बरोबरीनं मिळतील, समाजात सन्मान आणि प्रेम मिळेल या सर्वांची खात्री देऊ शकतेस का तू?"

कुठून देणार होती सुझुकी अशी खात्री? म्हणूनच ती गप्प बसली. च्यो-च्योला उत्तर मिळालं.

"उद्याच मी हेलेनला इथे येण्यासाठी निरोप देते. सुझुकी, आज रात्री जिन्सेईला माझ्याजवळ झोपू दे. फक्त तो आणि मी!"

त्या रात्री च्यो-च्यो क्षणभरही झोपली नाही. आपल्या पिल्लाला कुशीत घेऊन ती इतकी रडत होती की, तिच्या रडण्यापायी त्याला झोप लागू शकली हेच नवल होतं. खिडकीतून येणाऱ्या चंद्रप्रकाशाच्या तिरिपीमुळे तिच्या खोलीत पुरेसा उजेड होता.

"जिन्सेई, बाळा, तुला कळतंय ना की मी हे तुझ्या भल्यासाठी करते आहे?" ती त्याचं मस्तक हुंगत म्हणाली. त्याला येणारा लहान मुलाचा, पावडरचा, दुधाचा संमिश्र गंध ती नाकात साठवून घेत होती. इथून पुढे त्या गंधाची तेवढी सोबत असणार होती तिला.

"तू जर इथे राहिलास, तर मी प्रेमाशिवाय काहीही देऊ शकणार नाही तुला. ते पुरेसं नाही रे! त्याऐवजी तू जर तुझ्या ओतो सानबरोबर अमेरिकेत गेलास, तर सगळ्या संधी तुझ्यासमोर हात जोडून उभ्या राहतील. इथे जपानमध्ये काहीही मिळणार नाही.

"तुझ्यावरच्या अतीव प्रेमापोटी मी तुला जाऊ देणार आहे. माझ्यासाठी खूप कठीण आहे हे. तुझ्याशिवाय जीवन.... कल्पनासुद्धा सहन होत नाही मला. खरं सांगू? माझं जीवन महत्त्वाचं नाही. ज्या दिवशी माझ्या ओतो साननं हाराकिरी केली, त्याच दिवशी संपलं बघ ते.

"जिन्सेई च्यान, मला माझ्या वडिलांचं छत्र मिळालं नाही. निदान तुला तरी ते मिळू दे."

रात्रभर च्यो-च्यो आपल्या बाळाशी संवाद साधत राहिली. दुसऱ्या दिवशी सकाळी सुझुकी तिच्या खोलीत आली, तर च्यो-च्यो जिन्सेईला कुशीत घेऊन वेडीवाकडी झोपलेली आढळली. बाळाला हळूच तिच्या कुशीतून उचलत सुझुकी आत गेली.

त्या दिवशी जिन्सेई विशेष आनंदात होता. सुझुकी त्याला अंघोळ घालताना, कपडे चढवताना तो तिच्या खोड्या करत होता, खिदळत होता. ती मात्र त्याच्या विरहाच्या आणि माय-लेकाच्या ताटातुटीच्या कल्पनेनं त्रस्त झाली होती.

आपल्या मालकिणीचं मन बदलण्यासाठी काही करता येईल का, याचा तिनं खूप विचार केला. कुठल्याही मुलाला आपल्या स्वतःच्या देशात, आपल्या रक्ताच्या आईच्या प्रेमाच्या सावलीत मोठं होण्यातच खरा आनंद आहे असं जरी तिला वाटत होतं, तरी जिन्सेईसारख्या हाफूला जपानमध्ये आपलेपणा मिळेल का, हाही एक प्रश्न होताच.

अजून एक दिवस हाताशी होता. कदाचित च्यो-च्योचं मन पालटण्याची शक्यता नाकारता येत नव्हती. तसं व्हावं म्हणून सुझुकीनं त्यांच्या लिव्हिंग रूमच्या पवित्र वंशपरंपरागत प्रार्थनास्थळाशी बसून मनोभावे प्रार्थना केली.

तितक्यात च्यो-च्यो जागी झाली. जाग आल्याबरोबर ती परत जिन्सेईला जवळ

घेऊन बसली. दुपार होईपर्यंत ती त्याच्याशी खेळत राहिली, त्याचे लाड करत राहिली. सुझुकीनं आग्रह करून तिला कसाबसा थोडा भात आणि सी-वीड मिसो सूप संपवायला लावलं.

च्यो-च्योनं ठरवलं होतं की, दुपार उतरली की हेलेनला भेटायला जायचं. जिन्सेईला पाहून लोकांनी कुजबुज करण्यापेक्षा त्याला घरी सुझुकीजवळ ठेवणं तिला योग्य वाटलं.

तिच्या दृष्टीनं हे सगळं खूप लाजिरवाणं होतं. पण नशिबानं तिच्यावर जाण्याची वेळ आणली नाही. त्यांचं जेवण होऊन जेमतेम थोडा वेळ झाला असेल नसेल, तितक्यात त्यांचं दार वाजलं. दारात हेलेन उभी होती. तिच्या चेहऱ्यावर दिलगिरीचे भाव होते.

"माफ करा मला, मी काही न सांगता अचानक येऊन उभी राहिले आहे. पण मला राहवलं नाही. जिन्सेईच्या भविष्याचा प्रश्न आहे. त्याचा काय विचार केला आहे तुम्ही हे विचारायला आले आहे मी." तिनं बोलताना मुद्दामच जिन्सेईच्या भविष्यावर जोर दिला होता. च्यो-च्योची दुखरी नस तिच्या लक्षात आली होती.

आपण दुष्टपणा करत आहोत, याची जाणीव तिला होती. पण दुसऱ्या दिवशी त्यांचं जहाज निघणार होतं. तिच्यासाठी ही शेवटची संधी होती.

आपण काही बोलू शकू की नाही, याची च्यो-च्योला खात्री नव्हती. म्हणून तिनं मान डोलावली. हेलेनच्या काळजाचा ठोका चुकला. नक्की काय अर्थ होता च्यो-च्योच्या मान डोलावण्याचा? बेंजामिन आणि हेलेनबरोबर जिन्सेईला पाठवण्याची तयारी होती का तिची? की, ती तिचा आईपणाचा हक्क गाजवत हेलेनला नकार देणार होती? आपण मागच्या वेळेस पाहिलं त्यापेक्षा च्यो-च्यो खूप बारीक झाली आहे, हे हेलेनच्या लक्षात आलं. शिवाय, तिचा सुंदर चेहरासुद्धा अगदी ओढलेला दिसत होता.

एक शब्दही न बोलता च्यो-च्यो हेलेनला आतल्या खोलीत घेऊन गेली. तिला बसण्याची नम्रपणे खूण करून ती आतल्या खोलीत गेली.

तिथे सुझुकीनं जिन्सेईच्या कपड्यांची बॅग भरून तयार ठेवली होती. त्यात त्याचे आवडते खेळ आणि उशीसुद्धा होती. तिला मनातून खात्री होती की, अमेरिकेला गेल्यावर तो यातलं काहीही वापरणार नाही.

"त्याची आवडती उशी ठेवली आहेस का त्याच्या सामानात? तिच्याशिवाय झोप नाही लागत त्याला." हे तिनं इतक्या कोरडेपणाने म्हटलं की, सुझुकीला धक्का बसला. उत्तरादाखल फक्त मान हलवत सुझुकी तिथून स्वयंपाकघरात गेली.

च्यो-च्योला हुंदके अनावर झाले होते. तिनं जिन्सेईला अगदी घट्ट धरून ठेवलं. त्याचा जीव गुदमरल्यामुळे तो तिच्या हातातून सुटण्याची धडपड करू लागला,

ओरडू लागला. सुझुकीला ते ऐकणं असह्य झालं. रीतिरिवाज बाजूला सारत पट्कन आत येत तिनं च्यो-च्योला कुशीत घेतलं. तो क्षण त्या दोघींची परीक्षा पाहणारा होता. एका आईची आणि बाळाची ताटातूट होत होती... कदाचित ते आयुष्यात पुन्हा कधीही भेटू शकले नसते. परिस्थितीनं किती वाईट वेळ आणली होती त्यांच्यावर. आयुष्यभर हा जीवघेणा प्रसंग त्या दोघी विसरू शकणार नव्हत्या.

अचानक च्यो-च्योनं स्वतःला दूर करत जिन्सेईला सुझुकीच्या हातात दिलं.

''प्लीज, याला हेलेनजवळ दे. मी माझ्या हातानं नाही देऊ शकणार. त्याला दूर जाताना नाही पाहू शकणार.'' असं म्हणत ती धावत आतल्या बाजूला गेली. आता ती धाय मोकलून रडत होती. कानांवर उशी दाबून घेत तिनं सगळे आवाज थांबवण्याचा प्रयत्न केला. पण तरीही हेलेननं जिन्सेईला घेतल्यावर त्यानं जो आकांत मांडला, तो तिच्या कानावर आदळला. सुझुकीनं जिन्सेईच्या सामानाच्या दोन बॅगासुद्धा हेलेनच्या ताब्यात दिल्या. आता हेलेन त्या बाळाची नवी आई होती.

जिन्सेई हेलेनबरोबर जायला तयार नव्हता. तो जोरजोरात लाथा झाडत होता, रडत होता. पण ती तशीच त्याला खांद्यावर टाकून घाईघाईनं तिथून निघून गेली.

संध्याकाळ झाली तरी च्यो-च्यो त्या कोपऱ्यात तशीच बसून राहिली. प्रचंड दुःखापायी तिच्या मनात पोकळी तयार झाली होती. अवघ्या काही तासांपूर्वी जे घर बाळाच्या हसण्याखेळण्यानं भरलं होतं, ते आता भकास वाटत होतं.

सुझुकीनं आपल्या मालकिणीसाठी चहा, सूप, भात असे वेगवेगळे प्रकार आणून पाहिले, पण च्यो-च्योनं पाण्याचा घोटही घेतला नाही, अन्न तर दूरच.

''च्यो-च्यो सान, असं करू नका, केव्हाच्या उपाशी आहात तुम्ही. काय करावं तेच कळत नाही मला.''

''काहीच करू नकोस.'' च्यो-च्यो थंडपणे म्हणाली. ''मरू दे मला इथेच. जी आई आपल्या बाळाचं रक्षण करू शकत नाही, त्याला आपल्या बरोबर ठेवू शकत नाही, तिची मरायची लायकी आहे.''

असेच काही तास गेले. एव्हाना अंधार पडू लागला होता. अचानक सुझुकीच्या कानावर च्यो-च्योची किंकाळी पडली. ती धावत तिच्याजवळ गेली. ''सुझुकी, फार मोठी चूक झाली माझ्या हातून. मी जरी माझ्या मुलाला फार काही देऊ शकले नाही, तरी त्याला आपल्या आईचं प्रेम मिळेल हे कसं लक्षात आलं नाही माझ्या?

''सुझुकी, चल पट्कन. जहाज सुटण्याआधी जाऊन जिन्सेईला परत घेऊन येऊ या. चल लवकर. आता उशीर नको व्हायला.''

सुझुकी याचीच वाट पाहत होती. दोघी पट्कन घरातून बाहेर पडल्या. वळणावळणाच्या त्या रस्तानं जात पुढे बंदरावर पोचल्या. घाईत त्यांना पायात चप्पल घालण्याचंसुद्धा भान उरलं नव्हतं. तरीही, पायाला टोचणारे दगड त्यांना

जाणवत नव्हते.

बंदरावर आल्यावर त्यांनी समोर नजर टाकली. मिणमिणत्या दिव्यांच्या दोन होड्या तेवढ्या तिथे उभ्या होत्या. इतके दिवस बंदरात नांगरून पडलेलं ते मोठं अमेरिकन जहाज कुठेही दिसत नव्हतं. असं कसं झालं? त्या दोघींना काही समजेना. च्यो-च्योनं सुझुकीचा हात इतका घट्ट दाबला की, तिची नखं रुतल्यामुळे सुझुकीच्या हातातून रक्त येऊ लागलं.

च्यो-च्यो मोठ्याने किंचाळली, "हे काय? पिंकरटन आणि हेलेनला नागासाकीला घेऊन आलेलं ते मोठं जहाज गेलं कुठे? असं कसं जाईल ते? हेलेननं सांगितलं होतं की, ते उद्या निघणार आहे. सुझुकी, कुठे गेलं जहाज? सांग मला." सुझुकी बिचारी काय बोलणार!

च्यो-च्योचं मन बदलेल आणि ती जिन्सेईला परत घेऊन जाईल याची हेलेनला इतकी भीती होती की, तिनं पिंकरटनला जहाजाच्या कप्तानाला भरपूर मोठी रक्कम देऊन ताबडतोब जहाजाचा प्रवास सुरू करायला लावला होता. इतकंच नाही, तर शार्पलेसला भरीला पाडून त्याच्याकरवी जिन्सेईची कागदपत्रं तयार करून घेतली होती. आता तो जिन्सेई नसून हेलेन आणि बेंजामिनचा मुलगा केन पिंकरटन होता. अमेरिकेत प्रवेश करण्यासाठी आवश्यक ती कागदपत्रं तयार होती.

जिन्सेई आता अस्तित्वात नव्हता. त्याची सख्खी आई त्याच्यासाठी कासावीस होऊन जेव्हा त्याला शोधत बंदरावर हिंडत होती, तेव्हा त्याला अमेरिकेला घेऊन जाणारं जहाज नागासाकी बंदरातून कधीचंच खोल समुद्राकडे रवाना झालं होतं. जपानचा किनारा केव्हाच मागे पडला होता.

आत्ता कुठे हेलेननं मोकळा श्वास घेतला. काही झालं तरी च्यो-च्यो तिच्या मुलापर्यंत पोचू शकणार नव्हती. आता खऱ्या अर्थानं जिन्सेई- नाही- केन तिचा आणि पिंकरटनचा मुलगा म्हणून वाढणार होता. मुलांना रमवण्याच्या हेलेनच्या उपजत हातोटीमुळे केन त्या अनोळखी वातावरणात थोड्या वेळात रमला. समोर नवीन खेळांनी भरलेली बास्केट पाहिल्यावर तो रडायचंही विसरला.

ज्या क्षणी हेलेननं आपल्या नवऱ्याच्या मुलाला कडेवर घेतलं, त्या क्षणी तिला प्रेमाचा उमाळा आला. आजवर तिला मनातून भीती वाटत होती की, आपल्या नवऱ्यानं केलेल्या फसवणुकीतून आणि व्यभिचारातून जन्माला आलेलं पोर आपण स्वीकारू शकू का?

पण केनच्या स्पर्शासरशी तिच्या सगळ्या शंका विरघळल्या. त्याला घेऊन ती आता अमेरिकेला, त्याच्या नव्या घराकडे निघाली होती. इथून पुढे या बाळाला ती फक्त प्रेम आणि माया देणार होती. त्याआड काहीही येणार नव्हतं, कधीच नाही.

तिची खात्री पटली.

प्रकरण १३

च्यो-च्यो रात्रभर बिछान्यात तळमळत राहिली. रडून रडून तिच्या डोळ्यांतील पाणी आटलं. तिला झोप लागणं कसं शक्य होतं? कधी दिवस उजाडतो, असं तिला झालं होतं. शार्पलेस सानला अमेरिकन वकिलातीत जाऊन भेटायचं आणि जिन्सेईला परत आणण्यासाठी त्यांची मदत घ्यायची, असं तिनं ठरवलं होतं. पण आज रात्र संपता संपत नव्हती. प्रत्येक क्षणाला जिन्सेईला घेऊन जाणारं जहाज जपानपासून दूर दूर जात होतं.

"मी असं कसं केलं? माझ्या पोटच्या पोराला असं कसं देऊन टाकलं?"

चांगलं उजाडायच्या आधीच ती उठली. सततच्या रडण्यामुळे तिचे डोळे इतके सुजले होते की, तिला ते नीट उघडता येत नव्हते. तरीही तिनं पट्कन आवरून सुझुकीला हाक मारली.

"सुझुकी सान, माझ्याबरोबर शार्पलेसला भेटायला येऊ शकतेस का तू? जिन्सेईला परत आणण्याचा प्रयत्न तर करावा लागेल ना आपल्याला. प्लीज, असं म्हणू नकोस की, आता फार उशीर झाला आहे सगळ्याला."

सुझुकीची तीच तर इच्छा होती. ती पट्कन पुढे झाली. आपली मालकीण रात्रभर जागी आहे, हे तिला माहीत होतं. ती स्वतः तरी कुठे झोपली होती? तिचाही जिन्सेईवर तितकाच जीव होता. इतक्या परक्या लोकांबरोबर जिन्सेईला पाठवू नये म्हणून आपण अपुरे प्रयत्न केले म्हणून तिचं मन तिला खात होतं. त्यातून च्यो-च्योची मानसिक स्थिती आणि त्यांच्या घरात असलेली आत्महत्येची प्रवृत्ती पाहता ती क्षणभरही तिला एकटं सोडणार नव्हती.

तिनं स्वतःलाच रागवून घेतलं होतं, 'मी जिन्सेईला माझ्या गावी लपवून ठेवायला हवं होतं. जहाज गेल्याशिवाय त्याला परत आणायला नको होतं. का नाही

केलं मी तसं, का?'

त्या दोघी वकिलातीत पोचल्या, तेव्हा तिथे कुणीही आलेलं नव्हतं. तिथल्या लाकडी बाकावर त्या वाट पाहत बसून राहिल्या. दूरवर दिसणारे बंदरावरचे लुकलुकणारे दिवे पाहून च्यो-च्योला पुन्हा रडू कोसळलं.

शार्पलेस येऊन पोचला, तोवर च्यो-च्योचा धीर सुटला होता. त्याला येताना पाहून ती धावत पुढे झाली. हुंदके देत ती म्हणाली, "शार्पलेस सान, माझ्या हातून फार मोठी चूक झाली आहे. पिंकरटन सान आणि त्यांची बायको यांना मी जिन्सेईला अमेरिकेला नेऊ दिलं आहे. पण मला माझी चूक समजली आहे. जिन्सेई इथे जपानमध्ये त्याच्या ओका सानबरोबरच हवा. परक्या देशात, दोन परक्यांबरोबर तो कसा काय राहील?

"त्याला परत घेऊन यायला आम्ही बंदरावर गेलो होतो रात्री, पण तोवर जहाज निघून गेलं होतं. हेलेन तर मला म्हणाली होती की, ते उद्या निघणार म्हणून, मग ते कालच कसे निघाले?

"मला सांगा, जिन्सेईला परत कसं आणता येईल? तुमच्या शब्दाला अमेरिकन वकिलातीत खूप मान आहे. तुम्ही काहीही करू शकता. प्लीज, मला मदत करा, शार्पलेस सान."

जिन्सेई आदल्या दिवशी अमेरिकेसाठी रवाना झाला आहे, हे शार्पलेसला माहीत होतं. त्यानंच तर कागदपत्रांची पूर्तता केली होती. त्याच्या कल्पनेप्रमाणे च्यो-च्योनं राजीखुशीनं जिन्सेईला घेऊन जायची परवानगी दिली होती. हेलेननं त्याची तशी खात्री पण करून दिली होती. त्यामुळे च्यो-च्योचा आवेग पाहून शार्पलेस अवाक् झाला.

"च्यो-च्यो सान, थोड्या शांत व्हा पाहू." वरकरणी त्याचा स्वर जरी शांत होता, तरी तो आतून उसळला होता. आपल्या मुलाच्या उत्तम भविष्याचा विचार करून त्याच्या आईनं त्याच्या जन्मदात्या वडिलांना आणि हेलेनला त्याला नेण्यासाठी आपणहून परवानगी दिली आहे, असा हेन्री आणि हेलेननं त्याचा गैरसमज करून दिला होता हे त्याच्या एव्हाना लक्षात आलं होतं. हेन्रीला त्याच्या मुलाला अमेरिकाला नेण्याचा हक्क आहे, असं च्यो-च्योच्या सहीचं पत्रसुद्धा फसवं होतं तर!

"आपण माझ्या ऑफिसमध्ये बसून शांतपणे बोलू या का?" त्यानं सुचवलं.

आत जाऊन तो त्याच्या उंच पाठीच्या खुर्चीवर बसला. त्या दोघी त्याच्या समोरच्या लाकडी खुर्च्यांवर बसल्या. त्यानं बोलायला सुरुवात केली, "च्यो-च्यो सान, मला आधी हे सांगा, की जिन्सेईला अमेरिकेला घेऊन जाण्यासाठी तुम्ही हेलेन आणि पिंकरटनला परवानगी दिली होती का?"

त्यावर मान डोलावत च्यो-च्यो अगदी हळू आवाजात म्हणाली, ''हो! माझी खात्री पटली होती की, अमेरिकेसारख्या देशात जिन्सेईला मोकळेपणानं वाढता येईल. शिवाय, हेलेननं मला वचन दिलं की, जिन्सेईला उत्तम शिक्षण मिळेल. पुढे आयुष्यात चांगल्या संधी मिळतील. इथे जपानमध्ये त्याला यांपैकी काहीही मिळणार नाही. एकतर तो हाफू आहे, दुसरं म्हणजे इथे त्याला त्याच्या ओतो सानचं संरक्षण नाही आणि तिसरं म्हणजे मी गरीब आहे.

''पण माझी चूक झाली. माझ्या मुलाला हे सर्व मिळावं, या एका इच्छेपायी मी इतकी आंधळी झाली की एखाद्या लहान लेकराला त्याची आई असली की सगळं सुख मिळतं, हेही मी विसरले. प्लीज शार्पलेस सान, माझा मुलगा लवकरात लवकर परत मिळवण्यासाठी तुम्ही माझी काही मदत करू शकता का?''

जपानची सीमा ओलांडून जिन्सेई एकदा का अमेरिकेच्या हद्दीत शिरला, की मग हेन्री आणि हेलेनच्या संमतीशिवाय तो च्यो-च्योच्या ताब्यात येऊ शकत नव्हता. निपुत्रिक हेलेन जिन्सेईला परत देईल, याची तर शार्पलेसला मुळीच खात्री नव्हती.

तरीही च्यो-च्योची बिकट अवस्था लक्षात घेऊन त्यानं तिला एकदम नाउमेद केलं नाही. निदान काही दिवस तरी तिची आशा कायम ठेवणं भाग होतं.

म्हणूनच, त्याच्या स्वभावाच्या विरुद्ध जाऊन तो तिला म्हणाला, ''हे पहा, जे झालं, त्याचं मला खूप वाईट वाटतं आहे. मला जी मदत करता येईल, ती मी नक्की करेन. मी पिंकरटन आणि त्याच्या बायकोला कळवतो की तुमचं मन बदललं आहे. ते जिन्सेईला आपणहून द्यायला तयार आहेत का त्याचाही अंदाज घेतो. तसं झालं तर काम सोपं होईल.''

''शार्पलेस सान, थँक यू सो मच! एका क्षणाच्या आहारी जाऊन मी फार मूर्खासारखा निर्णय घेतला. त्यामुळे तुम्हाला आज खूप त्रास होतो आहे. मला माफ करा.'' च्यो-च्योनं दाटलेल्या गळ्यानं म्हटलं.

पण निदान शार्पलेसच्या आश्वासनानं तिला थोडीशी का होईना उमेद मिळाली होती. तिच्या नजरेत त्याचं प्रतिबिंब उमटलं होतं. पिंकरटन आणि हेलेन जिन्सेईला परत देण्यासाठी नकार देतील, याची त्याला खात्री होती. जिन्सेई आता कधीच नागासाकीला परत येणार नव्हता. इतक्या वर्षांच्या नागसाकीतील मुक्कामाच्या दरम्यान शार्पलेस सानला करावं लागणारं हे सर्वांत कठीण काम होतं.

खरंतर त्याला या सगळ्यात पडायचं नव्हतं. पण काय करणार? हेलेनच्या कुटुंबाचे वरपर्यंत लागेबांधे असल्यानं तिचं म्हणणं टाळणं शक्य नव्हतं. म्हणूनच, जिन्सेईची कागदपत्रं तयार करण्यासाठी त्यानं मदत केली होती. शिवाय, जिन्सेईच्या आईनंच परवानगी दिली आहे म्हटल्यावर त्याला अमेरिकेला पाठवण्यात कोणतीही

अडचण नव्हती.

च्यो-च्यो सान आणि सुझुकीला बाहेरपर्यंत सोडून आल्यावर शार्पलेस स्वतःशीच पुटपुटला, 'तू देऊ तर नकोस, मग बघतो! बघतोच तुला!'

तिथून बाहेर पडल्यावर च्यो-च्योची मन:स्थिती थोडीशी बरी झाली होती. त्या आनंदात ती सुझुकीला म्हणाली, ''शार्पलेस सान हो म्हणाले आहेत. अमेरिकन वकिलातीमध्ये त्यांच्या शब्दाला खूप किंमत आहे. त्यामुळे जिन्सेई च्यानला परत आणायला त्यांची नक्कीच मदत होईल.''

का कोण जाणे, पण सुझुकीला शार्पलेसच्या आश्वासनात काही दम वाटला नव्हता. शिवाय, एकदा का जिन्सेईनं जपानची सीमा ओलांडून अमेरिकेच्या हद्दीत प्रवेश केला की, मग त्याच्या दत्तक पालकांच्या अनुमतीशिवाय त्याला परत आणणं केवळ अशक्य होतं.

तरीसुद्धा आपली मालकीण नाउमेद होऊ नये म्हणून तिनं मान डोलावली. शार्पलेसच्या बोलण्याचा विश्वास वाटून च्यो-च्योच्या चेहऱ्यावरची उदासी कमी झाली होती, हे सुझुकीच्या दृष्टीनं त्या क्षणी जास्त महत्त्वाचं होतं. आज न उद्या, शार्पलेसला च्यो-च्योसमोर सत्य उघड करावं लागणार होतं, पण तोवर तिचे काही दिवस आशेपोटी चांगले गेले असते.

शार्पलेसची अवस्था किती वाईट आहे, याची त्या दोघींना कल्पना नव्हती. या नसत्या कामात पिंकरटनला मदत करावी लागली म्हणून तो स्वतःला शिव्या देत होता. त्या दोघी तिथून गेल्यावर त्यानं ताबडतोब जहाजाच्या कप्तानाला टेलिग्राम पाठवला. 'च्यो-च्यो सानचा विचार बदलला आहे. तिला जिन्सेई परत हवा आहे. त्यानुसार पिंकरटन जिन्सेईला परत घेऊन येईल का?' हा निरोप त्यानं कप्तानामार्फत पिंकरटनपर्यंत पोचवला होता.

'शार्पलेस, हे आता शक्य नाही. मी त्या मुलाचा जन्मदाता आहे. आणि च्यो-च्योनं त्याचा ताबा आपणहून मला दिला आहे. मुलाला परत जपानला आणायचा माझा किंवा हेलेनचा मानस नाही. एका मुलाच्या आयुष्याचा प्रश्न आहे हा. ऊठसूट जर कुणी इच्छा बदलत राहिलं, तर त्याला मी काही करू शकत नाही.' पिंकरटनचं हे उत्तर अपेक्षित होतं.

ही बातमी च्यो-च्योला कशी आणि कधी द्यायची, हा मोठाच प्रश्न शार्पलेसला पडला होता. आधीच त्या पोरीची अवस्था खराब झाली होती. ती हा नकार कसा पचवणार होती? मुळात पश्चिमेकडून येणारे मिशनरी आणि व्यापारी यांच्यापायी नागासाकीमध्ये परदेशी लोकांची वर्दळ जास्त वाढली होती. त्यामुळे स्थानिक रहिवाशांमध्ये अस्वस्थता वाढली होती. या पार्श्वभूमीवर शार्पलेसला स्वतःच्या नागसाकीमधील कारकिर्दीमध्ये कुठलाही धोका पत्करायची इच्छा नव्हती.

टोकियोमध्ये अमेरिकन वकिलात सुरू करायला जपानी सरकारने पुन्हा नकार दिला होता. नागासाकीमध्ये असलेली एकमेव वकिलात जपानच्या राजधानीपासून फार दूर होती. स्थानिक लोकांच्या भावना दुखवून नसत्या समस्या ओढवून घेण्यात अजिबात शहाणपणा नाही, हे शार्पलेस जाणून होता.

त्या रात्री त्यानं वकिलातीतून पिंकरटनला अनेक टेलिग्राम पाठवले. 'जिन्सेईला परत पाठव' असं विनंती, धमकी, लाडीगोडी; अशा वेगवेगळ्या प्रकारांनी सांगून पाहिलं. पण कशाचाही उपयोग झाला नाही.

एव्हाना जहाज अमेरिकन हद्दीजवळ पोचलं होतं. प्रवासासाठी आवश्यक कागदपत्रं स्वतः शार्पलेसनं तयार करून दिली होती. त्यामुळे आता हातावर हात चोळत बसण्याशिवाय दुसरा कुठला मार्ग नव्हता. पिंकरटनच्या ते पथ्यावर पडलं.

अपराधीपणाच्या भावनेतून शार्पलेसनं आता पिंकरटनला शेवटचा टेलिग्राम पाठवला. 'जिन्सेई ठीक आहे. आपल्या वडिलांची ओळख त्याला आता झाली आहे. हेलेनची सवय झाली आहे. आम्ही दोघं त्याला आपल्या पोटच्या मुलाप्रमाणे वाढवू आणि आयुष्यात कशाची उणीव भासू देणार नाही.' असं त्यांनी च्यो-च्योला कळवावं, अशी विनंती त्यानं त्यात केली.

काहीतरी विचार करून त्यानं त्यात असंही लिहिलं की, आपला मुलगा कसा आहे, तो नीट स्थिरावला की नाही हे पाहायला पुढे-मागे च्यो-च्योनं अमेरिकेला एखादी चक्कर मारावी, असंही सुचव. आपला निर्णय चुकीचा नव्हता, याची खात्री तिला त्यामुळे पटू शकेल. अर्थात, हे त्यानं अपराधीपणाच्या भावनेतून लिहिलं होतं. तसं काही होणार नाही, हे त्याला माहीत होतं.

त्या टेलिग्रामनंतर हेन्री पिंकरटननं शार्पलेसशी संवाद थांबवला. काहीही झालं तरी च्यो-च्यो आणि नागासाकी हा त्याचा भूतकाळ होता. तो विसरण्यात भलं होतं. हेलेन आणि जिन्सेई- नव्हे केन- त्याचं भविष्य होतं.

असेच चार दिवस गेले. शार्पलेसकडून काहीही निरोप आला नाही. च्यो-च्योचा जीव पुन्हा वरखाली होऊ लागला.

"अजून दोन दिवस वाट पाहून आपण जाऊ शार्पलेस सानला भेटायला वकिलातीमध्ये." सुझुकीनं तिची समजूत काढली. तिला तर सुरुवातीपासूनच शंका होती की, जिन्सेईला परत आणणं महाकठीण आहे, खरंतर अशक्य आहे. त्याला घेऊन ज्या क्षणी जहाज नागासाकी बंदराबाहेर पडलं, त्या क्षणी त्याचे परतीचे मार्ग बंद झाले होते. तो आता कधीही परत येणार नव्हता.

"कदाचित शार्पलेस सानचा पिंकरटन सानशी बोटीवर संपर्क साधला गेला नसेल. आपण थांबू या अजून दोन दिवस." तिनं आपल्या मालकिणीला धीर देण्याचा प्रयत्न केला.

बिचारी च्यो-च्यो! मान डोलावण्याशिवाय दुसरा पर्याय तरी कुठे होता तिच्याकडे? सुझुकी सतत तिला सावरत होती, स्वतः खंबीरपणा दाखवत होती. जिन्सेई गेल्यापासून घर अगदी उदास झालं होतं. त्याचं हसणं, खेळणं, पळापळी; सगळं संपलं होतं. हट्ट नव्हते, लाड नव्हते. होती ती सुन्न करणारी शांतता. सुझुकी नसती तर च्यो-च्योनं काय केलं असतं कोण जाणे!

च्यो-च्योनं मान्य केलेलं पाहून सुझुकीला बरं वाटलं. वाईट बातमी ऐकायची वेळ निदान दोन दिवस पुढे ढकलली गेली होती. पण तिचा आशावाद त्या दिवसापुरता टिकला. दुसऱ्या दिवशी दारावरची घंटा वाजली. तिनं लगबगीनं दार उघडलं. दारात शार्पलेस सान अस्वस्थपणे उभे होते. ते लक्षात घेऊन तिनं त्यांना निमूटपणे घरात घेतलं. च्यो-च्यो बगिच्यात होती. त्यांना आलेलं पाहताच ती हसतमुखानं घाईनं घरात आली.

शार्पलेसचा सुन्न चेहरा पाहून तिच्या काळजाचं पाणी झालं. ऐकू येईल न येईल अशा स्वरात ती म्हणाली, ''शार्पलेस सान, माझ्यासाठी काय बातमी आणली आहे तुम्ही?''

''फारशी काही चांगली बातमी नाही.'' मोठ्या कष्टानं त्यांनी उत्तर दिलं. ''आपलं ठरल्याप्रमाणे गेले काही दिवस मी सतत पिंकरटनशी टेलिग्रामद्वारा संपर्क साधून होतो. जिन्सेईला जपानला परत पाठवण्याची विनंती मी त्याला केली. पण त्यानं ती धुडकावून लावली.

''तो जिन्सेईचा जन्मदाता असल्यामुळे त्याला मुलाला ठेवून घ्यायचा कायदेशीर हक्क आहे. त्यातून, जिन्सेईला अमेरिकेला नेण्याची परवानगी तुम्ही स्वतःच दिली आहे. माझ्या बाजूनं मी आटोकाट प्रयत्न केले. पण आपल्या मुलाला आपण आणि हेलेन अमेरिकेतच वाढवणार आहोत यावर तो ठाम आहे... च्यो-च्यो सान, मला माफ करा. मी तुमच्या मुलाला परत आणू शकलो नाही.''

आपल्या बोलण्यावर च्यो-च्यो दुःखानं वेडी होईल, धाय मोकलून रडेल असं काहीसं त्याला वाटलं होतं. पण झालं उलटंच. च्यो-च्यो दगडासारखी निश्चल झाली. तिच्या चेहऱ्यावर भाव उमटले नाहीत, डोळ्यांत पाणी आलं नाही. त्यांच्या म्हणण्यावर मान डोलावत ती कसंनुसं हसली.

''त्यानं तुम्हाला आवर्जून निरोप दिला आहे की, जिन्सेई ठीक आहे. नव्या आयुष्याची ओळख त्याला झाली आहे. इथून पुढे हेलेन आणि पिंकरटन त्याला अगदी प्रेमानं वाढवतील. त्याला कशाचीही उणीव भासणार नाही.

''हे सगळं अशाप्रकारे घडलं नसतं तर फार बरं झालं असतं, च्यो-च्यो सान. पण जग झपाट्यानं बदलतं आहे. आज ना उद्या तुम्ही अमेरिकेला जाऊन आपल्या मुलाला भेटू शकाल. पिंकरटन म्हणाला आहे तसं.

''आणि अजून एक; पिंकरटननं काही पैसे दिले आहेत तुम्हाला द्यायला. पुढे काय करायचं, हे ठरेपर्यंत वापरता येतील तुम्हाला ते.'' असं म्हणत शार्पलेसनं एक जाडजूड आणि बंद पाकीट तिथल्या टेबलावर ठेवलं.

मनातल्या मनात तो पिंकरटनच्या हलकटपणाला शिव्या देत होता. च्यो-च्योसाठी त्यानं एका पैशाचीही बेगमी केली नव्हती. शार्पलेसनं स्वतःच्या खिशातून हे पैसे दिले होते. च्यो-च्योवर जी वेळ आली होती, त्याला एक प्रकारे तो जबाबदार होता. अपराधीपणाची भावना आणि तिच्याबद्दल सहानुभूती या दुहेरी भूमिकेतून तो तिला ही आर्थिक मदत करत होता.

''तुम्हाला कशाचीही मदत लागली तर मला सांगा.'' अशा प्रसंगी एरव्ही जे गुळमुळीत बोललं जातं, तेच तो बोलला. आपल्या बोलण्यातील पोकळपणा त्यालाही जाणवत होता. पण तो तरी काय करणार! च्यो-च्योला आपल्या मुलाशिवाय इतर काही नको होतं. तिच्यापासून ते मूल दूर करण्यात त्यानं अप्रत्यक्ष हातभार लावला होता.

आभार मानणं, हा जपानी शिष्टाचारांचा अत्यावश्यक भाग मानला जातो. पण च्यो-च्यो इतकी निर्विकार झाली होती की, तिनं तेही केलं नाही. तिची मानसिक अस्वस्थता त्यावरून सहज लक्षात येत होती. काही क्षण असेच गेले. शेवटी शार्पलेस जायला निघाला.

रिवाजाप्रमाणे त्याला दारापर्यंत सोडणं, त्याचा निरोप घेणं अपेक्षित होतं. पण घरातल्या दोघी स्त्रियांपैकी कुणीच पुढे झालं नाही. दुःख, विरह आणि हुरहुर त्या घरात भरून राहिली होती. मोठ्या नाइलाजानं शार्पलेस तिथून बाहेर पडला. त्याची अवस्था बिकट झाली होती. आणि, याला जबाबदार होता तो बेंजामिन पिंकरटन! मनातल्या मनात त्यानं पिंकरटनला त्याच्या निष्ठुरपणाबद्दल यथेच्छ शिव्या घातल्या. अमेरिकन नागरिकांना आकस्मिक आपत्ती प्रसंगी मदत करणं, हे शार्पलेसचं काम असलं तरी त्यांनी निर्माण केलेले वैयक्तिक आणि भावनिक घोळ निस्तरणं हा त्याच्या कामाचा भाग नव्हता.

हेन्री आणि उच्चभ्रू वर्तुळात वावरणाऱ्या त्याच्या बायकोला-हेलेनला शिव्या देणारा शार्पलेस एकटा नव्हता. टेकडीवरच्या त्या छोट्या घरातील पवित्र जागेसमोर बसलेली सुझुकीही तेच करत होती. हेन्री पिंकरटनला आपल्या वाईट कर्मांचं फळ मिळावं आणि आपल्या मालकिणीचा त्रास कमी व्हावा म्हणून ती मनोमन प्रार्थना करत होती.

पुढचे दोन दिवस च्यो-च्यो अंथरुणातून उठली नाही. सुझुकीनं कितीही प्रयत्न केला, तरी तिच्या घशाखाली अन्नाचा घासही उतरला नाही. सुझुकीनं जबरदस्तीनं तिला एखाददुसरा चमचा सूप भरवलं. एरव्ही टापटीप असणाऱ्या च्यो-च्योचा

अवतार तिला बघवत नव्हता. तिनं कसेबसे तिचे केस सावरले.

सुझुकी तशी भाविक नव्हती. पण आता मात्र ती भक्तिभावानं घरातल्या पवित्र श्राइनसमोर प्रार्थना करू लागली. जिन्सेईचा विरह सहन करण्याची ताकद आपल्या मालकिणीत येवो, एवढंच तिचं मागणं होतं. असेच दोन दिवस गेले. तिच्या प्रार्थनेला तिसऱ्या दिवशी यश आलं. अंथरुणातून उठून च्यो-च्योनं तिच्याकडे गरम चहा आणि जेवणाची इच्छा प्रदर्शित केली.

सुझुकीला इतका आनंद झाला की, लगबगीनं च्यो-च्योला गरमागरम चहा देऊन जेमतेम अर्ध्या तासात तिनं ताजा स्वयंपाक करून बांबूच्या ट्रेमध्ये तिच्यासमोर आणला. च्यो-च्योचं जेवण होईपर्यंत तिनं जास्मिन बाथची झटपट तयारी केली. गेल्या तीन दिवसांचा ताण, अश्रू आणि दुःख अंघोळीबरोबर वाहून जाईल अशी तिला खात्री होती.

आपली मालकीण पुन्हा माणसात आलेली पाहून ती अगदी सुखावली होती. पोटात दोन घास गेल्यामुळे च्यो-च्योच्या चेहऱ्यावरचा रंग परत आला होता. सगळं इतकं पहिल्यासारखं वाटू लागलं की, आत्ता जिन्सेई दाराआडून डोकावेल आणि नेहमीप्रमाणे लपंडाव खेळेल, असं काहीसं तिला वाटलं. च्यो-च्यो दुःखातून इतकी पट्कन बाहेर आली, हे पाहून तिला कुठेतरी थोडीशी धास्तीसुद्धा वाटत होती.

गरम पाण्यानं मनसोक्त अंघोळ केल्यावर च्यो-च्योनं सुंदरशी हेअरस्टाइल करण्यासाठी सुझुकीची मदत घेतली. जिन्सेई अमेरिकेला गेल्यापासून आज पहिल्यांदाच ती अशी छान तयार झाली होती. सुझुकीला तर खूप उत्साह वाटला.

''पहा बरं, पुन्हा सुंदर दिसू लागला आहात तुम्ही.'' नुकत्याच न्हायलेल्या च्यो-च्योच्या केसांत शेवटची क्लिप अडकवत ती म्हणाली.

''पुन्हा?'' च्यो-च्योनं चक्क हसून उत्तर दिलं. सुझुकीला जरा आश्चर्य वाटलं. ''मी नेहमी सुंदरच तर दिसते ना?''

''च्यो-च्यो सान, तुम्हाला असं हसताना पाहून किती छान वाटतंय म्हणून सांगू! आणि आज तुम्ही फारच सुंदर दिसत आहात. मी खात्रीनं सांगते की, आता सगळं छान होईल.'' सुझुकी मनापासून म्हणाली.

मायेनं तिचे केस विस्कटत च्यो-च्यो हसून म्हणाली, ''हो सुझुकी. मी आज एक महत्त्वाचा निर्णय घेतला आहे. जे झालं, ते स्वीकारायचं ठरवलं आहे. त्यामुळे मला आता बरं वाटतं आहे.''

उन्हं ओसरू लागली. च्यो-च्योनं सुझुकीला हाक मारली. बाजारातून आणायच्या सामानाची यादी तिच्याकडे देऊन च्यो-च्यो म्हणाली, ''तू हे घेऊन ये. तोपर्यंत मी जरा विश्रांती घेते.''

''नक्की का? तुम्ही ठीक आहात ना?'' सुझुकीनं काळजीनं विचारलं. जिन्सेई

गेला त्याला आता जवळपास दोन आठवडे झाले होते. या काळात तिनं आपल्या मालकिणीला क्षणभरही एकटं सोडलं नव्हतं. दोनेक तास बाहेर जायच्या कल्पनेनं तिला आनंद झाला असला तरी च्यो-च्योला एकटं सोडणं तिला नको वाटत होतं.

"काय वेडीबिडी आहेस का सुझुकी सान? अगं, मला काय होणार आहे?" च्यो-च्यो हसून म्हणाली. "माझ्याकडे पाहून असं वाटतं आहे का की, मी कोणत्याही क्षणी कोलमडून पडेन?

"आपल्यासारख्यांना खंबीर राहावं लागतं बघ. थांबून कसं चालेल? पुढे जात राहायला हवं आपल्याला. आता जा बरं पट्कन आणि अंधार पडायच्या आधी परत ये. मग आपण दोघी मिळून स्वयंपाकाचं पाहू या."

तिचं म्हणणं सुझुकीला पटलं. हातात मोठी पिशवी घेऊन, चपला घालून ती पट्कन बाजारात निघाली. बाहेर मस्त हवा होती. इतक्या दिवसांनी घरातून बाहेर पडल्यावर तिला जाणवलं की, घरात किती कोंदट झालं होतं. च्यो-च्योलासुद्धा शक्य तितक्या लवकर घरातून बाहेर काढायचं, हे तिनं मनाशी ठरवलं.

तिने मागे वळून पाहिलं, तर च्यो-च्यो खिडकीशी हात हलवत उभी होती. तिचा सुंदर चेहरा उतरत्या उन्हात चमकत होता. तिचा आनंद उसना असावा अशी शंका सुझुकीला आली, तरीही आपली मालकीण हसते आहे, इतकंच तिच्यासाठी पुरेसं होतं.

प्रकरण १४

खरं म्हणजे, च्यो-च्योनं निष्कारण सुझुकीला बाहेर घालवलं होतं. किमान दोन तास ती घरी येणार नाही, अशी रिकामी कामं तिच्या मागे लावून दिली होती. च्यो-च्योला मनातली योजना पार पाडायची होती, त्यासाठी तिला एकांत आणि निवांतपणा गरजेचा होता.

कालच तिनं पक्का निश्चय केला होता. काय करणार! तिच्यासमोर दुसरा कुठला मार्ग नव्हताच. जिन्सेईशिवाय जगणं बटरफ्लायला अशक्य होतं. बहुधा ती आपल्या लेकाला कायमचं गमावून बसली होती.

हातातल्या कागदावर तिनं शाईत बुडवलेल्या ब्रशनं लिहायला सुरुवात केली,

'सुझुकी सान, तू हे पत्र वाचशील, तेव्हा मी इथे नसेन. माझी काळजी करू नकोस. मी अशा ठिकाणी जाते आहे, जिथे वेदनांचं नाव नसेल. मला दुःख सोसावं लागणार नाही. तिथे फक्त मनःशांती मिळेल मला. तुला असं सोडून जावं लागत आहे, याचं मला खूप वाईट वाटत आहे. मला माफ कर. आणि हे बघ, हे जग शक्य तितक्या लवकर सोडून जायची माझी इच्छा आहे. तेव्हा अगदी साध्या पद्धतीनं माझे अंतिम संस्कार कर. माझ्याजवळ असलेले सगळे पैसे आणि हे घर आता तुझं आहे. गेली कित्येक वर्षं तू माझ्याकडे प्रामाणिकपणे काम करते आहेस. आपलं नातं नोकर-मालकीण असं उरलेलं नाही. तू माझी एकनिष्ठ मैत्रीण आहेस. माझ्या वाटेनं जाऊ नकोस. चांगलं आयुष्य जग. जर कधी तुला जिन्सेई कुठे भेटलाच, तर त्याला आपल्या ओका सानबद्दल नक्की सांग. आपली कहाणी त्याला ऐकव. कधीतरी, कुठेतरी भेटूच; तोपर्यंत सायोनारा.'

पत्र लिहिण्यात अर्धा तास गेला. आता अजून वेळ घालवण्यात अर्थ नव्हता. नाहीतर तिनं ठरवलेलं काम पूर्ण होण्याआधीच सुझुकी येऊन टपकायची शक्यता

होती.

च्यो-च्यो घाईनं उठली. अनेक वर्षांपूर्वी तिच्या ओतो साननं हाराकिरी करायला जी कट्यार वापरली होती, ती तिनं आजवर लपवून ठेवली होती. तेव्हा त्यांचे अंत्यविधी झाल्यावर ती कट्यार त्यांच्या कुटुंबाकडे परत आली होती. तिनंच तेव्हा ती घाईनं दिसणार नाही अशा ठिकाणी खुपसून ठेवली होती. ती कट्यार वापरायची वेळ एक दिवस आपल्यावर येणार आहे हे तिला काय ठाऊक!

कट्यारीचं धारदार पातं लखलखलं. त्याचा थंड स्पर्श आणि नजरेला जाणवणारी धार... च्यो-च्योच्या पाठीच्या कण्यातून शिरशिरी गेली. तिला दरदरून घाम फुटला. आपला निर्णय चुकतो आहे का असं तिला वाटून गेलं. पण तिनं क्षणाचाही अवधी दवडला नाही. मन घट्ट करत ती कट्यार घेऊन बैठकीच्या खोलीत आली.

जी-ए-आय – जीगाई- हाराकिरीचा सौम्य प्रकार, जपानी स्त्रियांसाठी. तो करायच्या आधी काही विधी पार पाडणं गरजेचं असतं, हे तिला ठाऊक होतं. पण तिच्याकडे आत्ता तितका वेळ नव्हता. पुन्हा एकदा तिचा धीर सुटला. कट्यार तिच्या हातातून सुटून जमिनीवर पडली.

'मी नाही करू शकत हे, नाही करू शकत!' तिचा आतला आवाज किंचाळला.

पण मग गेल्या कित्येक दिवसांच्या यातना तिला आठवल्या. दुःख, वेदना, कायमचा दाटून आलेला काळोख. जिन्सेईशिवाय तिच्या जगण्याला अर्थ होताच कुठे? तो तर दूर निघून गेला होता, कधीही परत न येण्यासाठी. त्याच्याशिवाय जगायची तिची तयारी होती का?

'नाही! मनातलं हे दुःख घेऊन मी नाही जगू शकत आता एकही दिवस.

'ओतो सान, तुमची थोडी हिंमत द्या मला. मग मीही तुमच्याबरोबर शांतीच्या त्या जगात येऊ शकेन.

'जी-ए-ई! जिन्सेई, हे तुझ्यासाठी आहे माझ्या बाळा!' असं म्हणून तिनं सगळा धीर एकवटून कट्यार धरलेला हात उंचावला आणि मानेवरच्या मुख्य शिरेवरून सफाईदारपणे फिरवला. जी-ए-ईचा हा महत्त्वाचा भाग होता. आता फक्त शांती अनुभवायला येणार होती तिला. तिच्या शरीरभर वेदनेचा डोंब उसळला. रक्ताचं कारंजं उसळलं! बस्स! काही क्षण! आणि, ती जमिनीवर कोसळली. वेदनेचा अंशही तिला जाणवेनासा झाला. ती आता कुणीही नव्हती. तिला काही जाणवत नव्हतं. सगळीकडे निव्वळ दाट अंधार तेवढा होता.

संपलं सगळं. ते सोसणं संपलं, ते भोग संपले. तिनं सगळं मागे सोडलं होतं. आता ती तिच्या ओतो सानला भेटायला शांतीच्या प्रदेशात निघाली होती. तिच्या चेहऱ्यावर एक अस्फुट हसू उमटलं.

तिकडे बाजारात गेलेल्या सुझुकीची सगळी खरेदी आटोपली होती. मोठी मस्त

हवा पडली होती. आपल्या आवडत्या चहाचा आस्वाद घेऊन मग घरी जावं, असं तिचं एक मन सांगत होतं. मार्केटमध्ये उत्साहाचं आणि आनंदाचं वातावरण होतं. कितीतरी दिवसांनी तिला प्रसन्न वाटत होतं.

पण मालकीण! तिची मन:स्थिती किती नाजूक होती. तिला एकटीला सोडून यायलाच नको होतं आपण. सुझुकीला एकदम अपराधी वाटलं. खूप वेळ झाला होता तिला घर सोडून. अचानक तिच्या जिवाची घालमेल झाली. घाईघाईनं आपल्या पिशव्या गोळा करत ती घराकडे निघाली.

घराजवळ येताच आत लागलेले दिवे पाहून तिला हुश्श झालं. तिची वाट पाहून च्यो-च्यो साननं लावले असणार दिवे. बहुतेक कंटाळून ती स्वयंपाकाला लागली असणार.

"काय तरी माझा वेडेपणा! उगाच भलतेसलते विचार करत बसले आणि आवडत्या चहाला मुकले." स्वतःशी बडबडत सुझुकी लगबगीनं घरात शिरली. "तदाईमा! मी आले घरी!"

बैठकीच्या खोलीत येताच तिथलं दृश्य पाहून ती हादरली, जोरजोरात किंचाळू लागली. तिची लाडकी मालकीण चटईवर रक्ताच्या थारोळ्यात पडली होती. अजूनही तिच्या उजव्या हातात कट्यार घट्ट धरलेली होती.

"अरे देवा! च्यो-च्यो सान! हे काय करून बसलात तुम्ही!" ती वेड्यासारखं ओरडू लागली. "तुम्हाला एकटीला सोडून मी जायलाच नको होतं. चुकलंच माझं!"

पण सुझुकी तावूनसुलाखून तयार झालेली होती. तिनं पट्कन स्वतःला सावरलं. अशा परिस्थितीत काय करता येईल, हा विचार तिच्या मनात आला. काहीही करून लवकरात लवकर मदत मिळवायला हवी हे तिच्या लक्षात आलं.

"फार उशीर होण्याआधी मला मदत मिळवायला हवी, अजूनही धुगधुगी आहे... पट्कन... काय करू बरं..."

एक क्षणही न गमावता ती घरातून तडक बाहेर पडली. नेमक्या त्या वेळेस शार्पलेस तिथे पोचला. खूप दिवसांत च्यो-च्योची काही खबरबात नाही म्हणून तो मुद्दाम वाकडी वाट करून तिला भेटायला आला होता. हा तोच माणूस होता, ज्यानं तिच्या मालकिणीचा मुलगा चोरून न्यायला पिंकरटनला मदत केली होती. त्यापायी आज ही वेळ येऊन ठेपली होती. पण आज त्याला पाहून सुझुकीचा जीव भांड्यात पडला.

"शार्पलेस सान, भयंकर! फार वाईट झालंय! च्यो-च्यो सान..."

तिचं वाक्य संपण्याआधी शार्पलेसनं आत धाव घेतली. त्याचं हृदय धडधडत होतं. नेमकं काय झालं असेल! त्याला ज्याची भीती होती, तेच झालं होतं. च्यो-

च्योनं जिवाचं बरंवाईट करून घेतलं होतं. या सगळ्याला कारणीभूत होता तो पिंकरटन. आता स्थानिक लोक अतिशय चिडतील, याची त्याला जाणीव होती.

"सुझुकी, पट्‌कन एक कपडा दे." त्यानं हुकूम सोडला.

च्यो-च्योचा जीव अजून गेला नव्हता. एक क्षणदेखील न गमावता तिला अमेरिकन हॉस्पिटलमध्ये न्यायला हवं, हे त्याच्या लक्षात आलं.

एखाद्या वाहनाची सोय करण्याइतका वेळ नव्हता त्याच्या हातात. मागचा पुढचा विचार न करता त्यानं तिला पातळ गादीवरून हॉस्पिटलमध्ये न्यायचं ठरवलं. सुदैवानं, ते इथून फार दूर नव्हतं.

हमसून रडणाऱ्या सुझुकीच्या मदतीनं त्याने च्यो-च्योला अलगद बिछान्यात ठेवलं. त्यानंतर टेकडीवरच्या त्या घराचा वळणावळणाचा रस्ता पार करत धापा टाकत ती वळकटी घेऊन तो कसाबसा अमेरिकन हॉस्पिटलमध्ये पोचला. "ती जगू दे" म्हणून तो अव्याहत देवाची प्रार्थना करत होता. च्यो-च्यो मेली असती तर स्थानिक रहिवाशांनी एका अमेरिकन माणसावर सरसकटपणे ताशेरे ओढले असते. कदाचित त्याचंही नाव त्यात गोवलं गेलं असतं.

शार्पलेस स्वतः फार काही धिप्पाड नव्हता. पण त्या क्षणी त्याची आंतरिक शक्ती कामाला आली. म्हणूनच तो त्या मरणोन्मुख तरुणीला बिछान्यात गुंडाळून सारा रस्ता पळत हॉस्पिटलमध्ये घेऊन येऊ शकला. तो तिथे पोचताच तिथल्या नर्स आणि डॉक्टरांनी च्यो-च्योला ताब्यात घेऊन उपचारांना सुरुवात केली.

त्याच्या पाठोपाठ सुझुकी धापा टाकत पोचली. दोघंही तिथल्या खुर्च्यांमध्ये कोसळले.

"त्यांना एकटं सोडून मी बाजारात जायलाच नको होतं," हुंदके देत सुझुकी बोलू लागली. "मला समजायला हवं होतं की, त्यांना एकटं का राहायचं आहे... ही सगळी माझी चूक आहे. खरंतर त्यांच्या जागी मी मरायला हवं होतं."

"हे बघ सुझुकी सान, यात तुझी काय चूक आहे?" जरा दम गेल्यावर शार्पलेस बोलू लागला. "च्यो-च्यो मालकीण आहे तुझी. मग तिनं सांगितलेली कामं तर तुला करावीच लागतील ना. तेव्हा उगाच स्वतःला दोष देऊ नकोस."

पण शार्पलेसनं कितीही सांगितलं तरी सुझुकीची समजूत काही पटेना. शेवटी त्याने तिला समजावण्याचा नाद सोडला. च्यो-च्यो यातून जगावी, यासाठी त्याने मनोमन प्रार्थना करायला सुरुवात केली. नागासाकी बंदरात येणाऱ्या अमेरिकन जहाजांची संख्या अलीकडे खूप वाढली होती. त्यातून मोठ्या संख्येनं उतरणाऱ्या मिशनरींमुळे स्थानिक जनता प्रचंड नाराज झाली होती. या पार्श्वभूमीवर त्याच्या देशबांधवाच्या पोरकटपणापायी या पोरीचा जीव गेला असता तर काही खरं नव्हतं.

आणि मुख्य म्हणजे, त्याला बटरफ्लायबद्दल मनापासून सहानुभूती वाटत

होती. इतक्या तरुणपणी तिनं अशा वाईट पद्धतीनं मृत्युमुखी पडावं, असं त्याला मुळीच वाटत नव्हतं. तो काही धार्मिक नव्हता. पण च्यो-च्योचा जीव वाचावा म्हणून आज नकळत तो देवाची प्रार्थना करू लागला. संपूर्ण रात्र त्यानं प्रार्थना म्हणत जागून काढली.

अतिथकव्यामुळे कधीतरी मध्यरात्री त्याचा आणि सुझुकीचा डोळा लागला. त्याला जाग आली, तेव्हा कोणीतरी त्याला गदागदा हलवून उठवत होतं. त्या अमेरिकन हॉस्पिटलमध्ये नुकत्याच भरती झालेल्या नवीन डॉक्टरांपैकी एक डॉक्टर त्याच्यासमोर होते.

"मिस्टर शार्पलेस, तुम्ही संध्याकाळी ज्या तरुणीला इथे उपचारांसाठी घेऊन आलात, त्यांचा जीव वाचवण्यासाठी तातडीनं ऑपरेशन करावं लागणार आहे. या कन्सेंट फॉर्मवर सही लागेल त्यांच्या घरच्यांची किंवा नातेवाइकांची." बावचळलेल्या शार्पलेसच्या हातात एक फाइल कोंबत ते डॉक्टर पुढे म्हणाले, "वेळ थोडा आहे. परिस्थिती वाईट आहे. शक्य तितक्या लवकर सही लागेल. कोण करेल ती?"

"मी! त्यांची जबाबदारी माझ्यावर आहे, तेव्हा मीच सही करेन." असं म्हणत शार्पलेसनं सही केली. त्याच्या कुटुंबाचा भाग नसलेली, कायद्यानं कुठल्याही अधिकारात न येणारी च्यो-च्यो, तिच्या फॉर्मवर आपण सही कशी करावी, हा विचारही त्याच्या मनाला शिवला नाही.

तो अमेरिकन वकिलातीत उच्चपदस्थ अधिकारी होता. त्या हॉस्पिटलला वकिलातीच्या मदतीवर अवलंबून राहावं लागत असे. त्यामुळे च्यो-च्योशी त्याचा काही संबंध आहे की नाही, याची शहानिशा करण्याची ही वेळ नाही हे त्या डॉक्टरच्या लक्षात आलं. परिस्थिती विचित्र होती आणि हातात वेळ फार थोडा होता. एका जीवाचा प्रश्न होता!

"तिचा जीव वाचवण्यासाठी प्रयत्नांची पराकाष्ठा करा." अतिशय थकलेल्या स्वरात शार्पलेस म्हणाले. सह्या केलेले कागद डॉक्टरांच्या हातात देताना त्यांनी बजावलं, "हे पहा, ती मुलगी स्थानिक आहे. ती जर गेली, तर इथले रहिवासी अमेरिकनांना त्रास देतील. सगळ्यांना माहीत आहे की, एका अमेरिकन माणसापायी तिची ही अवस्था झाली आहे."

"सर, शक्य ते सगळे प्रयत्न करेन मी." तो तरुण डॉक्टर अदबीनं म्हणाला. "पण तिची जखम खूप खोल आहे. तिच्या जिवाला धोका आहे. सुदैवानं, गळ्याची शीर पूर्णपणे कापली न गेल्यानं आम्ही रक्त वाहणं थांबवू शकलो. तरीसुद्धा सांगता येत नाही. ऑपरेशननंतरही ५०टक्के शक्यता आहे. पाहू या ती कशी साथ देते."

"थँक यू, ती चांगल्या डॉक्टरांच्या हातात आहे. आम्हीही प्रार्थना करतो. आणि काही लागलं-सावरलं तर वकिलातीत निरोप पाठवा."

सुझुकीनं घरी जावं म्हणून शार्पलेसनं खूप आग्रह केला, पण तिनं मुळीच ऐकलं नाही.

"प्लीज सुझुकी सान, घरी जा. थोडी विश्रांती घे. काही खाऊन घे. इथे नुसतं बसून राहण्याशिवाय काहीही करता येणार नाही."

"छे, छे! मुळीच जाणार नाही. एकदाच मी त्यांना एकटं सोडलं आणि काहीच्या काही होऊन बसलं."

"हो, बरोबर आहे तुझं म्हणणं. पण आता इथे हॉस्पिटलमध्ये त्या कसं स्वतःला संपवू शकतील? आणि तसंही तू इथे बसून राहिलीस तरी तुला च्यो-च्यो सानना भेटायला थोडी मिळेल? पुढचे कितीतरी दिवस त्यांची विशेष काळजी घ्यावी लागेल." थोडंसं वैतागून शार्पलेस म्हणाला. केलेल्या धावपळीमुळे आणि आलेल्या प्रचंड ताणामुळे तोही थकला होता. एखाद्या अमेरिकनापायी पुन्हा स्थानिक रहिवाशाला काही त्रास न झालेला बरा असं त्याला वाटणं स्वाभाविक होतं.

तो पुन्हा म्हणाला, "हे बघ, घरी जा. तुझी मालकीण घरी येईल, तेव्हा तिची नीट काळजी घेण्यासाठी तू बरी असायला हवी ना! त्या वेळेस तिला तुझी खरी गरज असणार आहे. आत्ताच्या घटकेला तू घरी जाण्यात शहाणपणा आहे."

शार्पलेसच्या बोलण्यात तथ्य होतं. शिवाय, एव्हाना सुझुकीसुद्धा थकून गेली होती. कसेतरी पाय ओढत ती हॉस्पिटलमधून बाहेर पडून घराच्या दिशेनं चालू लागली.

ती घरात येताच तिला ताज्या रक्ताचा दर्प जाणवला. बैठकीच्या खोलीपासून पार दरवाजापर्यंत रक्ताचा ओघळ आला होता. च्यो-च्योला हॉस्पिटलमध्ये नेण्याच्या गडबडीत सुझुकीचं तिकडे लक्ष गेलं नव्हतं.

तो रक्ताचा ओघळ म्हणजे सुझुकीच्या निष्काळजीपणाची खूण होती. आपल्या मालकिणीचं रक्षण करण्यात तिला अपयश आलं होतं. तिला हुंदका दाटून आला. मन खंबीर करत तिनं स्वच्छता करण्यासाठी कंबर कसली. त्यानंतर कितीतरी वेळ ती रक्ताचे डाग घासून घासून काढत होती. तिच्या घासण्यापायी चटई विरली तरी ती थांबली नाही. रक्ताचा प्रत्येक थेंब जाईपर्यंत आणि हवेतील रक्ताचा गंध जाईपर्यंत ती घासत राहिली.

काम करताना तिला तिथेच कधीतरी नकळत झोप लागली.

अचानक तिला जाग आली. खोलीत लख्ख सूर्यप्रकाश पसरला होता. तिला बाळाच्या हसण्याचा आवाज आला. इकडे तिकडे रांगणारं ते बाळ खिडकीतून आत आलेल्या पिवळ्या रंगाच्या फुलपाखराला पकडण्यात गर्क झालं होतं.

"जिन्सेई, तू परत आलास!"

प्रकरण १५

गेले चार दिवस निश्चेष्ट अवस्थेत हॉस्पिटलच्या पलंगावर पडलेल्या त्या देहानं शेवटी एकदाची हालचाल केली. च्यो-च्योनं डोळे उघडायचा प्रयत्न केला. उघड्या खिडक्यांतून आत शिरणाऱ्या दुपारच्या लख्ख उन्हानं तिचे डोळे दिपले.

कुठे होती ती? तिचे ओतो सान ज्या शांतीच्या प्रदेशात जाऊन पोचले होते, तो प्रदेश का दिसत नव्हता? हे आजूबाजूला असं काय दिसत होतं?

तिनं मान वर उचलायचा प्रयत्न केला. त्यासरशी तिला प्राणांतिक वेदना जाणवल्या. मानेतून येणाऱ्या त्या कळांपायी तिनं आपोआप पांढऱ्याशुभ्र मऊ उशीवर डोकं टेकवलं.

तितक्यात तिच्या उजव्या बाजूला काहीतरी हालचाल झाली. कुणीतरी तिच्या हाताला हलका मसाज करू लागलं. तिच्या हातात जीव आल्यासारखं तिला वाटलं. तो आश्वासक स्पर्श सुझुकीचा होता, हे तिच्या लक्षात आलं.

"सुझुकी सान, तू आहेस का?" मोठ्या कष्टानं तिच्या तोंडातून शब्द बाहेर पडले. तिच्या घशाला चांगलीच कोरड पडली होती. बोलण्याचे कष्ट तिला सहन होत नव्हते.

"श्श! अगदी बोलायचं नाही च्यो-च्यो सान! तुमची जखम अजून भरली नाहीये. गेले चार दिवस तुम्ही बेशुद्ध होतात. त्यामुळे घशाला चांगलीच कोरड पडली असेल तुमच्या. थांबा हं, मी पट्कन तुमच्यासाठी पाणी घेऊन येते."

तिच्या बोलण्यावर च्यो-च्योनं मान डोलावल्यासारखी केली. त्या निर्जीव, थंडगार हॉस्पिटलमध्ये आपली सुझुकी आपल्याबरोबर आहे, हे पाहून तिला हुश्श झालं. तिचा घसा आणि डोळे इतके ठणकत नसते तर ती आत्ता ढसाढसा रडली असती. सगळं चुकलं होतं. तिनं ठरवल्याप्रमाणे काहीच घडलं नव्हतं. जी-ए-ई

केल्यावर तिनं या जगात असणं अपेक्षित नव्हतं. शरीर आणि मनातील वेदना वागवत तिला अशी जाग येणंसुद्धा अपेक्षित नव्हतं.

तितक्यात सुझुकी पाणी घेऊन आली. कोरड पडलेल्या च्यो-च्योच्या घशाला पाण्यामुळे खूप छान वाटलं. जशी काही जादूच! तिची तहान शमेपर्यंत ती पाणी पीत राहिली. अगदी शेवटचा थेंब संपेपर्यंत.

"सुझुकी सान, कशाला वाचवलंस मला?" पाणी पिऊन ताजीतवानी झालेल्या च्यो-च्योनं विचारलं. "अगं मरू द्यायचं मला, निदान माझ्या वडिलांना भेटले असते मी पलीकडच्या जगात. इथे जगून काय करायचं मला आता? एकतर पोटच्या पोराला देऊन बसले, दुसरं म्हणजे हाराकिरीसुद्धा अयशस्वी झाली. काय अर्थ आहे माझ्या जगण्याला?" तिनं कळवळून विचारलं.

"च्यो-च्यो सान, शार्पलेस साननं वाचवलं तुम्हाला." सुझुकी सांगू लागली. "बाजारातून घरी आल्यावर मला जेव्हा तुम्ही हाराकिरि केलेली दिसली, तेव्हा माझा तर धीर सुटला होता. कुठून मदत आणायची, तेही मला कळेना. नेमके तेव्हाच शार्पलेस सान देवासारखे धावून आले. आपलं कसं काय सुरू आहे, हे पाहायला आले होते ते. बिछान्यात गुंडाळून त्यांनीच आणलं तुम्हाला इथे हॉस्पिटलमध्ये."

"हे सगळं बोलण्यासाठी मी जिवंत असणं पण अपेक्षित नाही खरंतर, तरीही माझ्यामुळे तुला आणि शार्पलेस सानला जो त्रास झाला, त्याबद्दल मनापासून माफी मागते मी तुमची दोघांची.

"सुझुकी, मी तुला वाऱ्यावर नाही सोडलं. तू एकटीच माझी आहेस. म्हणून जाण्याआधी घर आणि असतील नसतील ते पैसे मी तुझ्या नावानं केले होते. आयुष्याचं पुढे काय करायचं, हे ठरवेपर्यंत ते तुला पुरले असते."

"माहीत आहे मला! तुम्ही लिहून ठेवलेली चिठ्ठी वाचली मी. ती वाचल्यावर तर मी तुम्हाला वाचवण्याचा निर्धार पक्का केला. मला तरी कोण आहे तुमच्याशिवाय?" सुझुकीनं मान डोलवत म्हटलं. "आता मला वचन द्या की हाराकिरीच्या 'संहिते'चा मान तुम्ही ठेवाल. एकदा ती अयशस्वी झाल्यावर तुम्ही परत प्रयत्न करणार नाही स्वतःचं आयुष्य संपवण्याचा. हाराकिरीला ते मान्य नाही. तुम्ही जगणं, हेच तुमचं नशीब आहे. ते मान्य कराल, ह्याचं वचन द्या मला."

"हो सुझुकी! मी हाराकिरीचा सन्मान करेन. पुन्हा कधीही आत्मघाताचा प्रयत्न करणार नाही. मी जिवंत राहण्यामागे नक्की काहीतरी कारण असणार. कदाचित जिन्सेईला पुढे-मागे माझी गरज पडेल. तो आपल्या ओका सानला हाक मारेल, तेव्हा मी पाहिजे ना समोर 'ओ' द्यायला.

"मी आता ठरवलं आहे की, मला बरं वाटू लागलं की, माझ्या बाळाशी रोज रात्री पत्ररूपानं संवाद साधेन. देवाची इच्छा असेल तर एक न एक दिवस त्याला

माझी पत्रं नक्की मिळतील. आपली ओका सान रात्रंदिवस आपला विचार करत होती, हे त्याच्यापर्यंत पोचेल ना त्यातून!''

''आमच्या गावात असं म्हणतात की, एखादं वर्ष हंगाम चांगला नसतो, तेव्हा आयुष्यातील प्रत्येक दिवस हेतुपूर्वक जगा, जसं तुम्ही एखाद्या पुस्तकाचं प्रत्येक पान वाचाल ना अगदी तसंच.'' सुझुकी लगबगीने म्हणाली. ''तसं करण्यानं कोणी मरत नाही काही.''

कसा का असेना पण तिच्या मालकिणीच्या फिकुटलेल्या गालांवर थोडासा रंग आलेला पाहून सुझुकीला बरं वाटलं. शिवाय, इथून पुढे नीट जगायचं कबूल केलं होतं तिनं. सुझुकीला तरी आणखीन काय हवं होतं म्हणा! इतकी पद्धतशीर योजना आखून हाराकिरी केल्यावरसुद्धा ती अपयशी ठरून तिच्या च्यो-च्यो सानचे प्राण वाचले होते. त्यासाठी श्राइनमध्ये जाऊन देवाचे आभार मानायचे, असं तिनं मनोमन ठरवलं.

सेप्पुकू किंवा हाराकिरी करणाऱ्यांपैकी फारच क्वचित कोणी पुरुष किंवा स्त्री आजवर वाचली होती. सुझुकीला लक्षात आलं की, च्यो-च्यो सानचं आयुष्य न संपण्यामागे नक्की काहीतरी कारण आहे.

मालकिणीच्या हातावर हात ठेवत ती म्हणाली, ''जीवन एखाद्या वर्तुळासारखं पुढे जात असतं. एक ना एक दिवस दोन्ही टोकं एकत्र येऊन वर्तुळ पूर्ण होतं. इथे नागासाकीमध्येच तुम्ही तुमच्या मुलाला-जिन्सेईला भेटाल. मी खात्रीनं सांगते तुम्हाला.''

त्यावर च्यो-च्योनं फक्त मान डोलावली. सुझुकीनं खायला लावलेलं ओकायू-पेज, सूप आणि भात पोटात गेल्यामुळे तिचं पोट भरलं होतं. तिला आता परत ग्लानी येऊ लागली होती.

झोपेत एक पिटुकला हात तिच्या गालांवर विसावला. ओळखीचं खुदखुदणं तिच्या कानांवर पडलं. सोनेरी केसांवर विसावलेली सूर्याची किरणं खोलीभर पसरली. जिन्सेई तिच्या कुशीत सुखावला होता. आयुष्य पहिल्यासारखं सुरळीत झालं होतं.

पण छे! च्यो-च्योला जाग आली, तेव्हा तिच्या पलंगाभोवती अनोळखी लोकांचा गराडा पडला होता. डॉक्टर आणि नर्सेसचा ताफा तिच्या तब्येतीची विचारपूस करायला आला होता. अस्वस्थ सुझुकी बाजूला उभी होती.

''स्वप्न... स्वप्न पडलं होतं मला!''

तिचे हात रिते होते आणि मनही! मोठ्या कष्टानं तिनं स्वतःला आवरलं. या अनोळखी लोकांसमोर ती डोळ्यांतून अजिबात पाणी काढणार नव्हती.

तिची संपूर्ण तपासणी केल्यावर तिच्या प्रगतीबद्दल त्या मेडिकल टीमचं समाधान झालं. योग्य टिप्पणी करत ते निघून गेले. च्यो-च्योनं स्वतःला बजावलं,

'सुझुकी साननं काय सांगितलं आहे ते लक्षात आहे ना! प्रत्येक दिवस परिपूर्णपणे जगा, जणू तुम्ही एखाद्या पुस्तकाचं प्रत्येक पान लक्षपूर्वक वाचत आहात.'

तितक्यात सुझुकी तिच्या बाजूला येत उत्साहानं म्हणाली, ''आत्ताच एक नर्स म्हणाली की, तुमची तब्येत झपाट्यानं सुधारते आहे. परवा दुपारी तुम्हाला घरी सोडता येईल. कधी एकदा घरी जातो असं झालंय मला!''

च्यो-च्योनं उसनं अवसान आणायचा प्रयत्न केला. तसं तर तिला इथे हॉस्पिटलमध्ये बरं वाटत होतं. तिच्या मनातली भुतं इथे बाहेर येत नव्हती. तरीही, 'आपल्याला बरं व्हायचं आहे' हा एकच विचार तिच्या मनात रुंजी घालत होता.

बिचारी सुझुकी! तिच्यावर मात्र खूप भार पडला होता. आपलं सामान गोळा करून ती गावी निघून गेली नाही, हे एक आश्चर्य होतं.

दुसऱ्या दिवशी अचानक तिथे सगळ्यांची गडबड उडाली. च्यो-च्योच्या तब्येतीची विचारपूस करायला अमेरिकन वकिलातीतून स्वतः शार्पलेस सान तिथे येऊन पोचले होते. एम्बसीमधल्या राजदूतानं एका जपानी युवतीला बिछान्यात गुंडाळून स्वतःच्या हातांवर इथवर कसं आणि का आणलं होतं, हे हॉस्पिटलमध्ये सगळ्यांना पडलेलं कोडं अजूनही सुटलं नव्हतं. ते फक्त त्याबद्दल कुजबुज तेवढी करू शकत होते.

हॉस्पिटलच्या अधिकारीवर्गाला शार्पलेसनं च्यो-च्योच्या केसची माहिती दिली होती. हेन्री पिंकरटनची भूमिका सांगितली होती. त्याचा स्वतःचा या कशाचीही थेट संबंध नाही, हे सांगितलं होतं. तरीही बोलणाऱ्यांचं तोंड कोण धरणार?

आपली प्रतिष्ठा जपण्याचे जे प्रयत्न शार्पलेस करू शकत होता, ते त्यानं केले होते. बाकी विचार त्यानं सोडून दिला.

''शार्पलेस सान, माझे प्राण वाचवलेत म्हणून तुमचे आभार मानावेत का, हेही मला समजत नाही. पण मी ऐकलं, की तुम्ही मला हातावर उचलून इथे घेऊन आलात.'' तो समोर दिसताच च्यो-च्योनं पहिलं हेच वाक्य उच्चारलं.

''आभार मानायला काही हरकत नाही.'' शार्पलेस सान गमतीनं म्हणाला. च्यो-च्यो सान वाचली, हे पाहून त्याला फार आनंद झाला होता. त्यामुळे त्याचा त्रास खूप मोठ्या प्रमाणात वाचला होता. नाहीतर त्याच्या अस्मितेचा प्रश्न उपस्थित झाला असता.

''नाही, शार्पलेस सान,'' च्यो-च्योनं आग्रहानं म्हटलं, ''मी नाही तुमचे आभार मानू शकत. कारण माझी मरण्याची इच्छा तुम्ही पूर्ण होऊ दिली नाहीत.''

त्या क्षणी तिच्याशी वाद घालणं योग्य नव्हतं, हे लक्षात घेऊन शार्पलेसनं तो मुद्दा तेवढ्यावरच सोडला. नागासाकीला त्याची नेमणूक झाली, तेव्हा त्याला एक योग्य सल्ला मिळाला होता, तो त्याला आत्ता आठवला, 'जपानमध्ये गेल्यावर,

जपानी लोकांबरोबर काम करताना जेव्हा एखादा वादाचा मुद्दा उपस्थित होईल, तेव्हा आपल्या अमेरिकन पद्धतीला अनुसरून आपला मुद्दा पटवण्याचा प्रयत्न करू नकोस. त्यांच्या संस्कृतीमध्ये वाद घालणं काही बसत नाही. ते तिथल्या तिथे थांबतात, त्यावर अवाक्षरही बोलत नाहीत.'

च्यो-च्योबाबत जे घडलं, ते शार्पलेसनं पिंकरटनला ताबडतोब तसंच्या तसं कळवलं होतं. सगळा दोष पिंकरटनचा आहे, असं त्याचं म्हणणं होतं. उत्तरादाखल पुन्हा पुन्हा मागितलेली माफी आणि नोटांची चळत आली होती. नाइलाजानं का होईना, पण जिन्सेई मजेत आहे, असा निरोप पाठवायची तसदी घेतली होती पिंकरटननं.

'सांगायला विशेष आनंद होतो की, हेलेननं तिचं वजन वापरून जिन्सेईसाठी न्यू यॉर्कच्या प्रतिष्ठित शाळेत प्रवेश घेतला आहे. अन्यथा, तिथली प्रतीक्षा यादी पाहता कठीण होतं ते,' अशी पुस्ती जोडायला मात्र तो विसरला नव्हता.

पिंकरटननं माफी मागितली आहे, हे शार्पलेसनं च्यो-च्योला सांगितलं. शिवाय, त्यानं पाठवलेले पैसे तिला दिले. जिन्सेईबद्दल मात्र त्यानं अवाक्षरही सांगितलं नाही. त्याची ओका सान नुकतीच कुठे सुझुकीनं आणलेल्या जेवणाचे दोन घास खाऊ लागली होती. मुलाच्या विरहाच्या तिच्या जखमा अगदी ताज्या होत्या.

"च्यो-च्यो सान, तुमची तब्येत झपाट्यानं सुधारते आहे, हे पाहून मला फार आनंद वाटतो आहे." तिच्या पलंगाच्या बाजूला असलेल्या कडक लाकडी खुर्चीवर टेकत शार्पलेस म्हणाला. चार दिवसांपूर्वी तिला घरापासून इथवर उचलून आणल्यामुळे त्याच्या पाठीत भरलेली उसण काही बरी झाली नव्हती अजून. साधारण दोन मैल अंतर होतं ते! कधीकधी अशी उसण आयुष्यभराची सोबतीण होऊन राहते. शार्पलेस अमेरिकेला परतला की, हाही हिशोब एक ना एक दिवस पिंकरटनला चुकता करावा लागणार होता.

"शार्पलेस सान, दोन दिवसांत मी घरी जाण्याइतकी बरी होईन असं म्हणत आहेत डॉक्टर." च्यो-च्योच्या गोड आवाजानं त्याची विचारशृंखला तुटली. "मला तर इथून जावंसंच वाटत नाहीये, पण इथे कायमचं कसं राहता येईल?"

या अमेरिकन दूतानं आपला जीव वाचवला याचा राग असला तरी, तिला मुळात त्याच्याबद्दल माया होती. त्याला पाहून तिला बरं वाटलं. आपण सुरक्षित आहोत, अशी जाणीव तिला झाली. किती आधार होता तिला त्याचा!

अजूनही जरा हरवलेल्या स्वरात ती पुढे म्हणाली, "माझ्या लेकासाठी, जिन्सेईसाठी मी पुन्हा खंबीर होईन. इथून पुढे मी त्याला रोज एक पत्र लिहीत जाईन. शार्पलेस सान, तुम्ही जेव्हा जेव्हा अमेरिकेला जाल, तेव्हा मी त्याला लिहिलेली पत्रं त्याला नेऊन द्याल का? कदाचित कधीतरी वाचेल तो ती!"

''अगदी नक्की.'' तिला थोडा आनंद मिळावा म्हणून शार्पलेसनं पट्कन होकार दिला.

आता मात्र मनापासून हसून ती म्हणाली, ''थँक यू, मला बाकी काही नको.''

त्यानंतर च्यो-च्योनं तिच्या मोडक्यातोडक्या इंग्लिशमध्ये त्याच्याशी थोडा वेळ इकडच्या तिकडच्या गप्पा मारल्या. ती आता खरंच बरी होणार, ह्याची खात्री पटल्यामुळे शार्पलेस सान तिथून उठताना निश्चिंत झाला होता.

च्यो-च्योला हॉस्पिटलमधून डिस्चार्ज मिळाला. ती घरी आली, तेव्हा सुझुकीनं घर चकाचक आवरून ठेवलं होतं. जिन्सेईची आठवण येईल, अशी एकही वस्तू तिनं समोर ठेवली नव्हती. इतकंच नाही, तर झालेल्या दुःखद घटनेची आठवण च्यो-च्योला येऊ नये म्हणून आधीच्या सगळ्या वस्तू तिनं तिथून नाहीशा केल्या होत्या. फक्त प्रार्थनेची जीर्ण चटई मात्र जागेवर होती. तिचं काय करावं, हे सुझुकीला सुचलं नव्हतं.

जिन्सेईचे कपडे, खेळणी, वस्तू या सगळ्यांचं गाठोडं बांधून तिनं ते कपाटात खोल दडवून ठेवलं. आपल्या मालकिणीला त्यांपैकी कुठल्याही वस्तूनं भडभडून येईल, मग तिला पुन्हा नैराश्याचा झटका येईल आणि त्यानंतर तिला आवरणं कठीण जाईल, ह्याची सुझुकीला जाणीव होती. तिनं सगळं इतकं लख्ख आवरलं होतं की, त्या घरात कधीकाळी कुणी लहान मूल होतं, हेसुद्धा खरं वाटलं नसतं. अगदी सुरुवातीला जेव्हा सुझुकी आणि च्यो-च्यो दोघीच असायच्या, तसंच त्या घराचं रूप दिसत होतं.

मात्र, घरात पाऊल ठेवताच च्यो-च्योनं तिखट स्वरात विचारलं, ''हे काय! जिन्सेईच्या सगळ्या वस्तू कुठे गेल्या?''

''मला वाटलं की, त्या दिसल्या की पुन्हा तुमची मनःशांती हरवेल, तुम्हाला त्या बघणं नकोसं वाटत असेल. म्हणून मीच त्या सगळ्या आवरून आत ठेवल्या आहेत, च्यो-च्यो सान.'' सुझुकीनं दिलगिरी व्यक्त करत म्हटलं.

''नाही सुझुकी, आत्ताच्या आत्ता त्या सगळ्या बाहेर काढ आणि होत्या तिथे ठेव.'' च्यो-च्योनं फर्मावलं. ''हे बघ, जिन्सेईच्या वस्तू नजरेला पडल्या तरी माझी शांती आणि समाधान आता हरवणार नाही. मला खात्री आहे, की एक ना एक दिवस आम्ही दोघं कुठे ना कुठे तरी नक्की भेटणार आहोत. हे स्वीकारायची आणि आशावादी होण्याची वेळ आज, आत्ता आहे.''

सुझुकी थोडी अस्वस्थ झाली. परंतु, मालकिणीला 'नाही' म्हणण्याची तिची प्राज्ञा नव्हती. इतक्या काळजीपूर्वक दडवून ठेवलेल्या जिन्सेईच्या सर्व वस्तू तिनं नाइलाजानं बाहेर काढून पुन्हा जागेवर ठेवल्या.

आपल्या पिल्लाचे कपडे पाहताच च्यो-च्योच्या जीवाची प्रचंड घालमेल झाली.

सेलर सूट दिसताच तिच्या सगळ्या आठवणींना नव्यानं उजाळा मिळाला. त्या कपड्यांना अजूनही तिच्या बाळाचा गंध येत होता. तिनं तो भरभरून नाकात साठवून घेतला. त्याशिवाय तिच्याकडे होतं तरी काय? मन घट्ट करत तिनं जिन्सेईचा लाकडी घोडा नेहमीच्या कोपऱ्यात ठेवायला लावला. आता तिला तो रोज दिसणार होता.

तिच्या आयुष्यात घडलेल्या दुर्दैवी घटनांच्या शृंखलेनंतरचे हॉस्पिटलमधले दिवस तिच्यासाठी सुरक्षित कोशासारखे होते, पण तरीही, जे घडायचं ते घडून गेल्यावर तिला घरी येऊन बरं वाटलं. इथून पुढे निव्वळ जगणं हेच एक आव्हान होतं, शिवाय उदरनिर्वाहाचा बिकट प्रश्न समोर 'आ' वासून उभा होता. काय करणार होती च्यो-च्यो आता?

प्रकरण १६

मारुयामा बारमध्ये काम करत असताना शेवटी-शेवटी च्यो-च्योनं तिथल्या मुलींना सोपं आणि जुजबी इंग्लिश शिकवण्याचं काम पत्करलं होतं. नागासाकीच्या बंदरात जहाजानं नांगर टाकला की, अमेरिकन खलाशांच्या झुंडीच्या झुंडी बारमध्ये येत. त्यांच्याशी गप्पा मारण्याच्या दृष्टीनं पुरेसं इंग्लिश तिला येत होतं. ते ती त्या मुलींना शिकवू लागली होती.

मुलींना शिकायची खूप गोडी लागल्यामुळे च्यो-च्योला शिकवायला मजा वाटत असे. तसं तिला फार येत होतं अशातला भाग नव्हता. तिच्याकडून थोडंसं संभाषणकौशल्य मिळवल्यानंतर त्या मुली अमेरिकन तरुणांचं अधिक चांगल्या प्रकारे मनोरंजन करू शकायच्या. मग त्यांना मस्त डॉलर्समध्ये टिप मिळायची. च्यो-च्योला त्याच्याशी काही देणंघेणं नव्हतं.

आता जिन्सेई नसल्यामुळे सुझुकीकडे चिक्कार रिकामा वेळ होता. तिनं एका स्थानिक सिल्क कारखान्यात काम पत्करलं. निदान चार पैसे तरी मिळाले असते. पण दिवसभर त्या गुंतागुंतीच्या मशीनवर काम करून ती घरी यायची, तेव्हा तिच्या हाताला फोड आलेले असायचे.

मग रात्री बगिच्यातील औषधी वनस्पती तोडून, त्याचा काढा करून ती आपले हात त्यात बुडवून ठेवायची. तिची ती कठीण अवस्था पाहून च्यो-च्योचा काम शोधायचा निश्चय अधिक पक्का होत गेला. परत बारमध्ये जाऊन त्या मुलींना इंग्लिश शिकवावं का, हा विचार तिच्या मनात अलीकडे डोकावू लागला होता.

पण अधिक विचारांती त्यातील फोलपणा तिच्या लक्षात आला. तिथे रोज अमेरिकन तरुण दिसणार, त्यांचे स्थानिक जपानी मुलींबरोबर प्रेम-वार्तालाप चालणार... आणि पिंकरटन सानची आठवण रोज ताजी होणार. फार दुःखदायक होतं ते सगळं.

तिनं तो विचार रद्द केला. तसंही तिला आता गेशा म्हणून काम करण्यात मुळीच रुची नव्हती. पुरुषांच्या इशाऱ्यावर तिला नाचायचं नव्हतं, मग त्यात किती का पैसे मिळेनात!

"च्यो-च्यो सान, इतक्यात कामाला बाहेर पडण्याची अजिबात घाई करू नका! किती मोठ्या संकटातून तुम्ही बाहेर पडल्या आहात! जरा विश्रांती घ्या!" सुझुकीनं तिला समजावण्याचा प्रयत्न केला.

"नाही सुझुकी सान, तू इथे काम करतेस म्हणून मी तुला पगार देणं अपेक्षित आहे, पण तूच त्या सिल्कच्या कारखान्यात नोकरी करून ह्या घरासाठी चार पैसे मिळवून आणते आहेस. हे नाही चालणार!

"आता उद्याच मी वकिलातीत जाऊन शार्पलेस सानना भेटते. पाहूयात त्यांची काही मदत होते का! मी इंग्लिश शिकवू शकते. त्यांच्या ओळखीनं काही विद्यार्थी मिळाले तर बरं होईल. तसंही, माझ्या इच्छेविरुद्ध त्यांनी माझा जीव वाचवला आहे, त्यामुळे त्यांनी आता मला दोन पैसे मिळवायला मदत करणं भाग आहे. नाहीतर जगणार कसं आपण?"

ठरल्याप्रमाणे दुसऱ्या दिवशी सकाळी सगळं पट्कन आटोपून च्यो-च्योनं अंगावर जरा बरा किमोनो चढवला आणि ती वकिलातीकडे निघाली. शार्पलेस सानला भेटायची वेळ घेणं गरजेचं होतं.

त्या दरम्यान बंदरात बरीच अमेरिकन जहाजं लागल्यामुळे शार्पलेस सान तसे व्यग्र होते. सगळं आटोपून वकिलातीत यायला त्यांना साधारण तासभर तरी लागला.

"अरेच्या! तुम्हाला वाट पाहावी लागली ना माझी! सॉरी, सॉरी!" तिला ताटकळलेली पाहून तो अदबीनं म्हणाला. त्या वेळेस पहिल्यांदाच च्यो-च्योला जाणवलं की, तिची माफी मागणारे पुरुष अगदी हाताच्या बोटांवर मोजण्याइतके होते, त्यात ते एक होते. टी-हाउस आणि मारुयामा गेशा बारमध्ये तर च्यो-च्यो आणि इतर मुली सतत सगळ्यांची माफी मागत असायच्या. इतकी वर्षं सातत्यानं पुरुषांची सेवा केल्यानंतर भूमिकांची ही अदलाबदल तिला थोडं समाधान देऊन गेली.

'अमेरिकन पद्धत असावी ही!' तिनं निष्कर्ष काढला. शार्पलेस साननं आपला कोट काढून खुंटीला अडकवला. मग तो आपल्या खुर्चीत येऊन बसला.

"सांगा, काय सेवा करू मी तुमची?" त्यानं नम्रपणे विचारलं.

ती अस्वस्थ दिसत होती. त्याला तिची कीव आली. बिचारी! जेमतेम वीस वर्षांची होती. पण दुर्दैवाचे किती आघात झाले होते तिच्यावर! तिच्या मानेवर ठळकपणे दिसणारा तो लाल व्रण पुरेसा होता, तिची व्यथा समजून घेण्यासाठी.

''शार्पलेस सान,'' तिनं अडखळत बोलायला सुरुवात केली. तिला अशी मदत मागायला फार संकोच वाटत होता. पण परिस्थिती अशी होती की... त्या क्षणी पैशांपेक्षा तिला जगण्यासाठी काहीतरी प्रयोजन हवं होतं. तिनं धीर एकवटून म्हटलं, ''तुमच्या ओळखीनं मला इंग्लिशच्या काही शिकवण्या मिळू शकतील का? मारुयामा बारमध्ये मी मुलींना शिकवायचे इंग्लिश. पण आता तिथे जाण्याची माझी अजिबात इच्छा नाही. तुम्हाला तर कारण माहीतच आहे.''

क्षणभर विचार करून शार्पलेस म्हणाला, ''च्यो-च्यो सान, असं का नाही करत? पलीकडेच मिसेस सिंक्लेअर मुलींसाठी मिशनची शाळा चालवतात. त्यांना भेटून तर पहा. तुमच्यासारखी इंग्लिशचे प्राथमिक धडे देणारी कुणीतरी हवीच असेल त्यांना. मीही शब्द टाकतो तुमच्यासाठी.''

ते ऐकून च्यो-च्योला खूप आनंद झाला. ''थँक यू, शार्पलेस सान,'' ती उत्साहाने म्हणाली. ''अगदी छान कल्पना आहे ही, मी आत्ताच भेटते त्यांना.''

शार्पलेस तिला घेऊन बाजूच्या पांढऱ्या टुमदार बंगल्यात गेला. वकिलातीचा भाग वाटत होता तो बंगला. मिसेस सिंक्लेअरशी तिची ओळख करून दिल्यावर शार्पलेसनं च्यो-च्योच्या मनात काय आहे, ते त्यांना सांगितलं. तिची पगाराची अपेक्षा सांगितली.

च्यो-च्योवर काय प्रसंग ओढवला होता, हे शार्पलेसनं त्यांना आधीच सांगितलं होतं. जेमतेम वीस वर्षांच्या त्या गंभीर चेहऱ्यानं वागणाऱ्या तरुणीच्या या परिस्थितीला आपला एक अमेरिकन बांधव कारणीभूत आहे, याचं त्यांना फार वाईट वाटलं होतं. आत्ताही त्यांच्या नजरेत तिच्याबद्दल कीव दिसत होती.

तिच्याकडे पाहत त्या औपचारिकपणे म्हणाल्या, ''काय वेळेवर आली आहेस बघ! नुकतीच आमची इंग्लिश शिकवणारी शिक्षिका सोडून गेली आहे. तिचं लग्न आहे. तुझ्यासारखी सोपं इंग्लिश शिकवणारी हवीच होती आम्हाला.''

पण त्यांच्या नजरेतील माया च्यो-च्योला जाणवल्याशिवाय राहिली नाही. त्यांना आपली कहाणी माहीत आहे, हे तिच्या लक्षात आलं. म्हणूनच त्या तिच्याशी मार्दवानं वागत होत्या.

त्यांनी च्यो-च्योची छोटीशी परीक्षा घेतल्यावर त्यांना समाधान वाटलं. त्या म्हणाल्या, ''अगदी छान! उद्या सकाळी आठ वाजता ये. म्हणजे आपल्याला सुरुवात करता येईल.''

''थँक यू, मिसेस सिंक्लेअर, थँक यू.'' च्यो-च्योनं त्यांचे मनापासून आभार मानले.

आपल्याला नोकरी मिळाल्याचा तिला इतका आनंद झाला की, ती चक्क रस्ताभर पळत घरी आली. कधी एकदा सुझुकीला ही बातमी सांगते, असं तिला

झालं होतं. आनंदाच्या भरात ती विसरली की, सुझुकी अजून कारखान्यातून आली नसेल. टी-हाउस किंवा गेशा बारमध्येच च्यो-च्योनं आजवर काम केलं होतं. आज पहिल्यांदाच तिला सन्माननीय म्हणता येईल असं काम मिळालं होतं. त्याचंच तिला समाधान वाटत होतं.

इथून पुढे तिची गणना जपानच्या प्रतिष्ठित नागरिकांत होऊ शकणार होती. एक दिवस ती स्वतःचा व्यवसाय सुरू करू शकणार होती.

तिनं स्वतःलाच सांगितलं, ''एक ना एक दिवस जिन्सेई नागासाकीला येईल, त्याला यावंच लागेल. आपली ओका सान आता टी-हाउसमध्ये किंवा गेशा म्हणून काम करत नाही, तिला समाजात आदराचं स्थान आहे, तिचा स्वतःचा यशस्वी उद्योग आहे, हे त्याला दिसेल. आणि जिन्सेई, आता तुला कधीही मारुयामा लेनमध्ये खेळावं लागणार नाही. तिथल्या बारमधल्या मुली तुझ्या सोनेरी केसांची कधी थट्टा उडवणार नाहीत.''

त्या संध्याकाळी सुझुकी सिल्क कारखान्यातून घरी यायच्या आधीच च्यो-च्योनं स्वयंपाक करून ठेवला. ''हे बघ जिन्सेई, इथू पुढे मी जगेन, ते तुझी वाट पाहण्यासाठी. तू परतून येणार आहेसच. म्हणून तर माझी हाराकिरी यशस्वी झाली नाही.'' त्या दिवसाइतका आनंद च्यो-च्योला कधीच झाला नव्हता.

जिन्सेईला रोज रात्री पत्र लिहायला तिनं सुरुवात केली होती. दिवसागणीक तिचा पत्रांचा ढीग वाढत होता.

तेवढ्यानं कुठे तिचं समाधान होणार होतं? हळूहळू, जमेल तसं शार्पलेस सानकडून जिन्सेईची खबरबात घ्यायची, असंही तिनं ठरवून टाकलं. त्याचं अमेरिकेत कसं काय चाललं आहे, हे जाणून घेण्याची तिला उत्सुकता होती. शार्पलेस आणि पिंकरटन नातेवाईक होते. शार्पलेसची बहीण नॅन्सी हेलेनची काकू होती. त्यामुळे जमल्यास कधीतरी त्याचा एखादा फोटो त्यांच्याकडून मिळवता आला असता...

हे नातं शार्पलेसनं स्वतः कधीच तिला सांगितलं नव्हतं. पण बोलघेवड्या मिसेस सिंक्लेअरकडून च्यो-च्योला ते सहजच समजलं होतं. त्याचा तिला मनोमन आनंद झाला होता. आता इतकं जवळचं नातं आहे म्हटल्यावर नॅन्सी आपल्या पुतणीच्या मुलाबद्दल कधीतरी शार्पलेस सानशी बोलणं स्वाभाविक होतं. इतकंच नाही, तर शार्पलेसनं जर कधी त्याचा फोटो मागवला, तर ती तोसुद्धा पाठवू शकणार होती.

सुझुकीच्या सोलवटलेल्या तळहातांना औषधी तेलानं मालिश करताना च्यो-च्यो तिला म्हणाली, ''मी एकदा मिशन स्कूलमध्ये काम करायला सुरुवात केली ना, की मग तू सिल्क कारखान्यात अजिबात काम करायचं नाही. म्हणजे तुझे हात पहिल्यासारखे मऊसुत होतील.''

आपल्या मालकिणीला आपली इतकी काळजी आहे, हे पाहून सुझुकीला अगदी गहिवरून आलं. पण ठामपणे मान हलवत ती म्हणाली, ''नाही बरं! मी काम थांबवलं की सगळा भार अगदी तुमच्यावर पडेल. त्यापेक्षा असं करू या, बंदराकडे जाणाऱ्या रस्त्यावर जे शिंप्याचं दुकान आहे, तिथे कोबायाशी सान काम करते. तिला मदतनीस हवी आहे, असं मला समजलं आहे. मला वाटतं, सिल्क कारखान्यातील कामापेक्षा शिंपीकाम माझ्या हातासाठी अधिक बरं राहील. सुई-दोऱ्यानं नाही होणार इतका त्रास. जाऊन पाहून येते एकदा.''

त्या रात्री सुझुकी झोपल्यावर च्यो-च्यो आपल्या टेबलपाशी पत्र लिहायला बसली,

'प्रिय जिन्सेई,

तुझे दिवस आनंदात जात असतील, अशी आशा आहे. तुझा विचार माझ्या मनातून क्षणभरसुद्धा जात नाही. तुझे ओतो सान - तू त्यांना डॅडी म्हणत असशील ना- ते तुझा एखादा फोटो शार्पलेस सानला पाठवतील, अशी आशा आहे. मला दिसेल तरी माझं पिल्लू किती मोठं झालं आहे ते! तुझी ओका सान आता उद्यापासून इथल्या मिशन शाळेमध्ये इंग्लिश शिकवणार आहे. तिथल्या प्रत्येक मुलाला पाहून मला तुझी जास्त जास्त आठवण येत राहील.

बेटा, मी आता इंग्लिश टीचर होणार आहे. ही भाषा मी अधिकाधिक चांगल्या प्रकारे शिकून घेईन. म्हणजे मग आपण भेटू, तेव्हा आपल्याला एकमेकांशी बोलता येईल. कारण मला माहीत आहे की, तोवर तू एक उमदा अमेरिकन तरुण झालेला असशील.

माझ्या सोन्या, काळजी घे. तू नेहमीच माझ्या काळजाचा ठेवा आहेस, हे लक्षात ठेव.'

अटलांटिक महासागरावर डुलणाऱ्या त्या प्रचंड जहाजात बसलेला तो तरुण ते पत्र वाचून हेलावला. त्याच्या आईकडून आलेल्या पत्रांच्या अनेक गठ्ठ्यांपैकी एका गठ्ठ्यामधलं ते शेवटचं पत्र होतं. आपल्यासमोर भावनांचा खेळ मांडला आहे की काय असं त्याला वाटलं.

प्रकरण १७

मिशन शाळेमधला तिचा आज पहिला दिवस होता. आदल्या रात्रीच सुझुकीनं तिच्यासाठी अगदी साधा, निळ्या पांढऱ्या फुलांचा किमोनो तयार ठेवला होता. त्याचा ओबीसुद्धा त्याला शोभेलसा साधा होता.

"च्यो-च्यो सान, तुम्ही आता मिशन शाळेत शिकवणार आहात." सुझुकीच्या स्वरात आपल्या मालकिणीबद्दल अभिमान दाटून आला होता. "त्यामुळे तुम्ही अगदी साधे किमोनो वापरले पाहिजेत. रंगसुद्धा सौम्य पाहिजेत."

टी-हाउसमध्ये काम करताना च्यो-च्योला जे भडक रंगाचे किमोनो घालावे लागायचे, ते आठवून सुझुकीला हसू आलं. लालचुटुक रंग, त्यावर मोठाली फुलं, चेहऱ्यावर मेकअपचे थर... ते सगळं आता संपलं होतं. किती बरं झालं होतं! एका लाकडी खोक्यात ते सगळे भडक किमोनो त्यांनी बंद करून टाकले होते. तो खोकासुद्धा कपाटात एकदम मागे सरकवून ठेवला होता. तो दृष्टिआड झाला, तसा लवकरच मनाआड व्हावा इतकीच त्यांची इच्छा होती.

च्यो-च्योला घेऊन जायला रिक्षा पाठवण्याची तयारी मिसेस सिंक्लेअरनं दाखवली होती. पण च्यो-च्योनं नकार दिला. आपल्या घरापासून ती मिशन शाळेपर्यंत चालत गेली. तिचा रस्ता बंदरावरून जात होता. तिला चांगलाच ताण आला होता. मिशन शाळेत येणाऱ्या मुली कशा असतील, याचा तिला काय अंदाज असणार? तिनं फक्त बारमधल्या गेशांना आणि होस्टेसना आजवर शिकवलं होतं, तेही शहराच्या फारशा चांगल्या न समजल्या जाणाऱ्या जागेत. सकाळच्या मोकळ्या हवेत चालत गेल्यामुळे तिचं चित्त बऱ्यापैकी थाऱ्यावर आलं. शाळेत पोचेपर्यंत तिचा आत्मविश्वास परत आला होता. आता ती कोणत्याही आव्हानाला घाबरणार नव्हती.

इंग्लिश भाषा शिकायला गोळा झालेल्या त्या जपानी मुली दहा ते सोळा वयोगटातील

होत्या. अमेरिका आणि इंग्लंडहून जहाजं भरभरून परदेशी नागासाकी आणि जपानच्या किनाऱ्याला लागत होते. जपाननं आपले दरवाजे या देशांसाठी उघडल्यामुळे भविष्यात इंग्लिश भाषेला संवादाच्या दृष्टीनं खूप महत्त्व प्राप्त होणार होतं.

पण च्यो-च्योच्या प्रस्तावनेनं त्या मुलींवर फारशी काही छाप पडली नाही. आपल्या या नवीन विद्यार्थिनींमध्ये शिकण्याची आवड, जिद्द आणि उत्साह नाही, हे तिच्या लक्षात आलं.

त्या मानानं तिच्या गेशा विद्यार्थिनी किती उत्सुक असायच्या! बारमध्ये टेबलं एका बाजूला करून स्टूलवर बसून त्या तिचा प्रत्येक शब्द कानात साठवून घ्यायच्या. मिशनच्या मुली तिच्यासमोर होत्या त्या नाइलाज म्हणून.

इंग्लिश शिकायला धडपडणाऱ्या गेशांचा उद्देश संवादकौशल्य सुधारणं, हाच असायचा. चांगलं इंग्लिश बोलणारीला टिप पण चांगली मिळायची. बारच्या बाहेर मोठा बोर्ड लावलेला असायचा की 'इथे इंग्लिश बोललं जातं.' तो वाचून खूप खलाशी यायचे तिथे. शिवाय, एखादा थकलेला दर्यावर्दी आणि इंग्लिश बोलणारी सुंदर गेशा यांच्यात नातं फुलायची शक्यता असायची. म्हणूनच, च्यो-च्योच्या शिकवण्याकडे सगळ्या जणी नीट लक्ष द्यायच्या.

तरीही, मिशन शाळेत शिकवायला मिळतं आहे याचा च्यो-च्योला खूप आनंद झाला होता. गेशासारख्या, आत्मा गहाण पडलेल्या व्यवसायापेक्षा इथे किती समाधान मिळत होतं तिला. आणि, ती समाजाच्या उपयोगी पडत होती.

मुळात, इथे येणाऱ्या सगळ्या मुली चांगल्या घरातून आलेल्या होत्या. त्यांना खायची-प्यायची ददात नव्हती. भविष्याचा विचार करण्याऐवजी त्यांच्या वयाला अनुसरून वेगळ्या गोष्टींकडे त्यांचं मन धावणं स्वाभाविक होतं. त्यामुळे, गेशा मुलींना शिकवताना च्यो-च्योला जे समाधान मिळायचं, ते तिला इथे मिळत नव्हतं. तिनं कितीही आटोकाट प्रयत्न केला तरी तिच्या शिकवण्यातील अर्धंसुद्धा त्यांच्या डोक्यात शिरत नव्हतं. शेवटी वैतागून च्यो-च्योनं त्यांना गेशांच्या गोष्टी सांगायला सुरुवात केली आणि जादू केल्यासारखी त्या मुली तिच्याकडे लक्ष देऊ लागल्या.

असं असूनही च्यो-च्योला मिशन शाळा खूप आवडली. मिसेस सिंक्लेअरबरोबर मधल्या सुट्टीत डबा खाण्याचा अनुभव तिच्यासाठी सगळ्यात महत्त्वाचा होता. त्या वेळेस त्या अमेरिकेबद्दल भरभरून बोलत. तीही त्यांना काहीबाही प्रश्न विचारत राही. त्यांनी सांगितलेला प्रत्येक शब्द कानात साठवून ठेवी. आपला जिन्सेई तिथे कसा वाढत असेल, त्याचं कल्पनाचित्र नजरेसमोर आणत राही.

असंच एक दिवस शार्पलेस साननं तिला जिन्सेईच्या शाळेचं नाव सांगितलं. संधी साधून तिनं मिसेस सिंक्लेअरना त्याबद्दल विचारलं.

"अरे बापरे! ती शाळा!!!" त्यांनी नाव ऐकताच प्रतिक्रिया दिली. "ती शाळा

म्हणजे न्यू यॉर्कमधल्या सगळ्या शाळांमध्ये एकदम उत्तम आहे. तिथे प्रवेश मिळवायचा म्हणजे खाऊ नाही... फार वशिले लावावे लागतात त्यासाठी.''

घरी आल्यावर तिनं अधीरतेनं सुझुकीला ही बातमी दिली. ''आपला जिन्सेई अमेरिकेमधल्या सर्वोत्तम शाळेत आहे बरं का! आजच मला मिसेस सिंक्लेअरनं त्या शाळेबद्दल सांगितलं.'' तिचा चेहरा आपल्या मुलाबद्दलच्या अभिमानानं झळकत होता. ''त्या स्वतः न्यू यॉर्कच्या आहेत ना, त्यामुळे त्यांना माहीत असणं अगदी स्वाभाविक आहे.''

आपण आपल्या मुलाला असं देऊन टाकलं आहे याचं तिला जे चिरकालीन दुःख झालं होतं, ते या बातमीनं किंचित कमी झालं. एक हाफू म्हणून नागासाकीच्या गल्ल्यांमध्ये वाढण्यापेक्षा त्याला आता उत्तम संधी उपलब्ध झाल्या होत्या, ही त्यातल्या त्यात सुखाची बाब होती. आपण हा जो सर्वांत मोठा त्याग केला आहे, तो एकप्रकारे योग्यच होता; भले त्यात आपल्या वैयक्तिक सुखाला तिलांजली जरी द्यावी लागली असली, तरी हरकत नाही, असं तिला हल्ली वाटू लागलं होतं.

आता ती बावीस वर्षांची, एकटी, सुंदर तरुणी होती. समाजात आदर मिळेल, अशी नोकरी करत होती. त्यामुळे विवाह जुळवणाऱ्या एजंटची- नाकाजिमा त्याचं नाव- नजर तिच्याकडे जाणं स्वाभाविक होतं. म्हणूनच एक दिवस तो तिला भेटायला आला.

बघता क्षणी तिला त्याचा तिरस्कार वाटला. त्याच्या चेहऱ्यावर असलेले लबाडीचे भाव स्पष्ट होते. मिचमिच्या डोळ्यांनी त्यानं तिला आपादमस्तक न्याहाळलं. तिच्यामध्ये ज्या एका उपवर पुरुषानं रुची दाखवली होती, त्याला ती कितपत शोभून दिसेल याचा अंदाज तो घेत असावा.

गेशा म्हणून काही वर्षं काम केल्यामुळे च्यो-च्यो धोरणीपणे वागायला शिकली होती. स्वतःच्या भावना चेहऱ्यावर दिसू न देण्याचं कौशल्य तिनं आत्मसात केलं होतं. शिवाय, समाजात नाकाजिमाची वट होती. त्याला थेट दुखवून चालणार नव्हतं. लग्न जुळवणीतून त्याला जे भरपूर कमिशन मिळायचं, त्यातून गरजूंना व्याजानं पैसे देण्याचा त्याचा व्यवसाय होता.

''नाकाजिमा सान, आज इकडे कसं येणं केलंत?'' त्याच्या येण्याचं प्रयोजन माहीत असूनही च्यो-च्योनं वरकरणी नम्रपणे विचारलं.

''जरा नाजूक विषय आहे.'' होऊ घातलेल्या विवाहाच्या कल्पनेनं त्याच्या तोंडाला पाणी सुटलं होतं. आपले मिचमिचे डोळे बारीक करत तो म्हणाला, ''अजूनही किती सुंदर आणि तरुण दिसते आहेस तू! मी खात्रीनं सांगतो की, कुणीतरी आपली काळजी घ्यायला असावं असं तुला नक्की वाटत असणार.

''माझ्याकडे एक स्थळ आलं आहे. त्याला तू आवडली आहेस. मोठा व्यापारी आहे तो. तू हो म्हटलंस, तर तुझे सारे प्रश्न मिटतील. तो तुला सुखात ठेवेल.

आयुष्य चांगलं जाईल तुझं.''

च्यो-च्योला अशा कुठल्याही नात्यात रुची उरली नव्हती. शिवाय, तो व्यापारी पन्नास वर्षांचा विधुर आहे, त्याची चारही मुलं आता तरुण झाली आहेत, हे तिला माहीत होतं. तिच्या दृष्टीनं वयानं फारच मोठा होता तो.

पण स्पष्टपणे नकार न देता नाकाजिमाला ती नम्रपणे म्हणाली, ''नाकाजिमा सान, किती काळजी आहे तुम्हाला माझी! त्यासाठी मनापासून आभार मानते मी तुमचे. असे अचानक तुम्ही प्रस्ताव घेऊन आला आहात, मी कधी विचारच केला नव्हता. मला वेळ द्या थोडा विचार करायला.''

''अर्थात! वेळ द्यायलाच हवा.'' वरकरणी तो गोड स्वरात म्हणाला. पण तिला माहीत होतं की, तिनं लगेच होकार न दिल्यानं तो मनातून अपमानित झाला आहे. ''तुझं म्हणणं खरं आहे. अशा गोष्टींमध्ये घाई करून चालत नाही. आपण एक आठवड्यानं भेटू या. तोवर तू विचार करून ठेव. तुझा निर्णय झाला की, मी लगेच तुझी त्या मुलाशी भेट घालून देतो. फार उमदा आहे तो! माझ्यावर विश्वास ठेव.''

च्यो-च्योनं त्यावर मान डोलावली. निदान एक आठवड्यासाठी तरी ही ब्याद टाळणं शक्य होतं. एका आठवड्यानं आपण होकार देऊ याची नाकाजिमाला खात्री आहे, हेही तिच्या लक्षात आलं.

तो गेल्यावर तिनं दार लावून घेतलं. त्याबरोबर सुझुकी सान आतून धावत आली. ती खूप उत्तेजित झाली होती. ''ते नाकाजिमा सान होते ना? लग्न ठरवतात ते? च्यो-च्यो सान, त्यांनी तुमच्यासाठी लग्नाचा प्रस्ताव मांडला आहे का?''

''बरोबर आहे तुझा अंदाज.'' तिची मालकीण म्हणाली, ''पण मला त्यात मुळीच रुची नाही. ज्या व्यापाऱ्याचं स्थळ तो सुचवतो आहे, तो माझ्यापेक्षा तीस वर्षांनी मोठा आहे. सुझुकी, तो विधुर आहे, त्याला चार तरुण मुलं आहेत.''

ती खूप घाईत निर्णय घेते आहे, हे सांगायला सुझुकीनं तोंड उघडलं; पण च्यो-च्योनं हात उंचावत तिला गप्प केलं.

''मला माहीत आहे सुझुकी, माझ्यासमोर फारसे पर्याय नाहीत. माहीत आहे ते मला! माझं पूर्वायुष्य पाहता मला फारसं कुणी मागणीसुद्धा घालणार नाही, याचीही कल्पना आहे मला. पण खरं सांगायचं तर सुझुकी, मला लग्न करण्याची जराही इच्छा नाही. त्याऐवजी मी एकटीनं आयुष्य काढेन.''

''पण च्यो-च्यो सान, वय झाल्यावर काय? एकट्या कशा राहणार तुम्ही?''

''तसंही माझ्यापेक्षा तीस वर्षांनी मोठा असलेला माणूस मला काही म्हातारपणापर्यंत पुरणार नाही. हो की नाही? म्हणजे तशीही मी म्हातारपणी एकटी असण्याची शक्यता जास्त आहे. उलट, त्याआधी मलाच त्याच्या म्हातारपणी त्याची सेवा करावी लागेल. तुला कळत कसं नाही सुझुकी की, त्याला तरुण बायको हवी आहे

ती त्याच्या सोयीसाठी!''

सुझुकीनं तिचा मुद्दा समजून घेण्याचा प्रयत्न केला. अलीकडे सुझुकीच्या लक्षात आलं होतं की, मिशन शाळेमधल्या कामात च्यो-च्यो समाधानी नव्हती. त्यामुळे तिची अस्वस्थता वाढीला लागली होती. नोकरीला लागल्यावर अवघ्या तीन महिन्यांत तिनं स्वतःच सुझुकीला तसं सांगितलं होतं. ती म्हणाली होती, ''काय गं या माझ्या वर्गातल्या मुली. त्यांना जबरदस्तीनं बसवलं आहे इंग्लिश शिकायला. माझ्या गेशा मैत्रिणींप्रमाणे त्यांना आस नाही शिकण्याची.

'असं वाटतंय, की तहान नसलेल्या घोड्याला पाण्यापर्यंत नेऊन त्याच्या घशाखाली आपण पाणी उतरवतो आहोत. मारुयामाच्या गेशा कशा तहानलेल्या होत्या ज्ञानासाठी, तसं यांचं नाही.''

शाळेत जाताना च्यो-च्यो मुद्दामच बंदराच्या रस्त्यानं जायची. खरंतर तो रस्ता लांबचा होता. पण बंदरावर जाऊन येणाऱ्या-जाणाऱ्या जहाजांना न्याहाळणं, समुद्राकडे टक लावून पाहत बसणं हा तिचा आवडीचा छंद झाला होता अलीकडे.

'कधीतरी एखादं जहाज येईल, त्यातून माझा जिन्सेई उतरेल, माझा मुलगा नागासाकीला परत येईल. तोवर मला चांगलं राहिलं पाहिजे. त्याला माझा अभिमान वाटेल, असं काम केलं पाहिजे. तोवर रोज बंदरावर येऊन त्याची वाट पाहिली पाहिजे.' असेच विचार तिच्या मनात असत.

असं वाट पाहत असताना बंदरावर उतरणारे परदेशी आणि खलाशी तिच्या नजरेस पडत. तिथून शाळेत जाताना त्या लांब वाटेवरून एकटं चालताना तिच्या मनात एक कल्पना आकार घेऊ लागली.

तिला पिंकरटनबरोबरचे तिचे दिवस आठवले. ती त्याच्यासाठी जो जपानी स्वयंपाक करायची, तो त्याला मुळीच आवडायचा नाही, हे तिला आठवलं. त्यातल्या त्यात जपान्यांची खासियत असलेले कच्चे मासे आणि नाटो-आंबवलेले सोयबिन्स तर त्याला अजिबात आवडायचे नाहीत. तिनं ते समोर ठेवले की, तो घाईघाईनं म्हणायचा, ''हे उचल माझ्यासमोरून! चल, जरा काहीतरी बरं अन्न खाऊ या आपण. एखादी स्टीक खायला मिळाली तर किती बरं होईल.''

एक दिवस असंच वैतागून तो तिला बाजारात घेऊन गेला होता. त्यानंच मग मस्तपैकी बीफ विकत घेतलं होतं. घरी येऊन त्यानं तिला स्टीक्स करायला शिकवलं होतं. ते कापायचं कसं, त्यात गार्लिक आणि सोय सॉस घालून मेरीनेट कसं करायचं, हे सगळं दाखवलं होतं.

त्या लालचुटुक मांसाला हात लावणं तिला नकोसं झालं होतं. पण आपल्या नवऱ्याला खूश ठेवण्यासाठी तिनं ते शिकून घेतलं होतं. शेवटी, काही झालं तरी त्याला तशाच अन्नाची सवय होती. फ्राइड बीफ स्टीक्स आणि सोबत उकडलेले

अथवा तळलेले बटाटे आणि इतर भाज्या! अमेरिकेत सगळे जण असंच अन्न खातात, हे त्यानंच तिला सांगितलं होतं.

त्यातून त्याला त्याची स्टीक अर्धकच्ची आवडायची. ते पाहून तर तिला फारच कसंतरी व्हायचं. मग तो पट्कन म्हणायचा, "गंमत आहे तुम्हा जपान्यांची! तुम्ही स्वतः मासे, स्क्विड, शिंपले, आणि काय अन् काय कच्चंच खाता. मला कशाला नावं ठेवतेस?"

आज इतक्या दिवसांनी च्यो-च्योला आपल्या नवऱ्याबरोबरचे सगळे संवाद जसेच्या तसे आठवले. पारंपरिक जपानी अन्नाची त्याला अतिशय नावड होती. हल्ली दिवसागणीक जे अमेरिकन लोकांचे भर्रे नागासाकीमध्ये उतरत होते, ते पाहून तिच्या विचारांना चालना मिळाली. रस्त्यावरून फिरताना दुकानातील अनेक शोकेसमध्ये मांडून ठेवलेले जपानी पदार्थ पाहून त्यांच्या चेहऱ्यावर विचित्र भाव उमटत. बहुतेकांना आपल्या पारंपरिक अमेरिकन अन्नाची आठवण येत असणार. जर समजा, कुणी तसे पदार्थ करून विकायला सुरुवात केली तर... नक्कीच मस्त खपतील.

त्या दिवशी धीर एकवटून च्यो-च्योनं मिसेस सिंक्लेअरना विचारलं की, त्या त्यांचं अमेरिकन पाककृतीचं पुस्तक तिला काही दिवस वापरायला देतील का. मिशन शाळेच्या छोट्याशा ऑफिसमध्ये एका कपाटात ते ठेवलेलं तिनं पाहिलं होतं.

"मी इंग्लिश शिकवते आहे, तर मला अमेरिकन खाद्यपदार्थांबद्दल अधिक माहिती मिळवायला आवडेल." ती पुढे म्हणाली.

मनमोकळ्या स्वभावाच्या मिसेस सिंक्लेअरनं जराही आढेवेढे न घेता तिला ते वापरून जीर्ण झालेलं पुस्तक देऊ केलं होतं. आपल्या देशाच्या खाद्य संस्कृतीमध्ये कुणी स्वारस्य दाखवतं आहे, याचा त्यांना आनंद झाला होता.

त्या रात्री घरी सुझुकीबरोबर च्यो-च्यो ते पुस्तक चाळू लागली. पिंकरटननं तिला जी बीफ स्टीक शिकवली होती, त्याचे कितीतरी प्रकार त्यात होते. शिवाय, बटाटा आणि इतर भाज्यांचा कलात्मक वापर केला होता. तयार पदार्थ उत्तमप्रकारे सर्व्ह कसा करायचा, हेसुद्धा त्यात दाखवलेलं होतं.

"सुझुकी, हे बघ; यात गोड पदार्थसुद्धा दिले आहेत. खास ममा स्टाइलमध्ये अमेरिकन ॲपल पाय दाखवला आहे पहा. आपण, एक-एक करून सगळे पदार्थ करून पाहू शकतो.

"पिंकरटन सान ज्याला 'अमेरिकन जेवण' म्हणायचे, ते सर्व्ह करणारं अमेरिकन डायनर इथे नागासाकीमध्ये सुरू करायची माझी इच्छा आहे असं जर मी म्हटलं, तर त्यावर तुझं काय मत आहे सुझुकी?"

आपल्या मालकिणीची अफाट कल्पना ऐकून सुझुकीच्या तोंडाचा 'आ' वासला गेला. ते पाहून च्यो-च्योला हसू आलं. मग भानावर येत सुझुकी जवळजवळ

किंचाळली, ''अहो, भांडवल कुठून आणणार आहात तुम्ही या व्यवसायासाठी?''

''केला आहे मी सगळा विचार. मी कर्ज घेऊ शकते. कोणाकडून घेता येईल, त्याचाही विचार मी केला आहे,'' च्यो-च्यो म्हणाली, ''मला एक जागा आवडली आहे. आपल्या कामाला अगदी योग्य वाटली ती मला. उद्या आपण दोघी जाऊन पाहून येऊ या. जरा विचार कर, सगळे परदेशी अमेरिकन त्यांच्या चवीचं अन्न मिळावं म्हणून किती व्याकूळ झालेले असतात. त्यांना जर घरच्या चवीचं ॲपल पाय मिळालं, तर कसे खूश होतील ते सगळे!

''मला ना हा व्यवसाय सुरू करायचा आहे, तो नावारूपाला आणायचा आहे. जिन्सेईला अभिमान वाटला पाहिजे आपल्या ओका सानचा!'' ती स्वप्नाळू स्वरात म्हणाली.

लाकडी घोड्याजवळ जात च्यो-च्योनं तो मागेपुढे करायला सुरुवात केली, जणू काही जिन्सेई आत्ताही त्याच्यावर बसलेला आहे. ते पाहून सुझुकीचे डोळे भरून आले.

तिच्याही कानात त्याचे शब्द गुंजत होते, 'अजून जोरात, अजून जोरात...' सुझुकीच्या लक्षात आलं, की च्यो-च्यो आपल्या भग्न हृदयाला दिलासा देण्यासाठी, स्वतःला गुंतवण्यासाठी अशा महत्त्वाकांक्षी योजना आखते आहे.

पुढे होत तिनं हळूच घोडा थांबवत म्हटलं, ''च्यो-च्यो सान, आपण उद्या जाऊन पाहून येऊ ती जागा. कोणी सांगावं, तुमचं छोटंसं डायनर एकदम लोकप्रिय होईल. मग आपण खूप श्रीमंत होऊ.''

रात्र होत आली होती. आज दोघींनी सगळी कामं हसतखेळत आटोपली. 'अमेरिकन डायनर', योजना तर अप्रतिम होती. पुन्हा एकदा त्यांना जगायला काहीतरी कारण मिळालं होतं.

त्या रात्री च्यो-च्यो झोपायला गेली, तेव्हा पुन्हा एकदा नेहमीची निराशा तिला जाणवली. नाकाजिमानं आणलेला लग्नाचा प्रस्ताव तिनं का स्वीकारला नव्हता, याचं खरं कारण तिला माहीत होतं.

'अजूनही मला कुठेतरी आशा वाटते की, आमच्या मुलाला घेऊन पिंकरटन सान परत येतील, परत एकदा आम्ही सुखानं संसार करू लागू. माझ्या या वेड्या मनाला तेवढीच काय ती इच्छा उरली आहे.'

एखाद्या जहाजानं नांगर टाकल्याची बातमी समजली, की च्यो-च्यो घाईनं बंदरावर जायची. गँगवेमधून उतरणाऱ्या उतारूंमध्ये कुठे एखादा उंच अमेरिकन आपल्या लहानशा मुलाला घेऊन, सामान सांभाळत बाहेर येतो आहे का, याचा आसुसून शोध घ्यायची.

वाट पाहतापाहता शेवटचा उतारू बाहेर पडायचा. पिंकरटन किंवा जिन्सेई काही कुठे दिसायचे नाहीत. अतिदुःखानं मग ती परत वळून घराच्या दिशेनं चालू लागायची. रात्रंदिवस वाट पाहण्याशिवाय काय होतं तिच्या हातात! आता तर तिचा तोच दिनक्रम ठरून गेला होता.

प्रकरण १८

पुढच्याच आठवड्यात च्यो-च्यो सुझुकीला एका छोट्याशा गल्लीत घेऊन आली. बंदराच्या मुख्य रस्त्याच्या थोडंसं आतल्या बाजूला च्यो-च्योनं पाहिलेला तो लहानसा गाळा होता.

"मला कळतंय, की फार आतल्या बाजूला आहे हे. मुख्य रस्त्यावरून दिसतसुद्धा नाही. पण काय करणार! आपल्याला तूर्तास इतकंच परवडू शकतं. आणि मुख्य रस्त्यावर आपण सगळीकडे दिशादर्शक खुणा लावू या ना, म्हणजे लोकांचं सहज लक्ष जाईल." च्यो-च्योनं आपली योजना समजवायला सुरुवात केली. "शक्य तितक्या कमी पैशात आपल्याला सुरुवात करायची आहे. एकदा का आपल्या डायनरला छान प्रतिसाद मिळाला- तसा तो मिळणार हे नक्की- की मग आपण मुख्य रस्त्यावरच्या मोठ्या जागेचा विचार करू शकू.

"आत्ता महत्त्वाचं काय आहे तर मेन्यू ठरवणं आणि त्यानंतर वेगवेगळ्या पाककृती करून बघणं. आपला हात अगदी बसला पाहिजे त्यांच्यावर.

"भुकेले अमेरिकन आपल्या काही चुका पोटात घालतीलही, पण तरीसुद्धा आपले पदार्थ चविष्ट आणि त्यांच्या चवीचे करण्याचा आपला प्रयत्न पाहिजे, हे महत्त्वाचं."

नुकतीच मिशन शाळेला काही दिवसांची सुट्टी मिळाली होती. त्यामुळे मग च्यो-च्यो आणि सुझुकी रोजच त्या पुस्तकातील पाककृती करून पाहू शकणार होत्या. तिच्या मदतीसाठी सुझुकीनं मुद्दाम शिंप्याच्या दुकानातून सुट्टी घेतली.

दुसऱ्या दिवशी दोघीही नागासाकीमधल्या बाजारात निघाल्या. मिसेस सिंक्लेअरच्या पुस्तकातील पदार्थ करायचे तर त्यासाठी विशिष्ट साहित्य आवश्यक होतं. सुदैवानं, बंदराच्या जवळच एक छोटंसं अमेरिकन दुकान नव्यानं उघडलं होतं. तिथे हे सगळं

सामान उपलब्ध होतं.

त्या दोघींचे पुढचे काही दिवस खूप आनंदाचे आणि समाधानाचे गेले. बहुतेक सगळं साहित्य उपलब्ध झाल्यामुळे त्या रोज जोमात प्रयोग करून पाहू लागल्या. बाकीचे पदार्थ त्या मानानं त्यांना लवकर जमले, पण ॲपल पायनं मात्र सर्वांत जास्त त्रास दिला. एक संपूर्ण दिवस त्या दोघी पुन्हा पुन्हा ॲपल पाय करून पाहत होत्या. तेव्हा कुठे तो जमेल असं त्यांना वाटू लागलं.

"आपण केलेले पदार्थ एखाद्या अमेरिकनानं चाखले तर आपल्याला कळेल की, ते खरंच कितपत खाण्यालायक झाले आहेत. शार्पलेस सानला आपण हक्कानं म्हणू शकतो, नाही का?" केलेले पदार्थ डायनिंग टेबलवर छानसे मांडून त्यांच्याकडे समाधानानं पाहत च्यो-च्योनं म्हटलं. "उद्याच जाते मी अमेरिकन वकिलातीमध्ये आणि त्यांना जेवणाचं- अमेरिकन डिनरचं- आमंत्रण देते."

ठरवल्याप्रमाणे ती दुसऱ्या दिवशी वकिलातीत पोहोचली. शार्पलेस सान नुकतेच टोकियोहून परतले होते. तिथे अमेरिकन वकिलातीला परवानगी मिळवण्यासाठी ते गेले होते. पण त्यांना रिकाम्या हातांनी परत यावं लागलं होतं. परदेशी लोकांना देशाच्या राजधानीपासून दूर ठेवण्याचं कडक धोरण जपानी राबवत होते. त्यांच्या मते नागासाकीमध्ये परकीयांचा जो प्रभाव पडत होता, तो पुरेसा होता. अमेरिकी राजदूताला हा फारच मोठा फटका बसला होता. त्यामुळे, सकाळी वकिलातीमध्ये आल्याआल्या समोर च्यो-च्यो सानला पाहून शार्पलेसला जरा बरं वाटलं.

"शार्पलेस सान, इथे नागासाकीमध्ये अमेरिकन डायनर सुरू करायचं मी ठरवलं आहे." च्यो-च्योनं सरळ विषयाला हात घातला. तिच्या स्वरात अभिमान होता. "गेले काही दिवस मी आणि सुझुकी सान वेगवेगळे अमेरिकन पदार्थ करून पाहत आहोत. मिसेस सिंक्लेअरकडून आम्ही त्यांचं पुस्तक सध्या उधार आणलं आहे.

"आमची अशी इच्छा आहे की, आज संध्याकाळी तुम्ही आमच्याकडे जेवायला यावं. ते पदार्थ तुमच्या चवीचे झाले आहेत की नाही याबद्दल तुमचं स्पष्ट आणि प्रामाणिक मत आम्हाला द्यावं. तुम्ही त्याप्रमाणे येऊन आम्हाला उपकृत कराल का?"

च्यो-च्योनं अचानक मांडलेल्या या प्रस्तावावर काय बोलावं, हे शार्पलेस सानला कळेना. तो काही क्षण तसाच गप्प बसला. मग स्वतःला सावरून त्यानं विचारलं,

"अमेरिकन डायनर? हे काय प्रकरण आहे? तुम्हाला अमेरिकन स्वयंपाक येतो हे तर मला माहीतसुद्धा नव्हतं, बटरफ्लाय. तुम्हाला आवडतो का तो स्वयंपाक?"

"सुरुवातीला अजिबात आवडला नव्हता. पण पिंकरटन सानना जपानी स्वयंपाक मुळीच आवडायचा नाही. जेव्हा ते इथे होते, तेव्हा मी स्टीक्स करायला शिकले होते." तिनं अभिमानानं सांगितलं. "गेला एक आठवडा मी आणि सुझुकी सान सतत वेगवेगळे पदार्थ करून पाहतो आहोत. मिसेस सिंक्लेअरच्या रेसिपी बुकमधले सगळे पदार्थ आम्ही या आठ दिवसांत करून पाहिले आहेत. आता गरज आहे ती एका अमेरिकनची, जो ते पदार्थ खाऊन आम्हाला खरा अभिप्राय देईल."

"अरे वा! च्यो-च्यो सान, हा मी माझा बहुमान समजतो. दोन तरुण उद्योजिकांनी तयार केलेले पदार्थ चाखून पाहायला मला नक्कीच आवडेल. मला खात्री आहे की, येत्या काही दिवसांत नागासाकीमध्ये पहिलं अमेरिकन डायनर सुरू होईल." शार्पलेसने उत्साहानं उत्तर दिलं. "मला आशा आहे की, इथून पुढे आमच्या अमेरिकन मुलांना नागासाकीमध्ये उपाशी राहावं लागणार नाही."

मग त्यांनी तिला अमेरिकन पदार्थांबद्दल थोड्याशा टिप्स दिल्या. तिथून निघण्याआधी तिनं अगदी काळजीपूर्वक विचारलं, "शार्पलेस सान, पिंकरटन किंवा जिन्सेईची काही खबरबात?"

"अरे हो! विसरलोच होतो." असं म्हणत त्यानं खिशात हात घालून आलेलं पत्र बाहेर काढलं. टोकियोच्या नकारामुळे ते इतके नाराज झाले होते की नॅन्सीचं पत्र आलेलं त्यांच्या डोक्यातून गेलं होतं.

"हे पहा, काय म्हणते आहे माझी बहीण! 'छोट्याची शाळा आता सुरू झाली आहे. त्याला आता सगळे 'केन' या नावानं हाक मारतात. तो आता अगदी छान रुळला आहे. पुढच्या पत्रात ती मला त्याचा फोटोसुद्धा पाठवणार आहे."

"जिन्सेईचा फोटो... केन..." च्यो-च्योनं खोल श्वास घेत डोळ्यांतले अश्रू आवरले. "प्लीज, शार्पलेस सान, फोटो आला की मला लगेच दाखवाल का? माझी तुम्हाला विनंती आहे की, तुम्हाला तुमच्या बहिणीकडून जिन्सेईची काहीही खबर मिळाली की मला सांगत जा, सांगाल ना? तुमची बहीण त्याचे जे फोटो पाठवेल, त्याशिवाय माझ्याकडे काहीही नाही."

"खरं आहे तुमचं म्हणणं! मी वेळोवेळी नॅन्सीकडून केनचे फोटो मागवत जाईन. ते मिळाले की लगेच तुम्हाला देत जाईन." त्यानं तिला वचन दिलं. "च्यो-च्यो सान, तुमच्यासाठी मी इतकंच करू शकतो. तुमच्या मनात आपल्या लेकाचा विचार कसा रात्रंदिवस असतो, त्याची कल्पना आहे मला. तुमच्या पोटचं पोर आहे ते."

"शार्पलेस सान, तुमचे आभार कसे मानू तेच कळत नाही पहा." तिचा कंठ दाटून आला होता. "जिन्सेईशिवाय दुसरा कुठलाही विचार नसतो माझ्या मनात. इंग्लिश बोलण्याचा माझा अट्टहास आहे तो त्याच्याशी संवाद साधता यावा म्हणून.

आत्ताही हे अमेरिकन डायनर मी सुरू करणार आहे, ते त्याला त्याच्या चवीचे पदार्थ खाऊ घालता यावेत म्हणून. मला खात्री आहे की, एक ना एक दिवस तो मला भेटायला येईल. मी जे काही करते आहे, ते माझ्या मुलासाठीच."

ते ऐकून त्यांनी सुस्कारा सोडला. कुठून येणार होता जिन्सेई परतून नागासाकीला? पण तिचं मन कशाला मोडा, असा विचार करून तो गप्प बसला. तिची स्वप्नं आणि आशाच तर तिला जगण्यासाठी उमेद देत होत्या. बिच्चारी च्यो-च्यो!

हल्ली त्याला तिच्याबद्दल माया वाटू लागली होती. इतक्या कठीण परिस्थितीमध्ये ती सकारात्मक राहून प्रगतीचा विचार करत होती. कधीतरी जिन्सेई भेटेल, अशी आशा करत होती. कदाचित पिंकरटन सान पण भेटेल, असंही तिला वाटत असावं. शार्पलेसनं मनोमन ठरवलं की, नॅन्सीला वरचेवर केनचे फोटो पाठवायला सांगायचं. त्याच्यात आपल्या भावाला इतकी रुची का असा संशय तिला आला तरी काही हरकत नाही, पण ते फोटो पाहून च्यो-च्योच्या मनाला तर समाधान लाभणार होतं! आपला भाऊ नागासाकी सोडून परत अमेरिकेला यावा म्हणून नॅन्सीनं तगादा लावला होता.

"हे बघ, त्या विचित्र जागेत आयुष्य काढायचं आहे का तुला?" संधी मिळताच ती त्याला फटकारत होती.

नागासाकीमध्ये शार्पलेसची पहिल्यांदा नेमणूक झाली, तेव्हा तो फार वैतागला होता. इथल्या प्रत्येक गोष्टीचा त्याला वीट आला होता. कधी एकदा आपला कालावधी संपतो आणि कधी एकदा आपण अमेरिकेत परत जातो, असं त्याला झालं होतं. ते जपानी लोक, त्यांचे रीतिरिवाज, जेवणाखाण्याच्या सवयी, जे बोलायचं ते मनात नाही आणि जे मनात नाही ते बोलायची त्यांची सवय, यातलं काहीही त्याच्या पचनी पडत नव्हतं. त्यात भर म्हणजे तो राजदूत असल्यामुळे आपल्या यजमानांना खूश ठेवण्यासाठी कार्यालयीन कार्यक्रमांत त्याला ते गिळगिळीत जपानी अन्न घशाखाली ढकलावं लागायचं.

पण दोन वर्षांनंतर त्याला कधी या सगळ्याची सवय झाली, हे त्याचं त्यालाच कळलं नाही. त्याचा कालावधी संपल्यानंतर जेव्हा त्याला विचारलं गेलं की परत यायचं आहे की पुढच्या चार वर्षांसाठी नागासाकीमध्ये राहायचं आहे, तेव्हा त्यानं मागचापुढचा विचार न करता तिथेच राहायला अनुमती दिली होती. त्यानंतर तो आपसूक जपानी अन्न खाऊ लागला, त्याला ते आवडू लागलं, त्याच्या ते पचनीसुद्धा पडलं. आरोग्याच्या दृष्टीनं ते अन्न किती योग्य आहे, याचीही त्याला खात्री पटली. इथे येऊन त्याला आता सहा वर्षं झाली होती. सुशिमी, कच्चं मासे इतकंच काय, तर अगदी नाटोसुद्धा मिटक्या मारत खाऊ लागला होता तो. एखादा गाईजीन म्हणजेच परदेशी जेव्हा नाटो आवडीनं खाऊ लागतो, तेव्हा तो खऱ्या

अर्थानं जपानी समाज आणि संस्कृतीमध्ये मिसळला असं उगाच नाही म्हटलं जायचं!

तिच्या मागच्या पत्रात नॅन्सीनं आपल्या भावाला परत येण्याचा पुन्हा आग्रह केला होता. त्याच्या उत्तरात त्यानं लिहिलं होतं,

'मला आता इथल्या जीवनाची सवय झाली आहे. जपान, विशेषतः, नागासाकी आपल्याला पूर्णपणे कब्जात घेतं.'

''त्या भयानक जागेचं तुला इतकं काय आकर्षण वाटतं आहे मला कळतच नाही, आता ये परत अमेरिकेला. बघ तर इथे किती काय घडतं आहे. सगळ्या आनंदाला तू मुकतो आहेस.'' नॅन्सीनं पुन्हा कळवळून आपल्या भावाला विनवलं होतं.

तो मानतच नाही, हे लक्षात आल्यावर तिनं त्याला परत बोलावण्याचा नाद सोडला होता. त्यानंतर शार्पलेस शांतपणे नागासाकीमध्ये राहू लागला होता.

त्याला तिथे बांधून ठेवण्यासारखं काय आहे, हे पाहायला नॅन्सी स्वतःच तिथे येणार होती. त्यावरही त्यानं फक्त 'नागासाकी आपल्याला पूर्णपणे कब्जात घेतं.' इतकंच उत्तर दिलं होतं.

त्या संध्याकाळी ठरल्याप्रमाणे च्यो-च्योकडे डिनरसाठी जाताना त्याच्या मनात आपल्या बहिणीशी झालेले संवाद घोळत होते. जपानी लोकांचा वक्तशीरपणा एव्हाना त्याला चांगलाच परिचित झाला होता, त्यामुळे तो अगदी सात वाजता च्यो-च्योच्या दारात उभा होता. घरात जाताना पायातले जोडे बाहेर काढायला तो विसरला नाही- अजून एक आवश्यक जपानी रिवाज.

त्या दिवशी फारसा गारवा नव्हता. त्यामुळे त्याने सुती युकाता घातला होता. च्यो-च्यो आणि सुझुकीला ते पाहून खूप आश्चर्य वाटलं. तो अमेरिकन राजदूत होता, म्हणजेच तो जपानमध्ये अमेरिकेचं प्रतिनिधित्व करत होता. असं असूनही त्यानं जपानचा वेष किती सहज स्वीकारला होता. त्याहून वरताण म्हणजे पारंपरिक जपानी घरात शिजवलेल्या पारंपरिक अमेरिकन जेवणाचा आस्वाद तो घेणार होता.

त्याला पाहतच च्यो-च्योला हसू आलं. चक्क भूमिकांची अदलाबदल झाली होती. वेगळीच संध्याकाळ होती ती.

कामचलाऊ जेवण जेवण्याच्या तयारीनं तो आला होता. त्यामुळे समोर आलेले एकाहून एक चविष्ट पदार्थ पाहून तो थक्क झाला. आपल्या मुलाच्या प्रेमापोटी एक आई किती कष्ट उचलू शकते, याचं उदाहरण त्याच्या समोर होतं. आधी गेशाचं काम करणाऱ्या या लहानखुऱ्या च्यो-च्योची हिंमत दाद देण्यासारखी होती. तिनं इंग्लिश भाषेवर मोठ्या कष्टानं प्रभुत्व मिळवलं होतं. आणि आता तर कधीकाळी भेटू शकणाऱ्या पोराला त्याच्या आवडीचे चार पदार्थ खाता यावेत

म्हणून ती या नवीन व्यवसायाकडे वळली होती. निमित्त होतं, नागासाकीला येणाऱ्या अमेरिकन सेलर्सच्या भुकेचं.

या मार्गानं ती स्वतःला अमेरिकन संस्कृतीशी परिचित करत होती, आपल्या पोराशी आपली नाळ तुटू नये याचा प्रयत्न करत होती, हे शार्पलेस जाणून होता. एक न एक दिवस पिंकरटन त्यांच्या मुलाला घेऊन परत येईल, अशी वेडी आशा तिच्या मनात खोलवर दडलेली होती, हेसुद्धा शार्पलेस समजू शकत होता. ती स्वतःची उमेद कधीच नष्ट होऊ देणार नव्हती. संयम हा जपान्यांचा फार मोठा सद्‌गुण होता. त्यामुळे ती आयुष्यभर तशीच तिष्ठत राहणार होती.

आजही ती नागासाकी बंदरावरच्या लाकडी बेंचवर बसून क्षितिजापलीकडे दिसणाऱ्या जहाजांकडे पाहत बसायची. न जाणो, एखाद्या जहाजातून पिंकरटन आणि जिन्सेई आले तर? बटरफ्लायचं रोज तिथे येणं आता सगळ्यांच्या सवयीचं झालं होतं.

नाकाजिमानं आणलेल्या स्थळाला तिनं हट्टानं नाकारलं होतं. आपलं कमिशन बुडाल्याचा त्याला इतका संताप आला होता, की तो चिडून तिला बोलला होता, ''मिस्टर पिंकरटन कधीच तुझ्याकडे परत येणार नाहीत, हे शहरातील प्रत्येक जण जाणतो. मागच्या वेळेस तो आला होता, तेव्हाही त्याची अमेरिकन बायको त्याच्याबरोबर होती. जितक्या पट्‌कन तू हे सत्य स्वीकारशील, तितकं तुझ्यासाठी ते चांगलं आहे.''

त्याच्या जळजळीत शब्दांनी तिच्या मनाला वेदना झाल्या होत्या. तरीही तिनं आपलं स्वप्न जपत त्यानं आणलेल्या प्रस्तावाला नकार दिला होता.

''मी जर दुसऱ्या माणसाशी लग्न केलं आणि पिंकरटन जिन्सेईला घेऊन नागासाकीला परत आले, तर मी कसं तोंड दाखवू शकेन त्यांना?'' तिनं सुझुकीला कळवळून विचारलं.

त्यावर सुझुकीनं काही उत्तर दिलं नाही. पण तीसुद्धा नाकाजिमा सानसारखा व्यवहारी विचार करत होती. त्यामुळे तिलाही माहीत होतं की, पिंकरटन आता परत कधी येणार नाही. मागच्या वेळेस तो आला ते बायकोला घेऊन, ही वाईट आठवण सुझुकी आपल्या मालकिणीला देणार नव्हती. च्यो-च्योनं हाराकिरी करूनही दुर्दैवाने तिच्यावर औट घटकेच्या अमेरिकन नवऱ्याची वाट पाहत जगण्याची आणि तेही एकट्यानं, वेळ आली होती.

आपली मालकीण वरचेवर बंदरावर जाऊन वाट पाहत असते, हे तिला माहीत होतं. प्रत्येक वेळेस नाउमेद होऊन पाय ओढत घरी परतणाऱ्या च्यो-च्योला पाहून तिच्या पोटात तुटत असे. पण त्यावर काही उपाय नव्हता. आपण हाराकिरीतून वाचलो, ते वाट पाहण्यासाठी; हा च्यो-च्योचा ठाम विश्वास तोडण्यात अर्थ नव्हता.

शेवटची डिश चाटूनपुसून संपवल्यावर तृप्त मनानं शार्पलेसनं घोषित केलं, "माय गॉड, च्यो च्यो सान! तुम्ही दोघींनी तर मिसेस सिंक्लेअरच्या पुस्तकातील प्रत्येक रेसिपीला पूर्ण न्याय दिला आहे की! नागासाकीमध्ये अमेरिकन डायनर सुरू करायला तुम्ही दोघी पूर्णतया सक्षम आहात, हे मी आज जाहीर...."

"थांबा, थांबा, अजून शेवटची परीक्षा राहिली आहे!" असं म्हणत च्यो-च्यो पट्कन आतून एक गोल पांढरी डिश घेऊन आली. अहाहा! त्यात अमेरिकन ॲपल पाय होता.

या डिशशिवाय अमेरिकन डायनरला परिपूर्णता येणार नव्हती, हे त्यांना सांगण्यात आलं होतं. म्हणूनच हे वैशिष्ट्यपूर्ण अमेरिकन डेसर्ट करण्यात त्या दोघींनी कित्येक तास खर्ची घातले होते.

आत्ताही शार्पलेस सान ॲपल पायवर आडवा हात मारताना च्यो-च्योला मिसेस सिंक्लेअरचे शब्द आठवले, 'ज्या दिवशी तुम्हाला ॲपल पाय अगदी मस्त जमेल, त्या दिवशी तुम्ही अमेरिकन फूडची परीक्षा शंभर टक्के पास झालात असं म्हणता येईल.' त्यांनी तिला पुस्तक देताना सांगितलं होतं.

सगळ्या पदार्थांना न्याय देऊन झाल्यावर शार्पलेस सान तृप्त मनानं उठले. त्यांची प्रतिक्रिया जाणून घेण्यासाठी च्यो-च्यो आणि सुझुकी अधीर झाल्या होत्या. त्यांच्याकडे पाहत शार्पलेस अभिमानानं म्हणाले, "मी आता जाहीर करतो की, आत्ता ज्या अमेरिकन डायनरमध्ये मी भोजन केलं आहे, ते सर्वोत्तम आहे. नागासाकीमध्ये ते सर्वश्रेष्ठ ठरणार, यात काही शंकाच नाही!"

त्या रात्री आनंद, हसणं आणि समाधानाच्या त्या क्षणी 'च्यो-च्यो अमेरिकन डायनर'चा जन्म झाला.

प्रकरण १९

व्यवसाय सुरू करण्याच्या दृष्टीनं च्यो-च्योचा हात आता सगळ्या पदार्थांवर बसला होता. पुढचं पाऊल उचलण्याची वेळ आली होती. मुख्य रस्त्याच्या आतल्या बाजूला असलेला जो छोटासा गाळा तिला आवडला होता, त्याच्या मालकाशी जाऊन बोलायला हवं होतं.

गेले कित्येक आठवडे ती त्या दुकानाच्या बाजूनं कधी एकटी, कधी सुझुकीबरोबर, येतजात होती. आपल्याला आवडलेलं ते दुकान दुसऱ्या कोणी घेतलं तर नाही ना याची तिला कायम धाकधूक वाटत होती. आता तिची पूर्ण तयारी झाल्यामुळे ती धडधडत्या अंतःकरणानं दुकान मालकाच्या घरी निघाली. तिथून जवळच होतं ते. आज ती आयुष्याचा फार मोठा जुगार खेळणार होती.

काही वर्षांपूर्वी मारुयामा लेनच्या टी-हाउसमध्ये काम करणारी एक गेशा आज उद्योजक होण्याच्या वाटेवर होती. तिला चिंता वाटणं स्वाभाविक होतं. नटवी गेशा आणि कठोर उद्योजक हा मेळ तसा जुळण्याजोगा नव्हता.

आपल्या डायनरसाठी भांडवल गोळा करताना तिनं हिंमत दाखवली होती. तारण ठेवायला तिच्याकडे काहीही नव्हतं. म्हणूनच तिनं नाकाजिमा सानला त्यासाठी विचारायचं ठरवलं होतं. सावकारी हा त्याचा दुसरा व्यवसाय होता. सुझुकीला मात्र काळजी वाटत होती.

''च्यो-च्यो सान, तुम्हाला खात्री आहे का? नाकाजिमा पैसे वसुलीच्या बाबतीत बदनाम आहेत. त्यांना दयामाया नाही. तारण ठेवायला आपल्याकडे काही नाही. ते हो म्हणतील कशावरून? 'नाही' म्हणून त्यांनी उगाच तुमचा अपमान केला तर तुम्हाला किती वाईट वाटेल.'' तिच्या बोलण्यात तथ्य होतं.

''मान्य आहे मला, पण तरीही मी प्रयत्न करायचं ठरवलं आहे.'' च्यो-च्योनं

शांतपणे म्हटलं. ''तसंही गमावण्यासारखं काहीच नाही आपल्याकडे. आणि हेही खरं की, बिना भांडवलाचा उद्योग कसा सुरू करता येईल? दुकानाचं भाडं, स्वयंपाकाला लागणारे पदार्थ, भांडीकुंडी, क्रोकरी... भलीमोठी यादी आहे. डायनर आपोआप कसं सुरू होईल?''

पिंकरटन सान म्हणायचे तसं 'अंधारात तीर मारणं आहे हे!'

त्या दिवशी सकाळी च्यो-च्योनं ठेवणीतला किमोनो अंगावर चढवला. गेशा म्हणून काम करताना जी खास केशरचना लोकप्रिय होती, ती तिनं आवर्जून केली. या सगळ्याचा नाकाजिमा सानवर चांगला प्रभाव पडेल, हे ती जाणून होती. श्राइनमध्ये जाऊन सुझुकीनं मालकिणीच्या यशासाठी, नागासाकीमध्ये उत्कृष्ट अमेरिकन डायनर सुरू करण्यासाठी, तिला भांडवल मिळावं यासाठी मनोभावे प्रार्थना केली.

शेवटी जेव्हा पिंकरटन आणि जिन्सेई नागासाकीला परत येतील, तेव्हा त्यांच्यासमोर ताठ मानेनं उभं राहता यावं म्हणून च्यो-च्योचे हे प्रयत्न होते, हे सुझुकीला पक्कं ठाऊक होतं.

आदल्या रात्रीच च्यो-च्योनं तिला पुन्हा सांगितलं होतं, ''जिन्सेई च्यान आणि पिंकरटन नागासाकीला परत येतील, तेव्हा त्यांना माझा अभिमान वाटला पाहिजे.'' अलीकडे हा तिचा जीवनमंत्र झाला होता. सुझुकीनं त्यावर काही उत्तर दिलं नव्हतं. मालकिणीप्रमाणे तिला खात्री नव्हती की, पिंकरटन आणि जिन्सेई परतून येतील. पिंकरटन आपल्या अमेरिकन बायकोबरोबर सुखात आहे, त्याला च्यो-च्योची गरज उरली नव्हती, तो नागासाकीला कधीच परत येणार नव्हता; हे सत्य स्वीकारायला च्यो-च्यो तयारच नव्हती. अशा वेळेस सुझुकीनं गप्प बसण्यात शहाणपणा होता.

आपली मालकीण एकटीच तासन्‌तास बंदरावर जाऊन वाट पाहत बसते, याची तिला जाणीव होती. जहाज नसेल, तेव्हा च्यो-च्यो क्षितिज न्याहाळत बसायची. या मार्गानं तिचं पोटचं पोर एक दिवस परतणार होतं. ते स्वप्न तिला जगण्याची उमेद देत होतं. ते भंग करण्याची सुझुकीची हिंमत नव्हती.

जामानिमा करून च्यो-च्यो जेव्हा नाकाजिमा सानच्या घरी त्यांना भेटायला गेली, तेव्हा त्यांनी कौतुकानं तिच्याकडे पाहिलं.

''अरे वाह! दस्तुरखुद्द च्यो-च्यो सानचे पाय लागले की माझ्या घराला! विचार बदलला आहे वाटतं? लग्न करून सुखात राहावंसं वाटू लागलं आहे का?'' त्यांनी जरा खोचकपणे विचारलं.

''नाकाजिमा सान, तूर्तास तरी तसं काही नाही. कुणी सांगावं, एखाद्-दोन वर्षांत बदलेल माझं मन.'' स्वतःच्या कडवट भावनांवर नियंत्रण ठेवत तिनं वरकरणी शांत स्वरात सांगितलं. तिच्या मते नाकाजिमा सान 'कातडीचा व्यापार' करून

त्यातून बक्कळ माया साठवून बसले होते. अर्थात, हे ती फक्त सुझुकीसमोर बोलू शकत होती. तिला त्यांचा किती तिरस्कार वाटतो, हे ती इतर कुणाला सांगू शकत नव्हती.

''मग? कशाला आली आहेस इथे?'' त्यानं गुर्मीनं विचारलं.

''नाकाजिमा सान, इथे नागासाकीमध्ये मी एक रेस्टॉरंट- अमेरिकन डायनर- उघडण्याचा विचार करते आहे. अमेरिकेन लोकांच्या झुंडी येतात हल्ली नागासाकीला. त्यांना त्यांच्या चवीचं जेवण मिळावं, असा विचार आहे.'' तिनं कुठलीही प्रस्तावना न करता घाईनं सांगून टाकलं. हो, उगाच उसनं अवसान संपलं तर!

तिच्या तोंडचे शब्द ऐकताच तो अवाक् झाला. आजवर त्यानं कुठल्याही जपानी स्त्रीला इतक्या ठामपणे तेही व्यवसायाच्या संदर्भात- बोलताना ऐकलं नव्हतं. त्यातून च्यो-च्यो होती पूर्वाश्रमीची गेशा. तिला व्यवसायाचा अनुभव नव्हता. त्यातून ती नागासाकीमध्ये अमेरिकनांसाठी रेस्टॉरंट उघडायचं म्हणत होती. साधा स्वयंपाक तरी येत होता का तिला? काही क्षण त्याची बोलतीच बंद झाली.

''मी इथे आले आहे, ते माझ्या रेस्टॉरंटसाठी तुमच्याकडे कर्ज मागायला.''

तिचे पुढचे शब्द ऐकून तर तो खुर्चीवरून खालीच पडणार होता. वेळेत त्यानं स्वतःला सावरलं म्हणून बरं. या एवढ्याशा मुलीचं केवढं हे धाडस! प्रत्यक्ष नाकाजिमानं आणलेल्या लग्नाच्या प्रस्तावांना पुन्हा पुन्हा नकार द्यायचा. नाकाजिमाला असं धुडकावून पुन्हा त्याचीच मदत मागायला यायचं, म्हणजे अति झालं.

''आणि मुली, मला तू आवडत असशील, असं वाटलं तरी कसं तुला? मी तुला हे कर्ज देईन, असं का वाटतं तुला? माझा काय फायदा त्याच्यात?'' जरा भानावर येऊन त्यानं अचूक मुद्दा मांडला.

''कारण,'' तिनं आवंढा गिळला. पुढची लढाई अजून कठीण होती. पण आता धीर सोडून चालणार नव्हतं. ''कारण, तुम्ही पाहताच की, हल्ली किती अमेरिकन उतरतात नागासाकी बंदरात. त्यांना त्यांच्या चवीचं जेवण मिळत नाही म्हणून त्रस्त असतात ते. या रेस्टॉरंटला त्यांचा उत्तम प्रतिसाद मिळेल.'' शिवाय, तिनं मुद्दाम पुस्ती जोडली, ''माझा व्यवसाय चांगला चालू लागला की, मग मी लग्नाचा विचारसुद्धा करेन. तुम्हाला कर्जाची रक्कम व्याजासहित तर मिळेलच, जोडीला लग्न जमवण्याचं कमिशन पण मिळेल.''

काही क्षण नाकाजिमा विचारात पडले. मनातल्या मनात त्यांनी सगळी गणितं करून पाहिली. च्यो-च्योच्या म्हणण्यात तथ्य होतं. अमेरिकनांची वाढती संख्या पाहिली तर तिच्या रेस्टॉरंटला उत्तम प्रतिसाद मिळण्याची शक्यता अधिक होती. त्यातून तिला कर्जापोटी जी रक्कम हवी होती, ती त्याच्यासारख्या माणसाला अगदीच डाव्या हाताचा मळ होती.

महत्त्वाचं म्हणजे च्यो-च्योशी लग्न करण्यात अनेकांनी स्वारस्य दाखवलं होतं. ते सगळे एकाहून एक श्रीमंत होते. या बयेनं 'हो' म्हटलं तर नाकाजिमाला भलंमोठं कमिशन मिळण्याची दाट शक्यता होती. सगळा विचार केला तर तिला कर्ज देण्यात धोका अत्यल्प आणि फायदे भरपूर होते. ठरलं तर!

"बरं च्यो-च्यो सान, आता तू इतकं म्हणते आहेस तर... तुला खात्री आहे कर्ज वेळेत फेडण्याची, तेव्हा हरकत नाही."

"नाकाजिमा सान, मी तुमची खूप आभारी आहे." तिला सुटल्यासारखं वाटलं. त्याच्यासारख्या कुप्रसिद्ध, धूर्त, लग्न जुळवणाऱ्या दलालानं इतक्या सहजासहजी कर्ज द्यायला हो म्हटलं, याच्यावर तिचा अजूनही विश्वास बसत नव्हता.

न राहवून नाकाजिमा साननं म्हटलं, "हे बघ, तीन श्रीमंत व्यापाऱ्यांनी तुझ्यासाठी विचारलं आहे. त्यांना समाजात खूप मानाचं स्थान आहे. काय हरकत आहे विचार करायला? आयुष्य सुखात आणि आरामात जाईल. तुझ्यासारख्या नाजूक स्त्रीला रेस्टॉरंट चालवण्याचं कष्टाचं काम कसं काय झेपेल?"

"नाही नाकाजिमा सान." निश्चयानं मान हलवून ती म्हणाली. "मला प्रयत्न तरी करून पाहू द्या. मी कधी लग्न करणारच नाही, असं कुठे म्हणते आहे. पण एक-दोन वर्षं जरा मला या रेस्टॉरंटचा अनुभव घ्यायची इच्छा आहे."

त्याचाही आता नाइलाज झाला. तिच्या किती मागे लागायचं, यालाही मर्यादा होती. आणि कितीही नाही म्हटलं तरी लहानखुऱ्या दिसणाऱ्या या तरुणीच्या हिमतीची त्यालाही दाद द्यावीशी वाटली. श्रीमंत व्यापाऱ्याची बायको होऊन सुखाचं आयुष्य जगण्याऐवजी ती जाणूनबुजून कष्टाचं जीवन निवडते आहे, हे पाहून त्याला तिचा आदर वाटू लागला.

नाकाजिमा सानसारख्या धूर्त माणसानं आपल्याला कर्ज द्यायला होकार दिला आहे, हे सुझुकीला कधी एकदा सांगते असं च्यो-च्योला झालं. सारा रस्ताभर ती पळत आली. त्या उत्साहात तिनं बंदर कधी ओलांडलं, हेही तिला कळलं नाही. कित्येक दिवसांत आज पहिल्यांदाच तिची नजर बंदराकडे किंवा क्षितिजाकडे गेली नव्हती.

"काय सांगता? त्यांनी काही खळखळ न करता तुम्हाला कर्ज द्यायचं कबूल केलं?" अविश्वासानं सुझुकीनं तिला विचारलं. "पैसे सुटत नाहीत त्यांच्या हातातून. कुप्रसिद्ध आहेत ते त्यासाठी."

"हो सुझुकी, तेच ते नाकाजिमा सान!" च्यो-च्योनं उत्साहानं उत्तर दिलं. व्यवसायाच्या सुरुवातीला इतक्या सहजतेनं कर्ज मिळालं पाहून तिला अतिशय आनंद झाला होता. "अर्थात मी त्यांना लालूच दाखवली आहे की, वर्ष-दोन वर्षांनी

मी लग्नाचा आणि त्यांनी आणलेल्या स्थळांचा विचार करेन. तसं झालं तर त्यांचा फायदा साध्य होईल.

"आधी तर ते नाहीच म्हणत होते. अजूनही मी लग्नाला हो म्हणावं, त्यांनी सुचवलेल्या अतिश्रीमंत तीन व्यापाऱ्यांपैकी एकाला होकार द्यावा, ही त्यांची इच्छा होती. मला कशाचीही ददात पडणार नाही, उर्वरित आयुष्य मी सुखात काढेन असंही म्हणाले ते." च्यो-च्योनं सविस्तर हकिकत सांगितली.

त्यावर सुझुकी गंभीरपणे म्हणाली, "च्यो-च्यो सान, ही कल्पना काही तितकीशी वाईट नाही. काय हरकत आहे त्या तिघांपैकी एका स्थळाला होकार द्यायला? आयुष्य सुखात आणि बिनाकष्टाचं जाईल. रेस्टॉरंट चालवायचं म्हणजे किती कष्ट करावे लागतील तुम्हाला. पैशांची काळजी, भांडवलाची चिंता, ग्राहक येतील की नाही याची अनिश्चितता, रोजचे पदार्थ चांगले होतीलच याची अशाश्वतता... एक ना दोन... सतरा अडचणी येतील. अजूनही वेळ गेलेली नाही. तुम्ही विचार करू शकता लग्नाचा."

"काहीतरीच काय बोलते आहेस." पुन्हा एकदा त्याच प्रस्तावाला नकार देत च्यो-च्यो म्हणाली. "पिंकरटन जेव्हा जिन्सेईला घेऊन नागासाकीला येतील, तेव्हा मी मोकळी हवी ना. मला खात्री आहे की, एक दिवस ते दोघंही येणार परत. आपलं रेस्टॉरंट इतकं छान चाललेलं पाहून त्यांना अभिमान वाटेल माझा."

"आणि समजा, दहा-वीस वर्षं ते आलेच नाहीत तर?" सुझुकीनं हळुवारपणे विचारलं.

"तर मग मला धीर न सोडता त्यांची वाट पाहावी लागेल. मी हाराकिरीमधून वाचले ते काय उगाच?" च्यो-च्योचा प्रश्न बिनतोड होता.

काय बोलणार सुझुकी यावर? तिनं खोल सुस्कारा टाकला. पिंकरटन किंवा जिन्सेई आता कधीही परत येणार नाहीत, अशी तिची खात्री होती. च्यो-च्योला हे पटेपर्यंत खूप उशीर झालेला असेल. तोवर तिच्याशी लग्न करायला कुणीही थांबलेलं नसेल. लग्नाळू स्त्रीचं एक ठरावीक वय असतं. तिच्या लाडक्या मालकिणीला आयुष्यभर लग्नाशिवाय राहावं लागलं असतं. च्यो-च्योला कसं समजावून सांगावं, हे सुझुकीला काही केल्या कळेना.

च्यो-च्योला मात्र आपल्या स्वप्नापुढे कशाचीही मातब्बरी वाटत नव्हती. तिचा आशावाद दांडगा होता. तिच्या जीवनाचं ते एकमेव ध्येय होतं. अमेरिकेत वाढणाऱ्या जिन्सेईची काही ना काही बातमी मिळवण्यासाठी ती भुकेली होती. त्याचे फोटो मिळावेत म्हणून शार्पलेस सानला भरीला घालत होती. सुरुवातीला, शार्पलेसनं त्याकडे फारसं लक्ष दिलं नसलं तरी तिचा पाठपुरावा पाहून त्यांनी त्यांच्या बहिणीच्या मागे लागून जिन्सेईचा फोटो मागवून घेतला होता. नॅन्सीच्या नुकत्याच

आलेल्या पत्रात फोटो पण आला होता. मात्र नॅन्सीनं लिहिलं होतं,

"तुला केनमध्ये एवढं स्वारस्य का आहे हे मला कळत नाही. पण असो! तो आता शाळेत जाऊ लागला आहे. या पत्राबरोबर त्याच्या शाळेच्या पहिल्या दिवसाचा फोटो पाठवते आहे. पहिला दिवस असल्यामुळे तो काही फार आनंदी दिसत नाही, हे तुझ्या लक्षात आलंच असेल."

त्या दिवशी शार्पलेस सानच्या हातातून ते पत्र आणि तो कृष्णधवल फोटो घेताना च्यो-च्योचे हात थरथरत होते. अमेरिकन युनिफॉर्म घातलेल्या त्या लहानशा मुलाच्या डोक्यावरच्या घट्ट लोकरी टोपीतून सोनेरी कुरळे केस डोकावत होते. गोबऱ्या गालांवर लाली आणि चेहऱ्यावर काळजी दिसत होती. किती कावराबावरा झाला होता तो!

तो फोटो हृदयाशी घट्ट धरत ती म्हणाली, "जिन्सेई च्यान, आज तुझा शाळेचा पहिला दिवस. तुझ्यासाठी खूप मोठा दिवस आहे हा. आज मी तुझ्याबरोबर नाही म्हणून मनापासून माफी मागते तुझी, बाळा!"

शार्पलेसनं अर्थातच तो फोटो तिला देऊ केला. त्यानंतरही त्यानं तिला जिन्सेईचे अनेक फोटो दिले. तिनं प्रत्येक फोटो काळजीपूर्वक जतन करून ठेवला. आपल्या लाडक्या पिल्लासाठी तिनं खास फोल्डर तयार केलं होतं. इथून पुढे अमेरिकेत होणाऱ्या त्याच्या प्रगतीचा आढावा ती असाच घेणार होती. ठरावीक कालावधीनंतर मिळणारे हे कृष्णधवल फोटो आता तिचा सगळ्यात मौल्यवान ठेवा होते.

त्या रात्री तिनं आपल्या बाळाला पुढचं पत्र लिहिलं. सुंदर लाल रिबनमध्ये बांधलेल्या या सर्व पत्रांचा गठ्ठा अनेक वर्षांनी त्याला शेवटचा श्वास घेणाऱ्या आपल्या वडिलांकडून मिळणार होता.

'प्रिय बाळा, जिन्सेई,

आज मला तुझा पहिला फोटो मिळाला. युनिफॉर्ममध्ये तू किती गोजिरवाणा दिसतो आहेस! शाळेच्या पहिल्या दिवशी तू डोळ्यांतले अश्रू आवरण्याचा आटोकाट प्रयत्न करतो आहेस हे पाहून माझं मन किती विदीर्ण झालं म्हणून सांगू!

बाळा, खूप उंच आणि तगडा झाला आहेस, तू! मला तुझा अभिमान वाटतो आहे.

गन्बात्ते कुदासाई, गुड लक, पिल्ला!'

कितीतरी काळानंतर च्यो-च्यो त्या रात्री शांतपणे झोपली. आज तिला आपल्या मुलाची खबरबात समजली होती. त्याचा फोटो पाहायला मिळाला होता. इतकंच नाही तर त्या नीच नाकाजिमानं तिला रेस्टॉरंट चालवण्यासाठी कर्ज द्यायला हो म्हटलं होतं. काही का असेना, बटरफ्लायसाठी जीवन जरा सुखावह झालं होतं.

प्रकरण २०

कबूल केल्याप्रमाणे नाकाजिमा साननं च्यो-च्योला ठरावीक वेळी ठरावीक रक्कम कर्जापोटी दिली. पण तो तिला बजावायला विसरला नाही की, पुढेमागे लग्नाचा विचार तिला करावा लागेल, दिलेला शब्द पाळावा लागेल.

दिलेलं वचन आपल्या लक्षात आहे, असं संदिग्धपणे बोलत, त्याच्यासमोर लवून त्याला घरातून रवाना केल्यावर च्यो-च्योला जरा हुश्श वाटलं.

"मला तर या नाकाजिमा सानचं काही कळतच नाही. माझ्या लग्नाच्या इतकं का मागे लागले आहेत ते?"

"कारण, त्यांचं कामच ते आहे ना! असं म्हणावं लागेल की, पाठपुरावा करणं, हा त्यांच्या रक्तात असलेला गुण आहे." सुझुकीचे डोळे चमकत होते. ते ऐकून च्यो-च्यो खळखळून हसली. कितीतरी दिवसांनी सुझुकी तिला असं मोकळं हसताना पाहत होती.

"शिवाय, तुम्ही फारच सुंदर आहात!"

त्याच दिवशी सकाळी शार्पलेसकडे जिन्सेईचा अजून एक फोटो आला होता. नाकाजिमा येण्याआधी तो त्यानं च्यो-च्योला आणून दिला होता. त्यामुळे च्यो-च्यो खूप आनंदात होती. बागेत आपल्या दोन मित्रांबरोबर अगदी आनंदानं बॉल खेळत असणाऱ्या जिन्सेईचा तो फोटो होता. कितीतरी वेळ च्यो-च्यो आपल्या बाळाकडे टक लावून पाहत बसली होती. मग तिनं अगदी काळजीपूर्वक तो फोटो इतर फोटोंबरोबर ठेवून दिला होता. आपल्या हातानं गमावलेल्या आपल्या बाळाची प्रगती ती आता अभिमानानं पाहू शकत होती.

नाकाजिमा साननं हातात ठेवलेली रक्कम घेऊन ती दुसऱ्या दिवशी तडक तिला आवडलेल्या त्या छोटेखानी दुकानाकडे गेली. तिथून जवळच त्या दुकानाचा

मालक राहत होता आणि ‘सेन्बेई’ हे तांदळाच्या कुकीजचं दुकान चालवत होता.

च्यो-च्यो तिथे पोचली, तेव्हा सेन्बेईसमोर ग्राहकांची भलीमोठी रांग लागली होती. तिला चांगलं तासभर थांबावं लागलं. पण हे वाट पाहणं तिच्या पथ्यावर पडलं. तोवर तिला मनाची तयारी करायला वेळ मिळाला. दुकानाचे मालक मुराता सान एक मध्यमवयीन गृहस्थ होते. कुणाशी बोलताना ते कधीच नजरेला नजर देत नसत. त्यातून, त्यांच्या चेहऱ्यावर कायम ‘बारा’ वाजल्याचे भाव असत.

त्यांचं असं नजर टाळणं च्यो-च्यो ला खूप विचित्र वाटलं, पण करणार काय! त्यांची ती दुसरी जागा तिला हवीच होती ना!

“मुराता सान, बाजूच्या गल्लीत तुमचं जे छोटं दुकान आहे ना, ते मला भाड्यानं मिळेल का हे विचारायला मी आले आहे.” नमनाला घडाभर तेल न ओतता तिनं सुरुवात केली. “अमेरिकन पदार्थ मिळणारं डायनर तिथे सुरू करायचं आहे मला.” त्यांच्याकडे रोखून पाहत ती पुढे म्हणाली.

एकदाचं बोलून मोकळं झाल्यावर तिचं हृदय जोरात धडधडू लागलं. हो-नाही म्हणणं आता मुराता सानच्या हातात होतं. जवळजवळ मिनिटभर ते काही बोललेच नाहीत. आपण थेट त्यांना येऊन भेटलो, हे चुकलंच, असा विचार तिच्या मनात आला. मिसेस सिंक्लेअरना आणायला हवं होतं बरोबर, म्हणजे मग आपल्या शब्दाला जरा वजन आलं असतं, असंही तिला वाटू लागलं. कारण च्यो-च्यो पूर्वी मारुयामा लेनमध्ये गेशाचं काम करायची, हे नागासाकीमध्ये कुणाहीपासून लपून राहिलं नव्हतं.

मुराता सान काहीच उत्तर देत नाहीत, हे पाहून ती जायला उठली. तितक्यात, त्यांनी मान वर केली. अर्थात, तिच्याकडे न पाहता, तिच्या डोक्यावर कुठेतरी पाहत ते म्हणाले, “ते दुकान फारच छोटं आहे. खरं सांगायचं, तर त्यामुळेच कुणीही ते भाड्यानं घेत नाही. त्या दुकानापोटी तुम्ही किती भाडं देऊ शकता हे सांगितलंत, तर मी ते तुम्हाला भाड्यानं देण्याचा विचार करेनही.”

ते ऐकताच च्यो-च्योला खूप आनंद झाला. ती उत्साहाने बोलू लागली, “मुराता सान, तुम्ही काळजीच करू नका. हिरोशी नाकाजिमा यांनी मला आर्थिक पाठिंबा द्यायचं मान्य केलं आहे. ते किती सधन आहेत, हे तुम्हाला तर माहीतच आहे. माझं डायनर खूप यशस्वी होईल, याची मला खात्री आहे. घरापासून दूर असणाऱ्या अमेरिकनांना आपल्या घरच्या पदार्थांची फार उणीव भासते.”

तिच्या पुढच्या बोलण्यापेक्षा तिला नाकाजिमाचं अर्थसाहाय्य आहे, या वाक्यानं मुराता सानचा चेहरा खुलला. त्यांनी निश्चिंतपणे च्यो-च्योचं म्हणणं मान्य केलं. तिला दुकान भाड्यानं देण्यात त्यांना आता कोणतीच अडचण नव्हती. तिच्यासाठी हा शुभशकुन होता.

त्यानंतर अवघ्या काही दिवसांत तिनं आणि सुझुकीनं मिळून त्या दुकानाचं

रूपांतर टुमदार डायनरमध्ये केलं. ते दुकान फार छोटं आहे, हे मुराता सानचं म्हणणं अजिबात खोटं नव्हतं. तिथे जेमतेम गॅसची शेगडी आणि दोन-चार टेबलं आणि खुर्च्या मावू शकल्या. त्यासुद्धा जरा दुकानाच्या बाहेरच ठेवलेल्या होत्या.

च्यो-च्योनं मग शाळेतल्या आपल्या नोकरीचा राजीनामा दिला. मिसेस सिंक्लेअरनं कुठलीही नाराजी न दाखवता तो स्वीकारला. इतकंच नाही, तर लागेल ती मदत करायला ती आपणहून त्यांच्या डायनरमध्ये आली. त्या लहानशा जागेचा तिनं अगदी कायापालट केला.

"आता फक्त आपल्याला थोडंसं वेस्टर्न म्युझिक हवं, म्हणजे कसं पोरांना इथे येत राहावसं वाटेल. घरच्यासारख्या जेवणाच्या जोडीनं घरच्यासारखं म्युझिक पण तितकंच महत्त्वाचं असतं." मिसेस सिंक्लेअरनं जाहीर केलं.

"हो, बरोबर आहे तुमचं म्हणणं, पण आणणार कुठून आपण ते?" च्यो-च्योनं किंचित खेदानं विचारलं.

त्यावर सिंक्लेअर काहीच बोलल्या नाहीत. परंतु, दुसऱ्या दिवशी त्या एक वापरलेला, जुना ग्रामोफोन आणि काही रेकॉर्ड्स काखोटीला मारून घेऊन आल्या. तो ग्रामोफोन धड चालेल तरी की नाही अशी त्यांना शंका होती, पण तो कामचलाऊ निघाला. त्यामुळे, तूर्तास 'म्युझिक कुठून आणायचं' हा प्रश्न निकालात निघाला. आणि सिंक्लेअरनं म्हटल्याप्रमाणे तेवढ्यानंही डायनरचं वातावरण अगदी वेगळं वाटू लागलं.

त्यानंतर हातातले चौकडीचे लाल-पांढरे पडदे दाखवत त्या म्हणाल्या, "आता आपण इथल्या दारे-खिडक्यांचे हे पारंपरिक पडदे बदलू या, नाहीतर मग इथे 'अमेरिकन'पणा जाणवणार नाही."

तिनं स्वतः काही दिवसांपूर्वी ते पडदे खास या डायनरसाठी शिवले होते. मग काय! तिघींनी मिळून हसतहसत, आनंदानं ते पडदे लावले. मागच्या आठवड्यात मिसेस सिंक्लेअरनं एका मासिकात असलेलं अमेरिकन डायनरचं चित्र च्यो-च्योला दाखवलं होतं. आता तिचं डायनर अगदी तसंच दिसू लागलं होतं.

मिसेस सिंक्लेअर करत असलेल्या मदतीमुळे तिला भरून आलं. ती गदगदलेल्या स्वरात म्हणाली, "कोणत्या शब्दात तुमचे आभार मानू, हेच मला कळत नाहीये."

खरंतर तिच्यासारख्या पूर्वाश्रमीच्या गेशानं सुरू केलेल्या या प्रोजेक्टला बहुतेकांनी थट्टेवारी नेलं होतं. अमेरिकन नौदल अधिकारी पिंकरटननं तिच्याशी लग्नाचं नाटक करून नंतर तिला सोडून दिलं होतं, आपल्या मुलाला मात्र तो लबाडीनं घेऊन गेला होता; ही तिची दुर्दैवाची कहाणी सगळ्यांना ठाऊक होती. पण या विपरीत परिस्थितीमध्ये च्यो-च्योनं आपला तोल ढळू न देता स्वाभिमान जपत, हे नवीन काम सुरू केलं होतं आणि मिसेस सिंक्लेअरना त्याचं खूप कौतुक वाटत होतं.

म्हणूनच, त्या आपणहून तिला मदत करत होत्या. नागासाकीमध्ये जिन्सेईची, त्याच्या जन्मभूमीमध्ये ओळख पुसली जाऊ नये म्हणून त्या पुढे सरसावल्या होत्या. शिवाय, अमेरिकन संस्कृती जपण्यासाठी त्यांचा हातभारसुद्धा लागत होता.

त्या तिघींचे प्रयत्न वाया गेले नाहीत. जेव्हा शार्पलेस सान तिथे आले, तेव्हा ते थक्क झाले. आश्चर्यानं ते म्हणाले, ''अमेरिकेच्या कोणत्याही शहरात दिसणारं डायनर चक्क इथे, नागासाकीमध्ये, पारंपरिक जपानी इझाकाया आणि साकेच्या गराड्यात, इतक्या दिमाखात उभं राहील असा कोणी विचारसुद्धा केला नसता.'' त्यांचे हे कौतुकाचे उद्‌गार ऐकून त्या सगळ्यांचे श्रम नक्कीच सत्कारणी लागले.

शार्पलेसनं तोंडभरून कौतुक केलेलं पाहून मिसेस सिंक्लेअरसुद्धा आनंदानं म्हणाल्या, ''मी खात्रीने सांगते, जशा मधमाशा मधाच्या बरणीकडे ओढल्या जातात, तशीच आमची पोरं आकर्षित होतील या जागेकडे.''

त्या रात्री च्यो-च्यो आणि सुझुकी उत्साहात घरी आल्या. त्यांच्या दुकानाच्या गल्लीच्या तोंडाशी कुणीतरी मोठी लाकडी पाटी फेकून दिली होती. ती त्यांनी आदरानं उचलून घरी नेली. जाताजाता, त्यांनी रंगाच्या दुकानातून लाल, पांढरा आणि निळा रंग विकत घेतला; त्यांनी अनेकदा वकिलातीत पाहिलेल्या अमेरिकन झेंड्यामध्ये असणारे रंग.

रात्री उशिरापर्यंत जागून त्यांनी ती पाटी स्वच्छ केली. त्यावर आधी पांढरा रंग देऊन मग लाल-निळ्या अक्षरांनी त्यांनी ती पाटी सजवली. 'च्यो-च्यो अमेरिकन डायनर' हे नाव आता त्यावर शोभून दिसू लागलं.

त्या दोघींमध्ये सुझुकीचा हात रंगांच्या बाबतीत अधिक सफाईदार होता. तिनं त्या पाटीच्या तळाशी एक मस्त लाल-निळं फुलपाखरू काढलं.

दुसऱ्या दिवशी नावाची ती पाटी पाहतच सिंक्लेअर उत्स्फूर्तपणे म्हणाल्या, ''तुम्ही दोघींनी कमाल केली आहे. आणि, हे फुलपाखरू तर तुमची खासियत दर्शवतं आहे.''

म्हणजे काय हे जरी च्यो-च्योला अचूक समजलं नाही तरी तिला हे कळलं की, त्यांचे आजवरचे सगळे प्रयत्न योग्य दिशेनं होत आहेत. त्यामुळे तिला आत्मविश्वास वाटू लागला. पदराला खार लावून, कर्ज काढून हे डायनर सुरू करण्याचा आपला निर्णय योग्य होता, याबद्दल तिची आता खात्री पटली.

त्याबद्दल मिसेस सिंक्लेअर तिला म्हणाल्या होत्या, ''च्यो-च्यो सान, प्रत्येकाला आयुष्यात एक संधी मिळते, तेव्हा धडाडीनं पुढे होऊन त्या संधीचं सोनं करायचं असतं. तुझ्या आयुष्यात आलेली ही तीच संधी आहे.''

च्यो-च्योला तिनं अगदी सढळ हातानं मदत केली होती. 'सुरुवातीचं भांडवल' असं गोंडस नाव तिनंच दिलं होतं. आजवर च्यो-च्यो आणि सुझुकीनं सिंक्लेअरच्या

पुस्तकातील प्रत्येक पाककृती अनेकदा करून पाहिली होती. अर्थातच, मिसेस सिंक्लेअर आणि शार्पलेस सान त्यांनी केलेल्या पदार्थांचा आस्वाद घेत होते. जेव्हा त्या दोघांनी एकमतानं त्या पदार्थांवर शिक्कामोर्तब केलं होतं, तेव्हा कुठे च्यो-च्योनं डायनर प्रत्यक्षात सुरू केलं.

'जिन्सेई, आपल्या जपानी आईचा तुला अभिमान वाटला पाहिजे!' एवढा एकच विचार च्यो-च्योच्या मनात ठाण मांडून होता.

नुकताच शार्पलेसला त्याच्या बहिणीकडून, नॅन्सीकडून जिन्सेईचा हल्लीच काढलेला फोटो मिळाला होता. विस्कटलेल्या केसांचा जिन्सेई फोटोत आपल्या वडिलांच्या कडेवर होता. आपण अमेरिकन डायनरची पाटी लावताच मुलाचा आणि नवऱ्याचा फोटो मिळणं, हा च्यो-च्योला शुभशकुन वाटला होता. नक्कीच ते दोघंही तिचं स्वप्न पूर्ण करणार होते, एक ना एक दिवस जपानला येणार होते.

हिवाळ्याच्या सुरुवातीला अमेरिकनांचे लोंढे नागासाकीत येतात, हे लक्षात घेऊन च्यो-च्यो जोमानं कामाला लागली. तिला आता डायनर सुरू करायची घाई झाली होती.

मिसेस सिंक्लेअरच्या मदतीनं तिनं जपानी आणि इंग्लिश अशा दोन्ही भाषांत माहितीपत्रक तयार केलं होतं. ते सुझुकीनं बंदरावर आणि आसपासच्या परिसरात वाटलं. नागासाकीच्या स्थानिक रहिवाशांमध्ये आता उत्सुकता निर्माण झाली. 'नेमकं आहे तरी कसं च्यो-च्यो सानचं डायनर?' हा प्रश्न त्यांच्या मनातसुद्धा डोकावू लागला. त्या गल्लीत ते आता गर्दी करू लागले.

'आलेल्या ग्राहकाला उपाशी परत पाठवायचं नाही', हे च्यो-च्योनं आपलं ब्रीद ठरवलं होतं. त्यामुळे, उद्घाटनाच्या दिवशी झालेल्या खवय्यांच्या गर्दीला खाऊ घालण्यासाठी त्यांना अगदी शेजारच्या पबमधून टेबलं उधार आणावी लागली. कित्येक ग्राहकांना उभ्यानं खावं लागलं.

गर्दी पाहून जरी च्यो-च्योला आनंद झाला असला, तरी त्यांना उभं राहावं लागलं याचा तिला खेदही झाला. तसं तिनं सुझुकीला म्हटलंदेखील.

''पण, टेबल रिकामं होण्याची वाट पाहत तासभर थांबण्याऐवजी त्यांची तयारी आहे उभ्यानं खायची. आणि, या तरुणांना बसायला जागा मिळण्याऐवजी चांगलं खाण्यात अधिक स्वारस्य असतं.'' सुझुकीनं तिची समजूत काढत म्हटलं. च्यो-च्योला ते मान्य करण्यावाचून पर्याय नव्हता.

पुढचे दोन महिने खूप धावपळीचे गेले. च्यो-च्योच्या अपेक्षेपेक्षा कितीतरी पटींनी अधिक प्रतिसाद तिच्या डायनरला लाभला. तिला वाटलं होतं की, सुरुवातीला अगदी दोन-चार ग्राहक येतील. त्यांना इथले पदार्थ आवडले तर ते इतरांना सांगतील आणि हळूहळू गर्दी वाढेल. पण झालं उलटच. अगदी पहिल्या संध्याकाळपासून

येणाऱ्यांची तुफान गर्दी सुरू झाली.

ती आणि सुझुकी डायनरच्या किचनमध्ये अखंड राबत होत्या. तरीही, कित्येक खाद्यप्रेमींना उपाशी राहावं लागत होतं. त्या दोघींच्या पाककृती तरुणांमध्ये फार लोकप्रिय झाल्या होत्या, अमेरिकेत मिळतात तसेच पदार्थ त्यांना इथे खायला मिळत होते. पाहता पाहता तिचा जम बसला. त्या दोघींनी कितीही पदार्थ तयार केले तरी अनेकांना रोज नाराज होऊन परत जावं लागत असेल. जेमतेम तीन महिने झाले आणि त्यांना मोठ्या जागेची गरज भासू लागली.

गमवाव्या लागलेल्या आपल्या मुलाशी संपर्क तुटू नये, या विचारांनी पाहिलेल्या स्वप्नाची पूर्ती म्हणजे हे डायनर होतं. तो जिथे राहायला गेला आहे, त्या नवीन देशातले पदार्थ करायला शिकण्यामागे हेच खरं कारण होतं. पण इतक्या अल्पावधीत इतकं घवघवीत यश तिला अपेक्षित नव्हतं. पाश्चात्त्य पद्धतीच्या स्वयंपाकाचं ज्ञान असलेल्या सिको हिला घेऊन सिंक्लेअर एक दिवस च्यो-च्योच्या डायनरमध्ये आल्या. च्यो-च्योनं सिकोला हाताशी घेतलं, अर्थात पगारावर.

'अमेरिकन डायनर'च्या बाजूला असलेल्या इझकायामध्ये मिळणारं टोफू सूप तर त्या तरुण अमेरिकन सेलर्सना अजिबात पसंत पडेना. शेवटी, मोठ्या नाइलाजानं त्या मालकानं आपली जागा च्यो-च्योला देण्याचं मान्य केलं. बघता बघता तिचं डायनर मोठं झालं. तिला इतक्या झटपट आणि इतकं घवघवीत यश मिळालेलं पाहून शार्पलेस आणि सिंक्लेअर या दोघांना खूप आनंद झाला.

शार्पलेस तर म्हणालेच, "च्यो-च्यो सान, मला तर हे खरंच वाटत नाही. तुम्ही पहिल्यांदा हा विषय काढला, तेव्हा माझ्या मनात शंका होती. पण जेमतेम सहा महिन्यांच्या कालावधीत तुम्ही अगदी उत्तम बस्तान बसवलं आहे. कौतुकास्पद आहे हे सगळं. तुमचं विशेष अभिनंदन करायला पाहिजे त्यासाठी!"

"शार्पलेस सान, तुम्ही आणि मिसेस सिंक्लेअर नसता तर हे काहीही घडून आलं नसतं. तुम्ही केलेली मदत मी आयुष्यभर विसरू शकणार नाही." मोठ्या नम्रतेनं च्यो-च्यो म्हणाली.

त्या रात्री ती शिरस्त्याप्रमाणे जिन्सेईला पत्र लिहायला बसली. दिवसभराच्या घडामोडी त्याला कळवण्याचा तिचा परिपाठ होता.

'माझा लाडका जिन्सेई, तुझी आठवण सदैव जागी ठेवण्यासाठी तुझ्या ओका साननं इथे नागासाकीमध्ये अमेरिकन डायनर सुरू केलं. त्यायोगे ती सदैव तुझ्या आयुष्याचा एक भाग जगत असते. अवघ्या सहा महिन्यांत आपल्याला खूप यश मिळालं आहे. एक न एक दिवस तू नागासाकीला परत येशील. तेव्हा आपल्या ओका सानचं काम पाहून तुला अभिमान वाटला पाहिजे, एवढ्यासाठी तिची ही

धडपड सुरू आहे, हे लक्षात ठेव.'

जिन्सेईला पाठवायची पत्रं ती अगदी नीट एका पाकिटात ठेवत असे. हे पत्र त्यात ठेवल्यावर तिनं निःश्वास सोडला.

त्या रात्री सुझुकी शेवटची आवराआवर करून डायनर बंद करत होती, तेव्हा च्यो-च्यो नेहमीसारखी बंदरावर गेली होती. आज तर तिला खात्री वाटू लागली होती की, एक ना एक दिवस तिचा जिन्सेई आणि पिंकरटन नक्की परतून येणार.

मारुयामाच्या मागच्या गल्ल्यांमध्ये काम करणारी गेशा आज यशस्वी उद्योजक झाली होती. खऱ्या अर्थानं तिला नागासाकीमध्ये, तिच्या स्वतःच्या शहरात स्वतःचं स्थान निर्माण करता आलं होतं.

प्रकरण २१

समुद्र प्रवासाशी केनचं कधीच सूत जुळलं नव्हतं. आपण उगाच भावनेच्या आहारी जाऊन या विचित्र साहसासाठी फाजील उत्साहानं पुढे झालो का, हा विचार रात्रंदिवस त्याला भेडसावत होता. त्यामुळे जपानपर्यंतचा प्रचंड दीर्घ प्रवास त्याच्या दृष्टीनं संकट होतं. तरीही, आयुष्यभर ज्या स्वप्नांनी त्याला हैराण केलं होतं, त्याच्या मनात शंकाकुशंकांची वादळं निर्माण केली होती, ती शमवण्यासाठी त्याला हा प्रवास करणं भाग होतं. नव्हे, तसं त्याला मनोमन वाटत होतं. गेली कित्येक वर्षं हा त्रास कमी होण्याऐवजी वाढलाच होता. असंच जगणं त्याला आता निव्वळ अशक्य झालं होतं. म्हणूनच तो या प्रवासाला निघाला होता.

ज्या रात्री समुद्र शांत असेल, त्या रात्री त्याला लाटांचा लपलप आवाज ऐकू येई. त्या शांत वातावरणात त्याला आपल्या प्रेयसीची-ॲनाची हटकून आठवण येई. त्यानं नागासाकीला जाऊ नये म्हणून तिनं खूप आर्जवं केली होती.

‘‘केन, प्लीज नको ना जाऊस! काय मिळणार आहे तुला तिथे जाऊन? शिवाय, समुद्र आणि जहाज प्रवास या दोन्हीचा तिटकारा आहे तुला. इथे अमेरिकेत किती सुखात आहेस तू. उगाच भूतकाळाची मढी उकरायची गरजच काय! तिथे जाऊन काय वाट्याला येईल काय ठाऊक! जपानमध्ये जे काही घडून गेलं आहे, त्याला आता काळ लोटला आहे. त्याचा तुझ्याशी काहीएक संबंध उरलेला नाही. तुझी जन्मदात्री अजून जिवंत तरी आहे का, हेसुद्धा तुला माहीत नाही.’’

तिच्या तोंडून हे शब्द बाहेर पडताच केनला क्षणभर प्रचंड संताप आला होता, हे त्याला आत्ताही आठवलं. ॲनाला त्याची तगमग का समजत नव्हती, हेच त्याला कळत नव्हतं. अर्थात, कळणार तरी कशी! तिला तिची सख्खी आई आणि पापभीरू कुटुंब होतं. ती स्वतः कोण आहे, कुठून आली आहे; हे तिला माहीत

होतं. ''मी तुझी आई आहे,'' असं सतत सांगू पाहणारी स्त्री प्रत्येक रात्री तिच्या स्वप्नात येत नव्हती.

''केन, अरे, केवढा लांबचा प्रवास आहे तो. तुला जर काही झालं, तर मी काय करायचं?

''शिवाय, मी असं ऐकलं आहे की, तिथे जेवणाचे फार वांधे होतात. मासे आणि इतर गिळगिळीत पदार्थ कच्चे खातात त्यांच्याकडे. बर्गर आणि अमेरिकन पदार्थ नसतील तर तू उपाशी राहतोस, हे आम्हा सगळ्यांना माहीत आहे. केन, तिथे तुझी अगदी वाट लागेल. मला तर तो विचारसुद्धा सहन होत नाही.'' बोलताना तिचे टपोरे निळे डोळे अगदी भरून आले होते. ते पाहून केनचं मन थोडं द्रवलं.

''हे बघ ॲना, काळजी करू नकोस. सगळं ठीक होईल.'' तिला समजावत तो म्हणाला. ''माझ्या आयुष्याचं हे जे ठिगळ आहे ना, ते मला काहीही करून निस्तरायचं आहे. मी तुला खात्रीनं सांगतो की, अगदी चट्‌कन परत येईन. शिवाय, माझ्या जिवाला स्वस्थता लाभेल. त्यानंतर शांतपणे जगू शकेन मी!

''आणि, मी काही एकटाच जहाज प्रवास करणार नाही. कितीतरी लोक जहाजानं प्रवास करत असतात. अगदी सुखरूप परत येतात ते सगळे. मीही तसाच येईन. त्यानंतर माझ्या मनात कुठल्या शंका राहणार नाहीत किंवा गुपितं उरणार नाहीत.

''एकदा मी परत आलो की, मी बँकेतील नोकरी घेईन. मॅनेजर थांबणार आहे माझ्यासाठी. तसा शब्द दिला आहे त्यानं मला. मग उन्हाळ्यात आपण दोघं लग्न करू. जीवनभर मी तुला साथ देईन. हे जास्त चांगलं नाही का?''

आत्ता जहाजात आपल्या केबिनमध्ये बसून विचार करताना केनच्या मनात हे सगळे संवाद येत होते. एक किडा केबिनच्या भिंतीवर चढण्याचा प्रयत्न करत होता. त्याच्याकडे पाहताना केनला आज पहिल्यांदाच स्वतःच्या उद्देशाची शंका आली. त्याला आज ॲनाची फारच आठवण येत होती. तिच्या म्हणण्याप्रमाणे भूतकाळाची थडगी तशीच राहू दिली असती तर जास्त बरं झालं असतं का?

त्यानं या प्रवासाला जाऊ नये म्हणून हेलेननं-त्याच्या दत्तक आईनं त्याला थोपवण्याचा प्रयत्न केला होता. पुढच्या आठवड्यात आपण नागासाकीला जाण्यासाठी जहाजाचं तिकीट काढलं आहे, हे त्यानं तिला सांगताच ती जवळजवळ बेशुद्ध पडली होती.

''केन, का करतो आहेस तू हे सगळं? तुझ्यावर प्रेम करण्यात मी काही कसर सोडली आहे का? जे सर्वोत्तम ते तुला देण्यात कुठे कमी पडले आहे का? तुला कल्पना आहे ना की, तुझ्या या निर्णयानं मला किती त्रास होतो आहे? शिवाय, इथे तुला कशाची कमतरता आहे?

"ती जी कोणी तुझी जन्मदात्री आहे, तिच्याशी तुला इतकं काय देणंघेणं आहे की, तू हा जिवावरचा प्रवास करायला तयार झाला आहेस?

"ही सगळी हेन्रीची चूक आहे. हज्जारदा बजावूनसुद्धा त्यानं तुला नागासाकी, भूतकाळ आणि ती दळभद्री पत्रं यांबद्दल सांगितलं, तेही मृत्युशय्येवर असताना. नाही ऐकलं त्यानं माझं! मरताना त्याला सगळ्या चुका दुरुस्त करायच्या होत्या. काय बरोबर आणि काय चूक; मला तर काही कळेनासं झालं आहे अगदी."

"ममा, मला माफ कर. पण मला हे करायलाच हवं. मी कोण आहे, कुठून आलो आहे, कुणाचा मुलगा आहे; हे मला समजून घ्यायचं आहे. आणि ते केल्यानं आपल्यातील नातं कसं काय तुटेल? माझ्यासाठी तर तूच माझी आई आहेस. अमेरिका हेच माझं घर आहे आणि ते तसं राहीलही. मी तुला वचन देतो की, नागासाकीमधलं काम आटोपलं की, मी परत अमेरिकेत येईन.

"तेव्हा आता जाताना मला आशीर्वाद आणि शुभेच्छा दे. ममा, तुझे आशीर्वाद नाही मिळाले तर मला शांतता कशी लाभणार, तूच सांग!"

कितीही समजावलं तरी केन आपलं हट्ट सोडायला तयार नाही, हे हेलेनच्या लक्षात आलं होतं. त्यानंतर तिनंही त्याला विरोध करणं सोडून दिलं. उलट, त्याचा प्रवास सुखाचा व्हावा म्हणून तिनं दोन मोठ्या ट्रंकांमध्ये त्याला गरजेचं सगळं सामान भरून दिलं.

इतकंच नाही, तर त्याला निरोप द्यायला ती बंदरावर गेली. 'जाताना-येताना काळजी घे' असं तिनं त्याला शंभरदा बजावलं असेल. शक्य तितक्या लवकर परत ये, असंही तिनं साश्रू नयनांनी सांगितलं.

आता जेव्हा केन जहाजामध्ये बसून या सगळ्याचा विचार करत होता, तेव्हा आज पहिल्यांदाच आपल्या पालनकर्त्या आईबद्दल त्याच्या मनात सर्वाधिक तीव्र माया दाटून आली. काही महिन्यांसाठी का होईना पण आपण तिला का सोडून आलो, हा विचार त्याच्या मनात आल्यावाचून राहिला नाही.

बंदरावर तिचा निरोप घेताना त्यानं जहाजातून हात हलवत जोरात म्हटलं होतं, "मी परत येईन, ममा!"

त्याच्या आजूबाजूला थोड्याबहुत प्रमाणात असंच उदासवाणं वातावरण होतं.

ॲनाला मात्र त्यानं मुद्दाम बंदरावर येऊ दिलं नव्हतं. आदल्या रात्रीच त्यांनी एकमेकांचा निरोप घेतला होता.

केनला खरंतर छान वाटायला पाहिजे होतं. पण तो थोडा उदास होता. त्याला माहीत होतं, की नागासाकीमध्ये त्याला जे काही समजणार-दिसणार होतं, त्यानंतर त्याचं आयुष्य पुन्हा कधीच पहिल्यासारखं होणार नव्हतं.

जहाजानं जेमतेम अमेरिकेचा किनारा सोडताच त्याला हेलेन आणि ॲनाची

उणीव भासू लागली होती. घराची आठवण येऊ लागली होती. मनात शंकाकुशंकांनी घर करायला सुरुवात केली होती. वास्तवाची जाणीव होऊन दडपण जाणवू लागलं होतं.

त्याचा निर्णय योग्य होता का? हेलेन आणि ॲनानं वारंवार बजावल्याप्रमाणे त्यानं भूतकाळाची पानं उलगडायला नको होती का? जहाजानं अमेरिकेचा किनारा सोडल्यावर केन कितीतरी वेळ डेकवर उभा होता. बाकीचे प्रवासी आपापल्या केबिनमध्ये विसावले, तरी तो मात्र विचारात हरवला होता. प्रियजनांच्या विरहाचं असं दुःख आज पहिल्यांदाच त्याच्या वाट्याला येत होतं. लवकरच अंधार पडला. एकेक करत आकाशात तारे चमकू लागले. केनच्या लक्षात आलं की, त्यानं आपणहून या प्रवासाला सुरुवात केली होती. आता जहाज माघारी वळणार नव्हतं, किंवा त्यालाही परत फिरता येणार नव्हतं. इथून पुढचा प्रवास फक्त पुढच्या दिशेनं होणार होता.

जड अंतःकरणानं चांदण्यांकडे पाठ फिरवत केन केबिनमध्ये परतला. तितक्यात, अचानक पत्रांच्या गठ्ठ्यांमधलं एक पत्र उडून त्याच्यासमोर येऊन पडलं. ते पट्कन उचलून घेत त्यानं अभावितपणे वाचायला सुरुवात केली.

'माझा लाडका जिन्सेई,' मोडक्यातोडक्या इंग्लिशमध्ये ते लिहिलेलं होतं.

'मी आता अमेरिकन पद्धतीचा स्वयंपाक शिकते आहे. लवकरच इथे नागासाकीमध्ये 'अमेरिकन डायनर' सुरू करण्याचा माझा आणि सुझुकीचा विचार आहे. तू जेव्हा नागासाकीला येशील, तेव्हा तुला तुझ्या ओका सानचा अभिमान वाटेल अशी व्यावसायिक होण्याची माझी इच्छा आहे.

तुझ्या वडिलांनी ज्या फुलझाडांच्या बिया अमेरिकेतून आणल्या होत्या, त्या मी आपल्या बागेत रुजवल्या होत्या. त्यांची झाडं आता खूप बहरली आहेत. तू परत कधी येणार, याची ते वाट पाहत आहेत.'

त्या पत्राची एक-एक ओळ वाचत असताना केनच्या मनातील संशय विरू लागला. नागासाकीला जाण्याचा आपला निर्णय अतिशय योग्य होता, याची त्याला खात्री पटली. अचानक त्याला उमेद वाटू लागली की, इथून पुढे सारं काही ठीक होणार आहे.

प्रकरण २२

जेव्हा शेवटचं जहाज नागासाकीच्या बंदरातून बाहेर पडलं, तेव्हा कुठे च्यो-च्योला थोडा निवांत वेळ मिळाला. गेले कित्येक दिवस ती, सुझुकी आणि सिको रात्रंदिवस राबत होत्या. त्यांच्या डायनरला भेट देणाऱ्या अमेरिकनांची संख्याच तेवढी होती.

"मी कधी असं म्हणेन असं मला वाटलं नव्हतं, पण पुढचं जहाज येईपर्यंत आपल्या डायनरमध्ये अमेरिकन सेलर्सचे भर्रे येणार नाहीत, याचा मला चक्क आनंद होतो आहे." आपल्या भेगाळलेल्या हातांकडे पाहत च्यो-च्यो अस्वस्थपणे म्हणाली. गेशाचं काम करताना किती मृदू मुलायम होते हेच हात. "सुझुकी सान, आपल्या डायनरमध्ये गर्दी होईल याची मला खात्री होती, पण इतका प्रचंड प्रतिसाद मिळेल असं मात्र मला मुळीच वाटलं नव्हतं. आणि तेही एक-दोन दिवस नाही तर अगदी रोजच.

"सुझुकी सान, इतका उत्तम व्यवसाय झाला आहे आपला की, तक्रार करायला जागाच नाही. पण, आपला अगदी जीव निघाला. फार थकायला झालं आहे आता.

"मला तर वाटतंय की, काही दिवस डायनर बंद ठेवून मस्त सुट्टी घ्यावी. माझ्या हातांची अवस्था पाहिलीस का तू? काहीतरी केलं पाहिजे. जिन्सेईला घेऊन पिंकरटन सान अचानक आले, तर माझे असे हात पाहून काय म्हणतील, सांग बरं!"

तिच्या या प्रश्नाला सुझुकीनं काहीच उत्तर दिलं नाही. च्यो-च्योनं पिंकरटनचा विषय काढला की, सुझुकीची अवस्था बिकट होत असे. तिच्या मालकिणीच्या मते त्या तिघांचं आजही तसंच कुटुंब होतं. जिन्सेई आपल्या वडिलांबरोबर अमेरिकेला गेला असून, तूर्तास त्यांचा तिथला मुक्काम वाढला असला तरी ते दोघंही नागासाकीला परत येणार आहेत असा च्यो-च्योचा आविर्भाव सुझुकीच्या पचनी

पडत नव्हता.

इतक्या वर्षांनंतर आपली मालकीण आजही बंदरावर जाऊन जहाजातून उतरणाऱ्या प्रवाशांमध्ये पिंकरटन आणि जिन्सेई दिसतात का हे शोधत असते, हेसुद्धा सुझुकीला माहीत होतं. क्षितिजावर भिरभिरणारी च्यो-च्योची नजर, जहाज पाहून पल्लवित होणाऱ्या आशा, प्रवाशांमध्ये आपली माणसं न दिसल्यामुळे होणारी निराशा, रिकाम्या हातानं घरी येताना पडलेले खांदे, उतरलेला चेहरा हे सगळं सुझुकी पाहत असे. या बाबतीत आपण आपल्या मालकिणीला काहीही मदत करू शकत नाही, या जाणिवेनं तिला खूप खेद होई. च्यो-च्योचं असं वाट पाहणं किती निरर्थक आहे, हे कळत असूनही तिच्याकडे मालकिणीला थांबवण्यासाठी काही उपाय नव्हता.

बंदरावरून रिक्त हस्ते परत येणाऱ्या मालकिणीकडे सुझुकीनं रोखून पाहिलं, तर च्यो-च्यो पट्कन स्वतःला सावरून घेत म्हणे, "आज आलेल्या जहाजात नव्हते ते; पण हरकत नाही. मला खात्री आहे की, लवकरच ते दुसऱ्या जहाजातून येतील."

दोन-तीन वेळा सुझुकीनं सौम्यपणे च्यो-च्योच्या लक्षात आणून देण्याचा प्रयत्न केला होता की, पिंकरटनचं आता लग्न झालं आहे, त्याला अमेरिकन बायको आहे, अमेरिका प्रचंड दूर आहे; आणि मुख्य म्हणजे त्याला जाऊन आता खूप वर्षं होऊन गेली आहेत.

च्यो-च्यो आजवर कधी चिडली नव्हती. पण त्या दिवशी मात्र सुझुकीनं तिला असं टोकताच ती उखडली. हुंदके देत ती ठामपणे म्हणाली, "हे बघ सुझुकी सान, पुन्हा कधीही तोंडातून असे अभद्र शब्द काढू नकोस. ते दोघं नागासाकीमध्ये परत येणार नाहीत, असं अजिबात म्हणायचं नाही. त्यावर मी कधीही विश्वास ठेवणार नाही.

"तुला जाणीव तरी आहे का की, मी कशासाठी जगते आहे? माझा नवरा आणि मुलगा मला पुन्हा भेटणार आहेत, आम्ही एकत्र येणार आहोत, या एकाच उद्देशानं मी जगते आहे. इतकंच काय, शार्पलेस साननासुद्धा तशी खात्री आहे. म्हणून तर ते मला जिन्सेईचे फोटो आवर्जून देत असतात. त्यामुळे मलाही जिन्सेईची प्रगती दिसते. तो पुन्हा भेटेल, तेव्हा मी त्याला सहज ओळखू शकेन ते त्या फोटोंमुळेच ना! तेवढ्यासाठी मी जिवंत आहे.

"असं असताना तू का बरं मला वरचेवर आठवण करून देतेस की, मी माझ्या नवऱ्याला आणि मुलाला आता विसरून जावं? तू तर मला बहिणीसारखी प्रिय आहेस. माझ्या आनंदासाठी किती झटतेस तू! आणि मला धीर देण्याऐवजी, तूच मला असं म्हणावं? कमाल आहे तुझी!

"आईच्या भावना तरी कळतात का तुला? कशा कळणार म्हणा? तू कधी

आई झालीच नाहीस ना!'' त्राग्याच्या भरात च्यो-च्यो कधी नव्हे ते बरसली.

त्या दिवशी सुझुकीला खऱ्या अर्थानं समजून चुकलं की, च्यो-च्योच्या जगण्याचा एकमेव आसरा म्हणजे तिला वाटणारी आशा. आणि म्हणूनच, तिला कितीही पटलं नाही तरी तिनं पुन्हा तो विषय च्यो-च्योसमोर काढला नाही.

डायनरला एक आठवडा सुट्टी देऊन च्यो-च्यो आणि सुझुकीनं मस्त मजा केली. त्यांच्या घरच्या बागेत त्यांनी फुलवलेल्या 'अमेरिकन गार्डन'कडे त्यांचं आजवर दुर्लक्ष झालं होतं. त्यामुळे सगळीकडे तण माजलं होतं. दोघींनी बागेकडे लक्ष दिलं. पिंकरटननं अमेरिकेहून आणलेल्या अनेक फुलांच्या बिया त्यांनी पेरल्या. पाहतापाहता बाग तरारली. सगळीकडे सुंदर फुलझाडं डोलू लागली. च्यो-च्योनं ज्या माणसावर प्रेम केलं होतं, त्याची आठवण तिनं अशाप्रकारे प्रसन्नतेनं जपून ठेवली. शेवटी, हे बीसुद्धा मुळात त्याच्या हातून रुजलं होतं.

''झाडावर डोलणारे गुलाब पाहिलेस? हे नक्कीच सुचिन्ह आहे. काहीतरी चांगलं होणार आहे.'' आपल्या बहरलेल्या बागेचं कौतुक करत ती सुझुकीला म्हणाली.

आपल्या घरासमोरच्या त्या खडीच्या रस्त्यावरून पिंकरटन आणि जिन्सेई चालत येतील तेव्हा समोर फुललेली ही बाग पाहून त्यांना खूप आनंद होईल, हाच विचार तिच्या मनात होता. हे गुलाब, इतर सुंदर फुलझाडं, भिरभिरणारी रंगीबेरंगी फुलपाखरं, नेहमी येणाऱ्या पक्ष्यांची किलबिल हे सर्व पिंकरटनला किती आवडायचं, हे ती कसं विसरणार होती?

नागासाकीमध्ये संध्याकाळ झाली होती. टेकडीवरच्या त्या घरात च्यो-च्यो आणि सुझुकी गरमागरम मिझो सूपचे घोट घेत आनंदानं हसत होत्या. भातावर भाजलेले मासे आणि लोणची घेऊन पोटभर खात होत्या. निदान काही दिवस तरी बर्गर, स्टीक्स आणि मॅश्ड पोटेटो खाऊन पोट भरण्यातून त्यांची सुटका झाली होती. त्यांच्या डायनरमध्ये येणाऱ्यांच्या फर्माइशी पूर्ण करण्याच्या नादात गेल्या कित्येक दिवसांत त्यांच्या पोटात जपानी अन्न गेलं नव्हतं.

असं निवांत जेवण झाल्यावर च्यो-च्यो आवर्जून जिन्सेईचे फोटो काढून बसायची. शार्पलेसच्या मागे लागून तिनं आपल्या लेकाचे बरेच फोटो जमवले होते. आत्ताही तिनं ते सगळे फोटो चटईवर पसरून ठेवले. प्रत्येक फोटोतून तिचा गोंडस मुलगा तिच्याकडे पाहून हसत होता. कितीही वेळ ते फोटो पाहिले, तरी तिचं मन भरत नव्हतं. मनाला किंचित शांतता मात्र मिळत होती.

पण ही वादळापूर्वीची शांतता होती, हे तिला कुठे माहीत होतं!

त्यांची ती एक आठवड्याची सुट्टी आता संपत आली होती. अशातच एका

संध्याकाळी दारावर परिचित 'टकटक' झाली. नक्कीच शार्पलेस सान आले होते.

च्यो-च्यो दार उघडायला आनंदानं पुढे झाली. त्यांनी जिन्सेईचा एखादा अगदी अलीकडचा फोटो आणला असणार, याची तिला खात्री होती. त्यांच्याकडे फोटो आला की आवर्जून ते तो तिला आणून देत असे.

"शार्पलेस सान, तुम्ही आलात हे किती बरं झालं!" तिनं आनंदानं त्यांचं स्वागत केलं. "नॅन्सीनं काही नवीन फोटो पाठवले का? आम्ही दोघी आता जेवायला बसत होतो. चला ना, तुम्हीसुद्धा आमच्याबरोबर दोन घास खा. तुम्हाला जपानी अन्न आवडतं, हे माझ्या लक्षात आहे. आजकाल तुमचा जेवायचा योग आलाच नाही. तुम्हाला आवडतो, तसाच भाजलेला साल्मन आज केला आहे."

खेदानं मान हलवत शार्पलेस म्हणाला, "आज नाही आणला मी एकही फोटो."

त्याचा एकंदरीत नूर पाहून च्यो-च्योला काळजी वाटली.

"काही झालं आहे का शार्पलेस सान?" तिनं चिंतेनं विचारलं. "तुम्ही खूप अस्वस्थ दिसत आहात. वकिलातीत काही घडलं आहे का?"

"च्यो-च्यो सान, कसं सांगू तुम्हाला! अमेरिकेतून फार वाईट बातमी आली आहे." शार्पलेसनं सांगण्यासाठी धीर एकवटला. "काही दिवसांपूर्वी एका अपघातामध्ये पिंकरटन गेला."

ते ऐकताच च्यो-च्योच्या हातातला चहाचा कप निसटून जमिनीवर आदळला. खळ्ळ!

"काहीतरी काय बोलताय! असं कसं शक्य आहे. पिंकरटन मरूच शकत नाही! जिन्सेईला घेऊन ते नागासाकीला परत येणार आहेत एक दिवस. तुमचं काहीतरी चुकतंय! शार्पलेस सान, तुम्ही माझ्याशी खोटं बोलताय. माझी अशी जीवघेणी थट्टा का करताय?"

"च्यो-च्यो सान, अशी भलतीच थट्टा मी कशी करेन?" अतिशय क्लांतपणे शार्पलेसनं उत्तर दिलं. त्याला बातमी कळून दोन दिवस झाले होते तरी च्यो-च्योला ती कशी सांगावी, हे त्याला कळत नव्हतं. तिला ही बातमी सांगावी तरी की नाही, हे ठरवण्यात त्याचे दोन दिवस गेले होते. पण, मुळातच त्याचा स्वभाव प्रामाणिक होता. लपवाछपवी- तीही महत्त्वाच्या गोष्टींमध्ये- हा प्रकार त्याला मान्य नव्हता. म्हणूनच, मनावर दगड ठेवून तो आज इथे आला होता.

पण बातमी ऐकताच च्यो-च्योची झालेली दयनीय अवस्था पाहून त्याला आपल्या निर्णयाचा पश्चात्ताप होऊ लागला. तिला असं एकदम सांगायला नको होतं, असं त्याला वाटू लागलं. आता तर च्यो-च्यो जमिनीवर बसून हुंदके देत रडू

लागली होती.

“जीझस! मी हे काय करून बसलो!” शार्पलेसनं स्वतःला खडसावलं. “मला वाटत होतं, त्याप्रमाणे गप्प बसायला हवं होतं!”

तसंही तिला कळलं नसतं तर काय फरक पडणार होता? एवढे दिवस ती आपल्या दिवास्वप्नात आनंदानं रमली होती. पिंकरटन तर येणार नव्हता. पण ती आशेवर जगत होती. आज नेमकी ती आशासुद्धा शार्पलेसनं दिलेल्या बातमीनं नष्ट झाली.

“मी मस्करी करत होतो.” असं सांगून सावरून घ्यावं का, हा विचार शार्पलेसच्या मनात यायला आणि त्यानं काखोटीला मारलेला पेपर खाली पडायला एकच गाठ पडली. हेन्री पिंकरटनच्या मृत्यूची बातमी त्यात अगदी ठळक अक्षरात छापली होती. थरथरत्या हातांनी तो पेपर उचलत च्यो-च्योनं वाचायला सुरुवात केली. हेन्री पिंकरटनचा फोटो आणि त्याखाली असलेली बातमी... आता शंकेला जागा नव्हती. पिंकरटन आता कधीही परतून येणार नव्हता. सारं काही संपलं होतं.

“म्हणजे, बातमी खरी आहे तर!” कसेबसे तिच्या तोंडून शब्द बाहेर पडले. “माझा नवरा, पिंकरटन आता या जगात नाही.”

“मला माफ करा, च्यो-च्यो सान. फार वाईट बातमी घेऊन आलो मी आज. तुम्ही इतक्या आनंदात असताना नेमकं मी त्यावर विरजण घातलं. माझ्या लायक काही काम असेल तर मला नक्की सांगा. तुमच्यासाठी...”

कधी नव्हे ते त्याचं वाक्य अर्धं तोडत च्यो-च्यो तुटकपणे म्हणाली, “शार्पलेस सान, कृपा करून तुम्ही आत्ता इथून जा. मला एकटीला सोडा.” तिचा चेहरा अगदी निर्विकार झाला होता. तिनं हातात घट्ट धरलेल्या पेपरचा आता बोळा झाला होता.

तिच्याकडे पाहून शार्पलेसचा जीव काळजीनं गोळा झाला. पण त्याला माहीत होतं की, त्याची काहीही मदत आता होणार नव्हती. तिचं तिलाच सावरावं लागणार होतं. सुझुकी आपल्या मालकिणीला सावरेल आणि पुन्हा आत्महत्येच्या मार्गावर जाऊ देणार नाही, अशी आशा करणं तेवढं त्याच्या हातात होतं.

खिन्नपणे शार्पलेसनं मान हलवली. च्यो-च्योसारखी गुणी मुलगी बायको म्हणून मिळवायची बेंजामिन ऊर्फ हेन्री पिंकरटनची लायकीच नव्हती. एका निरागस तरुणीचं जीवन हेन्रीनं बरबाद केलं होतं. प्रेम... ही भावना जितकी सुंदर तितकीच विनाशक आहे, याची शार्पलेसला नव्यानं जाणीव झाली. पण च्यो-च्योला हे कधीच लक्षात आलं नव्हतं. तरीसुद्धा त्या हरामखोराच्या मृत्यूची बातमी च्यो-च्योला नसती दिली तरी चाललं असतं, असं शार्पलेसला वाटलं. पण, आता पश्चात्ताप होऊन काय उपयोग होता?

गेले काही दिवस आनंदात रमलेल्या त्या घरात आज पुन्हा उदासीचं सावट

पसरलं. कुठलीही सूचना न देता दुःख आगंतुकासारखं आत घुसलं होतं. कितीतरी वेळ च्यो-च्यो हुंदके देत रडत होती. त्याच अवस्थेत तिला कधीतरी झोप लागली.

रात्री उशिरा कधीतरी सुझुकीचासुद्धा डोळा लागला. तिला जाग आली, तेव्हा उजाडलं होतं. सवयीनं तिनं मालकिणीच्या अंथरुणाकडे नजर टाकली. च्यो-च्यो तिथे नाही, हे पाहून सुझुकीचं धाबं दणाणलं. थरथरत सुझुकी जागेवरून उठली. मनाचा हिय्या करत तिनं आजूबाजूला नजर टाकली.

"च्यो-च्यो सान, तुम्ही कुठे आहात?" भीतीनं तिला दरदरून घाम सुटला होता. "अशी कशी झोप लागली मला? अशी चूक कशी घडली माझ्या हातून?"

झालं! सगळं संपलं होतं. आपल्याला अशी झोप लागली, तेव्हा मालकिणीनं जिवाचं काही बरंवाईट... नक्कीच आता रक्ताचा भला मोठा ओघळ पाहावा लागणार. सुदैवानं ती खोली कोरडी होती.

सुझुकी तशीच धडपडत स्वयंपाकघरात गेली. तिला खात्री होती की, या वेळेस च्यो-च्योचा प्रयत्न यशस्वी झाला असणार. मानेची शीर कापून घेतलेल्या अवस्थेत च्यो-च्योचा निष्प्राण देह आता तिला पाहावा लागणार होता, आणि ही सगळी तिचीच चूक होती. डोळ्यांतून वाहणारे अश्रू न पुसता तिने स्वयंपाकघरात पाऊल ठेवलं. तिथलं दृश्य पाहून ती दारातच थांबली.

तिच्या शंकाकुशंका बाजूला राहिल्या. अतिशय शांतपणे च्यो-च्यो तिथे टेबलापाशी बसली होती. तिच्या सभोवार सगळे फोटो पसरले होते. आपल्या मालकिणीला जिवंत पाहून सुझुकीच्या जिवात जीव आला. तिची घालमेल कमी झाली. सुझुकीला वाटलं होतं, तसं च्यो-च्योनं स्वतःला संपवलं नव्हतं तर...

ती आल्याचं कळताच च्यो-च्योनं तिच्याकडे वळून पाहिलं. त्याबरोबर सुझुकीनं तिच्याकडे धाव घेतली. एकमेकींना मिठीत घेत त्या स्फुंदून स्फुंदून रडू लागल्या.

हुंदके देत सुझुकी म्हणाली, "च्यो-च्यो सान, मला तर वाटलं होतं की, तुम्ही पुन्हा हाराकिरी केलीत आणि ती थांबवायला मी नव्हते तुमच्याजवळ. माझं संपूर्ण आयुष्य मी तुमच्याबरोबर काढलं आहे. तुमच्याशिवाय कुणी नाही माझं. तुम्ही मला सोडून जाऊच शकत नाही. तुमच्यावाचून मी कशी जगेन?"

"बस्स! पुरे!" तिला शांत करायचा प्रयत्न करत च्यो-च्यो म्हणाली, "मला जाग आली, तेव्हा तू खूप गाढ झोपली होतीस. मी स्वयंपाकघरात आले. हाराकिरी करण्यासाठी सुरा हवा होता मला. आता पिंकरटन या जगात नाही म्हटल्यावर जगण्यात अर्थ नाही, असं मला वाटलं. पण हे आयुष्य संपवण्याआधी जिन्सेईला एकदा शेवटचं पाहून घ्यावं, असा विचार मनात येऊन मी कपाटाजवळ गेले. त्या फोटोतून माझ्याकडे पाहणारा, मला हात हलवून दाखवणारा, तो हसरा चेहरा

पाहिला आणि मला जाणवलं की, मी स्वतःला अशी संपवू शकणार नाही. एक ना एक दिवस तो खात्रीनं आपल्या ओका सानला भेटायला नागासाकीला येणार आहे. त्या वेळेस मी इथेच हवी ना! नाहीतर मग त्याची निराशा होईल. पिंकरटन आता या जगात नसले तरी काय झालं? पण माझं पोटचं पोर तर येईल मला भेटायला.''

मग सुझुकीचा दंड धरून तिला गदागदा हलवत च्यो-च्यो आवेगानं म्हणाली, ''सुझुकी, सांग मला, येईल ना माझा जिन्सेई नागासाकीला परत, आपल्या ओका सानकडे लक्ष द्यायला? सांग मला तसं, कर माझी खात्री. नाहीतर जगण्यासारखं माझ्याकडे आता खरोखरच काही उरलं नाही. तुझा विश्वास असो नसो, मला तुझ्या शब्दांनी दिलासा दे.''

मान डोलावत, स्वतःला आवरत, सुझुकीनं आपल्या मालकिणीच्या समाधानासाठी घाईघाईनं म्हटलं, ''हो, च्यो-च्यो सान, जिन्सेई परत येईल. मी अगदी खात्रीनं सांगते तुम्हाला.''

तिचं उत्तर ऐकताच तिच्या दंडावरची च्यो-च्योची पकड सैल झाली. अजून एका संकटातून वाचवल्याबद्दल सुझुकीनं ईश्वराची मनोमन प्रार्थना केली. तसंही आयुष्य कुठे कुणासाठी थांबणार होतं?

प्रकरण २३

‘**आ**ज संध्याकाळी वकिलातीतून शार्पलेस सान आपल्याकडे आले होते. तुझ्या ओतो सानना झालेल्या अपघातात त्यांचं निधन झाल्याचं त्यांनीच मला सांगितलं. ते आपल्याला सोडून गेले. तू आता पोरका झाला आहेस.

मला तर जगावसं वाटत नव्हतं. काय उरलं होतं माझ्या आयुष्यात? स्वतःला संपवण्याआधी मी तुझा फोटो पाहिला... शेवटचा. त्या क्षणी मला जाणवलं की, तुझ्यासाठी मला जगायला हवं. एक ना एक दिवस तू नक्की नागासाकीला येशील. त्या वेळेस तुझी ओका सान इथे नसली तर? तू काय करशील? कुठे जाशील?

माझं मन अगदी विदीर्ण झालं होतं. तरीही मी तुझ्यासाठी हातातला सुरा खाली ठेवला...’

ते पत्र केननं पुन्हा पुन्हा वाचून काढलं. त्याच्या अंगावर काटे आले होते. हाराकिरी असो की जी-ए-ई, आत्मसन्मानाच्या नावावर इतक्या निर्घृणपणे स्वतःचं आयुष्य संपवण्याची ही संस्कृती त्याला उमजत नव्हती. आणि तरीही त्याच्या धमन्यांमधून तेच रक्त वाहत होतं. त्यानं या विषयावर बराच अभ्यास केला होता. ऐतिहासिक संदर्भ जाणून घेतले होते. पण तरीही, असा अघोरी प्रकार त्याला मान्य नव्हता.

गेल्या काही दिवसांत जहाजानं पुष्कळ अंतर कापलं होतं. जपानचा किनारा आता जवळ येत चालला होता. केनच्या मनात विविध भावनांची वादळं घोंघावत होती. बहुतेक रात्री तो तळमळून काढत होता. त्याचं एक मन त्याला सांगत होतं की, हा मूर्खपणा आहे. आजवर अमेरिकेत सुखात आणि आनंदात जगत असताना आपला भूतकाळ उकरून काढण्याची ही खुमखुमी कशाला, असंही त्याला वाटत होतं. त्यापेक्षा परत जावं, लग्न करावं, छानशी नोकरी करावी, कुटुंबाकडे लक्ष द्यावं

आणि शांतपणे जगावं, असा विचार त्याच्या मनात डोकावत होता.

किंवा मग नागासाकीला गेल्यावर दोन-चार दिवस मजेत घालवून पुढच्याच बोटीनं परत अमेरिकेला रवाना व्हावं, असाही एक विचार त्याच्या मनात आला. काही काळ लोटला की, त्याच्या जपानी रक्ताची हाक आणि ओढ दोन्हीही कमी होतील, याची त्याला खात्री होती. कालांतरानं, त्याला जपानची आठवणसुद्धा आली नसती हे तो जाणून होता.

मग या सगळ्याला काय अर्थ होता?

पण त्याच्या मनात प्रत्यही उमटणारे प्रश्न! त्यांचं काय? त्यांचा आवाज तर रोज अधिकाधिक मोठा होत होता. या ओढीला एक नाव द्यायलाच हवं हे तो जाणून होता. भूतकाळ कितीही भयानक असला तरी त्याला एकदा तोंड देणं गरजेचं होतं. ती वेळ येऊन ठेपली होती. आत्ता नाहीतर कधीच नाही, हे त्याला माहीत होतं... विचार, विचार, विचार... त्या नादात त्यानं ते पत्र पुन्हा पाकिटात ठेवलं. डेकवर मोकळ्या हवेत बरं वाटेल, या विचारानं केबिनबाहेर येत तो डेकच्या चिंचोळ्या पायऱ्या चढू लागला.

हा प्रवास सुरू करण्याआधी केननं नागासाकीबद्दल विस्तृत वाचन केलं होतं. पुस्तकात पाहिलेल्या काळ्या-पांढऱ्या चित्रातून भेटलेलं नागासाकी प्रत्यक्षात तसं असेल का, हा प्रश्न त्याच्या समोर आ वासून उभा होता.

परके लोक आणि परकी संस्कृती! तो तिथे अगदी उपरा होता.

जहाजाच्या डेकवर उभा असताना तो आपल्याच विचारात इतका हरवला होता की, आपला एक सहप्रवासी आपल्या बाजूला येऊन उभा आहे, हे त्याच्या लक्षातही आलं नाही. त्याच्या खांद्याला कोणाचा तरी स्पर्श झाला म्हणून त्यानं वळून पाहिलं. अंधारात त्याला सिगारेटचं जळतं टोक तेवढं दिसलं.

"मी विचारलं की, तुम्ही जपानमध्ये खूप दिवस राहणार आहात का?" अंधारातून आवाज आला.

केननं नीट पाहिलं. प्रश्नकर्ता अमेरिकन होता. सिगारेट ओढायला तो डेकवर आला होता.

"सॉरी! विचारात इतका गढलो होतो की... ते असो. तुमच्या प्रश्नाचं उत्तर द्यायचं तर मी म्हणेन की, या घटकेला मला काहीही सांगता येणार नाही." केननं उत्तर दिलं. "मी एका कामानिमित्त चाललो आहे. ते काम किती दिवसांत पूर्ण होतं, यावर सगळं अवलंबून आहे."

"काम? मिलिटरीचं आणि गोपनीय असेल तर तुम्ही मला ते नक्कीच सांगणार नाही. मी स्वतः नेव्हीमध्ये होतो. तेव्हा गोपनीयता ही काय चीज आहे, ते माहीत आहे मला. बरं, माझं नावं जॉर्ज मोरली आहे."

"मी केन पिंकरटन. तुम्हाला भेटून आनंद झाला." आपल्या नवीन दोस्ताचा हात हातात घेत केन म्हणाला.

खरंतर आत्ता त्याला कुणाशी बोलण्याची इच्छा नव्हती. डोक्यातला विचारांचा गुंता सोडवणं त्याला अधिक महत्त्वाचं वाटत होतं. त्यामुळे हा जो कुणी उपटला होता, त्याबद्दल त्याला काही आनंद झाला नव्हता. पण जहाजाचा डेक ही सार्वजनिक जागा असल्यामुळे तिथे कुणी यावं, न यावं, यावर कुणी हरकत घेऊ शकत नव्हतं. तरीही... आत्ता कुणी आलं नसतं तर त्याला अधिक बरं वाटलं असतं.

"मीसुद्धा जपानला निघालो आहे, व्यापाराच्या निमित्तानं. मी तर म्हणेन की, आपापल्या कामानिमित्त इतक्या दूर एकच ठिकाणी निघालेले आपण सहप्रवासी आहोत. आणि मला पुन्हा विचारायला आवडेल, कोणत्या कामानिमित्त निघाला आहेस तू?" एकेरीवर येत जॉर्जनं विचारलं.

केन क्षणभर थबकला. या अपरिचिताला आपल्या विचित्र कामगिरीबद्दल काय आणि का सांगावं, हे त्याला ठरवता येईना. मुळात, त्याला स्वतःलाच आपला उद्देश विचित्र वाटत होता.

तरीही त्या क्षणी त्याला कुणाशी तरी बोलायची खूप गरज वाटत होती. जहाजावरच्या अनोळखी प्रवाशाशी बोलायला त्याची काही हरकत नव्हती.

"जॉर्ज, कदाचित तुझा विश्वास बसणार नाही." त्यानं थोड्या साशंकतेनं बोलायला सुरुवात केली. "पण मी जपानला निघालो आहे, ते माझ्या जपानी आईला शोधायला."

"तुझी इच्छा असेल, तर तू मला त्याबद्दल सविस्तर सांगू शकतोस." अतिशय शांतपणे जॉर्जनं उत्तर दिलं. जणू अशा प्रकारचं जाहीर निवेदन तो रोजच ऐकत होता. "जपानशी ज्यांचा भूतकाळ किंवा इतिहास जोडलेला आहे, अशांबद्दल मला नेहमीच कुतूहल वाटतं."

"माझे वडील नौदलात होते. बेंजामिन पिंकरटन नाव त्यांचं. नागासाकीमध्ये असताना त्यांनी एका जपानी मुलीशी लग्न केलं. मी त्या दोघांचा मुलगा." पुढे बोलण्याआधी केन क्षणभर थबकला. "मी जेमतेम वर्ष-दोन वर्षांचा असेन, माझे वडील आणि सावत्र आई हेलेन मला अमेरिकेला घेऊन गेले. त्यानंतर माझा माझ्या जन्मदात्या आईशी कुठलाही संपर्क राहिला नाही. मी अर्धा जपानी आणि अर्धा अमेरिकन असल्यानं जपानपेक्षा अमेरिकेत माझा स्वीकार अधिक योग्य प्रकारे होईल, अशी तिची समजूत करून तिला मला देऊन टाकायला भाग पाडलं गेलं होतं त्या वेळेस. कदाचित ते खरं असेलही."

बोलताना पुन्हा एकदा केन थांबला. जॉर्जचा आपल्या कहाणीवर विश्वास

बसणार नाही. तो आपल्याला उडवून लावेल, असं त्याला वाटत होतं. पण जॉर्ज मन लावून ऐकत होता. केन थांबलेला पाहताच त्यानं 'बोल पुढे' अशी खूण केली.

"गेली कित्येक वर्षं माझा माझ्या भूतकाळाशी काहीही संबंध नव्हता. पण सुरुवातीपासून मला खूप विचित्र स्वप्न पडायचं. त्या स्वप्नात एक ठरावीक स्त्री यायची. स्वप्नं वेगवेगळी असली तरी ती स्त्री मात्र कायम तीच असायची. कित्येकदा तर ती माझ्या खरंच निकट आहे, असं मला वाटायचं. शिवाय, प्रत्येक वेळेस एक विशिष्ट गंध मला जाणवायचा, जणू मोगऱ्याच्या पाकळ्या.

"त्या स्वप्नांबाबत मला खूप प्रश्न होते. पण माझ्या कुटुंबीयांनी त्यांची उत्तरं दिली नाहीत. उलट, मी ते प्रश्न विचारू नये, असाच त्यांचा प्रयत्न असायचा. तितक्या लहान वयातही मला आपसूक कळून चुकलं होतं की, हा विषय आमच्या घरात वर्ज्य आहे. विशेष करून माझ्या आईला त्याचा फार त्रास व्हायचा. त्यामुळे, स्वाभाविकतः, मी कालांतरानं त्या स्वप्नांबद्दल बोलणं किंवा विचारणं सोडून दिलं. हळूहळू ती स्वप्नंसुद्धा कमी झाली.

"त्या दरम्यान मी अगदी टिपिकल अमेरिकन टीनएजरसारखा वागत होतो. हायस्कूल, सॉकर गेम, मग कॉलेज, गर्लफ्रेंड...स्वप्नातल्या त्या स्त्रीला मी पार विसरून गेलो होतो.

"अमेरिकेतील उत्तम कॉलेजमधून ग्रॅज्युएट झाल्यावर पहिली नोकरी, स्वीटहार्ट, तिच्याशी लग्न, कुटुंब या वाटेवर जाण्याची स्वप्नं पाहण्यात मी गर्क होतो.

"अशातच माझ्या वडलांचा अपघात झाला. त्यातून ते वाचणं कठीण होतं. माझ्यासाठी आणि आईसाठी तो काळ भयंकर होता. मृत्युशय्येवर असताना ते मला म्हणाले की, "फार उशीर होण्याअगोदर मला तुला काही सांगायचं आहे."

"मला वाटलं की, काही सूचना करणार असतील. कागदपत्रांची माहिती देऊन आईची काळजी घेण्याबद्दल बजावणार असतील. त्यामुळे त्यांनी जेव्हा जीर्ण झालेल्या, लाल रिबनमध्ये बांधलेल्या पत्रांचं बंडल माझ्या हातात ठेवलं, तेव्हा मी दचकलो.

"शेवटचा श्वास घेण्याआधी त्यांनी कसंबसं मला सांगितलं की, "ही तुझ्या जन्मदात्या आईनं तुला पाठवलेली पत्रं आहेत. मी तिला जपानमधल्या नागासाकीला सोडून आलो होतो. इतकी वर्षं तुला तुझ्या जन्मामागचं सत्य न सांगून मी तुझ्यावर अन्याय केला आहे. तिचं नाव च्यो-च्यो होतं. तुला तिच्यापासून हिरावून घेताना मी तिला वचन दिलं होतं की, मी नागासाकीला परत येईन. मी कधीही गेलो नाही. तिला दिलेलं वचन मी मोडलं. केन, हेलेनचा नातेवाईक शार्पलेस नागासाकीमध्ये अमेरिकन वकिलातीत काम करतो. त्यानं दिलेल्या माहितीवरून असं दिसून येतं, की च्यो-च्यो आजही आपली वाट पाहते आहे.

''मला क्षमा कर. मी तुझ्याशी आणि विशेष करून च्यो-च्योशी फार वाईट वागलो आहे.''

''बस! इतकंच! त्यांनतर दुसऱ्या दिवशी त्यांनी शेवटचा श्वास घेतला. त्यांनी दिलेली पत्रं मी कपाटात आत खुपसून ठेवली होती. मी इतकं आरामशीर जीवन जगत होतो की, त्यात उगाच कुठलीही विघ्नं आलेली मलाच नको होती.

''मला सांग, किती अमेरिकन मुलांना त्यांचे वडील मृत्युशय्येवरून सांगतात की, तुझी खरी आई दूर तिकडे जपानमध्ये नागासाकी नावाच्या शहरात जिवंत आहे?

''पण नशिबानं माझ्यासाठी वेगळंच ताट मांडून ठेवलं होतं. त्या दिवशी थंडीचा कडाका होता. इतकी प्रचंड बर्फवृष्टी झाली होती की, आम्ही घरात अडकून पडलो होतो. मी कपाटात स्नो ग्लोव्ह्ज शोधत असताना माझ्या हाताला तो पत्रांचा गठ्ठा लागला. माझ्या वडिलांनी दिलेली ती पत्रं मी तर विसरून गेलो होतो अगदी.

''मी स्वतःला बजावलं, 'विसर ती पत्रं, जाळून टाक. तुला त्या भूतकाळाशी काहीएक देणंघेणं नाही.' पण मग मला वडिलांचे शब्द आठवले, 'तिचं नावं च्यो-च्यो आहे, ती आजही नागासाकीमध्ये वाट पाहते आहे की, आम्ही दोघं परतून येऊ.'

''त्या शब्दात अशी शक्ती होती की, मी आपसूक तो पत्रांचा गठ्ठा मोकळा केला. अलगद हातांनी ती लाल रिबन काढून एक-एक करत ती वाचायला सुरुवात केली. या गेल्या कित्येक वर्षांत माझ्या जपानी आईनं मला लिहिलेलं प्रत्येक पत्र मी वाचून काढलं. माझ्या प्रत्येक वाढदिवसाला तिनं आठवणीनं पत्र लिहिलं होतं.

''ती पत्रं वाचून होताच मला लहानपणी सतत पडणाऱ्या स्वप्नांचा अर्थ लागला. आजवर न कळलेल्या कित्येक गोष्टी लक्षात आल्या. काय वाट्टेल ते झालं तरी नागासाकीला जाऊन च्यो-च्योला शोधायचा निश्चय मी केला.

''माझ्या या बेतापासून मला फिरवायचा सगळ्यांनी प्रयत्न केला. जपानचा प्रवास काही सोपा नाही. आणि, भूतकाळाशी आपल्याला काय देणंघेणं असंही सगळ्यांनी सांगून पाहिलं. त्या पत्रांचा विषय डोक्यातून काढून टाकायला सांगितलं. पण काही निर्णय घेण्याआधीच मी नागासाकीचं तिकीट काढून मोकळा झालो होतो.

''प्रामाणिकपणे सांगायचं, तर तिथे जाऊन मला काय सापडणार आहे, ते मला माहीत नाही. तिला कुठे शोधायचं, हे मला माहीत नाही. मला फक्त तिचं टोपणनाव तेवढं ठाऊक आहे. 'च्यो-च्यो' म्हणजे 'फुलपाखरू' असं मला सांगण्यात आलं आहे. तिचं खरं नाव मला सांगण्याआधीच माझे वडील गेले. त्यामुळे, या टोपणनावाच्या तुटपुंज्या भांडवलावर मला शोध घ्यायचा आहे.''

इतकं बोलून केन थांबला. त्यांतर कितीतरी वेळ जॉर्ज गप्प होता. त्यानं चकार

शब्दही उच्चारला नाही. केनची तर खात्रीच पटली की जॉर्ज त्याची लंबीचवडी कहाणी ऐकून पकला आहे. किंवा मग ती खोटी आहे याबद्दल जॉर्जची खात्री पटली असणार, असं केनला वाटलं. पण हरकत नाही, त्या क्षणी मनातलं सगळं बोलून टाकण्याची केनची इच्छा नक्कीच पूर्ण झाली होती.

आपल्या केबिनमध्ये जाण्यासाठी केन वळला. तितक्यात जोर्जनं त्याला हाक मारली.

''तरुण माणसा, तू जिला च्यो-च्यो म्हणतो आहेस, तिला आणि तुझ्या वडिलांना मी बहुतेक ओळखतो. अनेक वर्षांपूर्वी आम्ही नागासाकीमध्ये एकाच वेळेस होतो बहुधा.''

त्यानं अतिशय ठामपणे उच्चारलेले हे शब्द ऐकून केनचे पाय जागच्या जागी खिळले.

''म्हणजे? तुम्हाला असं म्हणायचं आहे की, च्यो-च्यो कोण आहे, हे तुम्हाला ठाऊक आहे?'' अतिशय अविश्वासानं केननं विचारलं. त्याच्या मनात खळबळ माजली होती. ''जॉर्ज, तुम्हाला तिच्याबाबत जे माहीत आहे, ते सगळं मला कृपा करून सांगा.''

''खूप वर्षं झाली त्या गोष्टीला. मी अगदी ऐन तारुण्यात होतो. नागासाकीमध्ये अमेरिकेचं स्थान दृढ करण्यासाठी नेव्हीतर्फे आम्हा तरुणांची एक तुकडी जपानला निघाली होती. नागासाकीत अमेरिकन वकिलातीची सुरुवात करायची होती.'' जॉर्जनं सांगायला सुरुवात केली. ''आम्हा तरुणांच्या ऑफिसरचं नाव होतं, कर्नल बेंजामिन पिंकरटन. वयानं आमच्यापेक्षा ज्येष्ठ होते ते. त्यांच्याशी आमचा थेट संबंध तसा कधी यायचा नाही. ते फार उच्च अधिकारी असल्यानं कधीतरी दुरून त्यांचं दर्शन व्हायचं एवढंच. शिवाय, तेही कधी आम्हा तरुणांमध्ये मिसळायचे नाहीत. त्यांच्या थोड्याशा एकलकोंड्या स्वभावामुळे आम्ही खरंतर त्यांना टरकून असायचो.

''मी पहिल्यांदाच अमेरिकेच्या बाहेर पडलो होतो. अनेक आठवडे समुद्रातून प्रवास केल्यावर नागासाकीत आम्ही उतरलो, तेव्हा आमची अवस्था भंजाळलेली होती. एखादा चांगला बार शोधायचा आणि घसे ओले करायचे, जमलंच तर तरुण पोरींबरोबर थोडी मज्जा मारायची, इतकाच विचार आमच्या मनात होता.

''नागासाकीच्या मारुयामा लेन या भागाची ख्याती आमच्या कानावर लगेच आली. आमच्यासारख्या यू.एस.हून आलेल्या डॉलर आशिकांसाठी ती जागा उत्तम होती. ती संपूर्ण गल्ली वेगवेगळ्या बारनी भरलेली होती. अर्थातच, तरुण, सुंदर, देखण्या बारबालांनादेखील तिथे कमी नव्हती.

''आकर्षक किमोनो घातलेल्या त्या नाजूक, ठेंगण्या, जपानी सुंदर तरुणी पाहिल्यावर तर आमच्या कानात वारं भरलं. हातात डॉलर्स खुळखुळत होते आणि

उत्साह फसफसत होता. मग काय! नुसता धुडगूस.

"माफक इशारे करणाऱ्या त्या सुंदर रमणी पाहून आम्ही चेकाळलो. आमच्यापैकी कित्येक अमेरिकेच्या ग्रामीण भागांतून आले होते. त्यांनी इतक्या सुंदर आणि इतक्या मोठ्या संख्येनं तरुणी स्वप्नातसुद्धा पाहिल्या नव्हत्या.

"मारुयामा लेनच्या एका बारमध्ये आम्हाला एक सुंदर गेशा भेटली. तिच्या सौंदर्यानं आम्ही सगळे गारद झालो. तिचं नाव होतं च्यो-च्यो. त्याचा अर्थ फुलपाखरू असा होतो, हे तिनंच आम्हाला सांगितलं. तिच्या आवाजात इतका गोडवा होता की, निव्वळ तिच्या बोलण्यानं समोरचा गारद व्हावा.

"तिथल्या काही बारमध्ये गेशा इतर काही खास सेवासुद्धा द्यायच्या. पण च्यो-च्योच्या बारमध्ये तसं काही मंजूर नव्हतं. तिची मालकीण अगदी कडक होती. त्या जागेचं नावही 'साकुरा टी- हाउस' असं होतं. तिथल्या कुठल्याही मुलींना ग्राहकांबरोबर बाहेर जाण्याची परवानगी नव्हती. मालकीण खूप जपायची आपल्या मुलींना. तरीही, बटरफ्लायचे धेडगुजऱ्या इंग्लिशमधले जोक ऐकायला आणि आराम करायला आम्ही मुद्दाम तिच्या टी-हाउसमध्ये जायचो.

"मग, कधीकधी ती आमच्यासाठी गाणी म्हणायची. आम्हाला आनंद व्हावा म्हणून तिनं मुद्दाम परिश्रमपूर्वक काही इंग्लिश गाणी पाठ केली होती. तिचं खूप कौतुक वाटायचं आम्हाला.

"साधारण ४-५ महिने मी नागासाकीमध्ये होतो. थोड्याशा नाखुशीनं मी न्यू यॉर्कला परतलो.

"निघायच्या आदल्या रात्री आम्ही मुद्दाम साकुरा टी-हाउसला भेट दिली. तिथल्या मुलीच नाही तर मालकीणसुद्धा आमची मैत्रीण झाली होती. त्या सगळ्यांचा निरोप घेण्याची आम्हाला खूप गरज वाटली होती त्या वेळेस. मी तिथून बाहेर पडताना च्यो-च्यो साननं माझ्या हातात एक छोटीशी भेटवस्तू ठेवली. पोर्सेलीनची गेशा होती ती. आजही मी ती सांभाळून ठेवली आहे.

"एकदा अमेरिकेत परत आल्यावर नागासाकी आणि च्यो-च्यो सान मागे पडल्या. इतर गेशांची आठवणही उरली नाही. पुढे काही वर्षांनी नागासाकीमध्ये राहिलेल्या जेम्सची सहज गाठ पडली आणि त्या वेळेसच्या आठवणींना उजाळा मिळाला.

"स्वाभाविकतः च्यो-च्योचं नावसुद्धा निघालं. तेव्हा मला जेम्सकडूनच कळलं की, कर्नल बेंजामिन पिंकरटननं जेव्हा साकुरा टी-हाउसमध्ये च्यो-च्यो म्हणजेच बटरफ्लायला पाहिलं, तेव्हा तो तिच्या सौंदर्यानं इतका झपाटला गेला की, त्यानं तिच्याशी चक्क लग्न केलं. अर्थात, त्यांना मूल झाल्याचं जेम्स बोलला नाही.

"फुलासारखी कोमल आणि तरुण च्यो-च्यो आणि तिच्याहून वयानं कितीतरी

मोठे गंभीरराव पिंकरटन... विचित्र जोडी वाटली मला.

"पण जेव्हा आपण आपल्या घरापासून सात समुद्र दूर असतो, तेव्हा घडतात अशा गोष्टी.

"पुढे वर्षभरात पिंकरटनला अमेरिकेत परत बोलावलं गेलं. त्या वेळेस, तू जिला तुझी आई म्हणतो आहेस, त्या च्यो-च्योला त्यानं तिथेच एकटं सोडून दिलं.

"आपल्या गर्भार बायकोला अमेरिकेला आपल्याकडे घेऊन जावं, असं कर्नल पिंकरटनना कधी वाटलं नसेल का? दुर्दैवानं याचं उत्तर 'नाही' हेच आहे.

"अर्थात, 'मी परत येईन' अशी खोटी वचनं तिला द्यायला तो विसरला नाही. पण असं म्हणतात की, च्यो-च्यो त्याची वाट पाहत राहिली. जवळपास रोज ती बंदरावर बसून क्षितिज न्याहाळत राहायची. येणाऱ्या पुढच्या जहाजातून पिंकरटन नक्की येईल, याची तिला आशा होती. जहाज दिसताच धावत सुटायची ती. किती ही खेदाची बाब! तिथले स्थानिक रहिवासी साक्षी आहेत त्या गोष्टीला."

"बिच्चारी च्यो-च्यो! किती लहान वयात तो सोडून गेला तिला, तेही तिच्या पोटात मी असताना," न राहवून केन म्हणाला. त्याचा कंठ दाटला होता. "जॉर्ज, मला सांग ना, ती कशी दिसायची ते."

"च्यो-च्यो सान कशी दिसायची? तिच्या नावाप्रमाणे होती ती! एखाद्या फुलपाखरासारखी टवटवीत. सुंदर, डौलदार. उत्तम." आठवणींत हरवत जॉर्ज म्हणाला. "आज कबूल करायला हरकत नाही, पण माझं मन जडलं होतं तिच्यावर. नंतर मला असंही कळलं की, ती चांगल्या कुटुंबातून आली होती. तिच्या कुटुंबावर फार संकटं येऊन कोसळली होती. त्याचं पर्यवसान तिच्या वडिलांनी हाराकिरी करण्यात झालं होतं.

"ती मोठी जिद्दीची होती. तिला जेव्हा लक्षात आलं की, अमेरिकेतून येणाऱ्या जहाजातून नागासाकीमध्ये खूप तरुण उतरतात आणि आता आपला बराच वेळ त्यांच्याबरोबर जाणार आहे, तेव्हा त्यांच्या सोयीसाठी ती मुद्दाम इंग्लिश शिकली.

"आणि ते बरोबरच होतं. कारण तिला आमच्याशी संवाद साधता येतो, हे लक्षात आल्यामुळे प्रत्येकाला स्वतःचं थोडं कोडकौतुक करण्यासाठी ती हवी असायची. आम्हाला वाटायचं की, किती आम्ही महान. तिची वागाय-बोलायची पद्धत होतीच तशी सुरेख.

"केन, च्यो-च्यो जर खरंच तुझी आई असेल ना, तर मला तिच्याबद्दल जे माहीत आहे ते असं आहे."

"जॉर्ज, थँक-यू." कितीतरी वेळानं केननं उत्तर दिलं. ऐकलेली माहिती पचवायला त्याला थोडा अवधी होता. आपल्या नवीन मित्राकडे कृतज्ञतेनं पाहत तो म्हणाला, "तुला कल्पना नाही येणार, की तुझ्या या सांगण्यातून मला नेमकं काय

वाटतंय. मुळात, इतकी वर्षं तिचं माझ्या आयुष्यातलं स्थानच नाकारलेलं होतं. आणि अशा परिस्थितीत तिला तेव्हा ओळखणाऱ्यांकडून तिचं कौतुक...''

''केन, जरा थांब. नुसत्या वर्णनापेक्षा अधिक काही मी तुला देऊ शकतो बहुतेक. तू जर इथेच थांबलास, तर मी जरा माझ्या सामानात शोधतो. नागासाकीच्या ज्या आठवणी मी जपून ठेवल्या आहेत, त्यात कदाचित बटरफ्लायचं एखादं चित्र असेल. माझ्या बरोबरच्या एका मुलानं एका रात्री ते काढल्याचं मला आठवतंय. तेच दाखवतो मी तुला....''

''काय? माझ्या आईचं चित्र? म्हणजे, ती कशी दिसत होती, ते कळेल मला? अरे, थोडा वेळ काय, मी तर संपूर्ण रात्र इथे उभा राहीन वाट पाहत.''

त्यावर काही एक न बोलता जॉर्ज डेकवरून नाहीसा झाला. तब्बल वीस मिनिटांनी तो पुन्हा डेकवर आला, तेव्हा त्याच्या हातात पानाचे कोपरे दुमडलेलं एक फोल्डर होतं आणि चेहऱ्यावर जिंकल्याचा आविर्भाव!

''नशीबवान आहेस लेका! हे बघ, काय आहे माझ्याकडे. नागासाकीला असताना मी जमवून ठेवलेल्या आठवणींच्या गाठोड्यात सापडलं मला तिचं चित्र.'' असं म्हणत जॉर्जनं त्या फोल्डरमधून एक काळ-पांढरं स्केच बाहेर काढलं. त्यातून एक सुंदर तरुण चेहरा डोकावत होता. ''बघ! जिच्याबद्दल मी तुला सांगत होतो, तीच ही बटरफ्लाय!''

आतुरतेनं ते चित्र हातात घेऊन केन पाहू लागला. आपल्या सुंदर आईचा चेहरा त्याला आज पहिल्यांदाच पाहायला मिळाला होता. किती पवित्र भाव होते त्या चेहऱ्यावर!

''हाच तो चेहरा, हेच ते डोळे आणि हसू...'' त्याच्या तोंडातून जेमतेम शब्द बाहेर पडले. ''हीच ती स्त्री आहे, जी सतत माझ्या स्वप्नांत यायची!'' तुझी हरकत नसेल तर आजची रात्र मी हे चित्र माझ्याकडे ठेवू का? रात्रभर मी हा चेहरा मनात साठवून ठेवीन. उद्या सकाळी मी नक्की परत करेन तुला.''

जॉर्जनं मान डोलावली. अचानक केनला भरून आलं. त्याला आता कुणीही बरोबर नको होतं. घाईनं जॉर्जचा निरोप घेऊन तो आपल्या केबिनकडे जाण्यासाठी डेकच्या पायऱ्या उतरू लागला. त्याचं क्षणी धो-धो पावसाला सुरुवात झाली.

''मी आशा करतो की, तुझ्यासमोरचं अस्पष्ट चित्र थोडंबहुत स्पष्ट झालं असेल.''

जॉर्जच्या शब्दांनी केनच्या अंगावर सरसरून काटा आला. चेहऱ्यावर पडणारे पावसाचे थेंब म्हणजे जणू बटरफ्लायचे अश्रू आहेत, असं त्याला वाटलं. पावसापासून स्वतःला वाचवायला तो धावला.

प्रकरण २४

पिंकरटनच्या मृत्यूची बातमी समजल्यावर च्यो-च्योनं जवळजवळ महिनाभर डायनर बंद ठेवलं. पिंकरटन आता या जगात नाही, तो आता कधीही नागासाकीमध्ये परत येणार नाही, हे सत्य स्वीकारणं तिला फार जड जात होतं. त्यातून, अमेरिकन नौदलाचे तरुण अधिकारी आणि सैनिक जवळपास रोजच तिच्या डायनरमध्ये यायचे, त्यामुळे तर तिला सगळं असह्य व्हायचं. आजवर ती एका सुंदर स्वप्नाला कवटाळून बसली होती. पण, ते आता छिन्नविच्छिन्न झालं होतं. त्यामुळेच, आपल्या मृत अमेरिकन नवऱ्याची आठवण येईल, अशा कोणाच्याही संपर्कात तिला राहायचं नव्हतं.

शार्पलेस, सुझुकी किंवा इतर कुणी कितीही समजावण्याचा प्रयत्न केला, तरी आयुष्यभर ती पिंकरटनलाच आपला नवरा मानणार होती.

ती इतकी उदास झाली होती की, आजवर तिनं आटोकाट जपलेल्या अमेरिकन बागेकडेदेखील तिचं लक्ष उरलं नव्हतं. पाहतापाहता इतर तणानं तिच्या सुंदर गुलाबांच्या कलमांना गिळंकृत केलं. गुलाब आता प्राणहीन आणि निष्प्रभ दिसू लागले, तिच्या आयुष्यासारखेच.

त्यातच तिच्या लाडक्या अमेरिकन गुरू मिसेस सिंक्लेअर आजारी पडल्या. त्यांनी अमेरिकेला परत जायचा निर्णय घेतला. ते ऐकून तर च्यो-च्यो इतकी खचली की, त्यांना निरोप द्यायला ती बंदरावरसुद्धा जाऊ शकली नाही.

च्यो-च्यो अतिशय निराश झाली होती. तिनं जरा उभारी धरावी म्हणून सुझुकीनं श्राईनच्या कितीतरी वाऱ्या केल्या. नैराश्याच्या भरात च्यो-च्योला कशाचं भान उरायचं नाही. विस्कटलेल्या केसांनी ती इकडेतिकडे भटकत राहायची.

शक्य होईल तेव्हा शार्पलेस त्यांच्या घरी यायचा. पण, प्रत्येक वेळेस फक्त

सुझुकी पुढे यायची. आपली मालकीण अजूनही कुणाला भेटायला तयार नाही, हेच ती सांगायची. ते घर आणि त्या घरातल्या त्या इन-मीन दोघी खंगत चालल्या होत्या. नशीब की, च्यो-च्योनं पुन्हा जीव देण्याचा प्रयत्न केला नव्हता. सुझुकी काय करणार? तरी तिच्या बुद्धीला जे सुचेल, ते ती करत होती. त्याचाच एक भाग म्हणून संधी मिळाली की, ती जिन्सेईच्या आठवणी काढत होती. तो कसा दिसत असेल, केवढा झाला असेल, आपल्या ओका सानला भेटायला तो नागासाकीला कसा येईल, असंच काहीबाही ती बोलत राही. आपल्या मालकिणीला जगवण्याचा तो एकमेव उपाय तिच्याकडे होता.

असेच तीन आठवडे गेले. दुर्लक्ष केलेल्या बागेत पानगळ सुरू झाली. थंडीची चाहूल लागली. पुन्हा एकदा शार्पलेस त्यांना भेटायला आला. या वेळेस तो कोणताही नकार ऐकणार नव्हता.

''जाऊन सांग तुझ्या मालकिणीला की, आता तीन आठवडे झाले आहेत त्या दुःखद घटनेला. आम्ही अमेरिकेत हा कालावधी पुरेसा मानतो.'' तो अधिकारी स्वरात बोलू लागला. ''शिवाय, आज मी च्यो-च्यो सानला दाखवायला काहीतरी घेऊन आलो आहे.'' त्याच्या हातात मोठा तपकिरी लिफाफा होता. ''मला खात्री आहे, की त्यांचे डोळे तृप्त होतील. पण, त्या स्वतः बाहेर आल्या, तरच पाहायला मिळतील त्यांना हे फोटो. हो! केन... म्हणजे तुम्ही म्हणता तसं जिन्सेईचे आहेत हे फोटो. काही दिवसांपूर्वी माझ्या बहिणीनं पाठवले आहेत ते. फोटो पाहायचे असतील, तर च्यो-च्यो सानला बाहेर यावंच लागेल.''

काय करावं हे न कळून सुझुकी तिथेच घुटमळली. मग धीर एकवटून तिनं शार्पलेस सानला बैठकीच्या खोलीत बसवलं आणि लाकडाच्या करकरणाऱ्या पॅसेजमधून ती आपल्या मालकिणीला बोलवायला तिच्या खोलीकडे गेली.

जपानी घरांच्या भिंती खूप पातळ असतात. त्यामुळे त्या दोघींच्या बोलण्यातील काही शब्द शार्पलेसच्या कानावर पडत होते. थोड्याच वेळात त्याला पावलांचे आवाज आले. त्या पाठोपाठ च्यो-च्यो तिथे येऊन पोचली.

''शार्पलेस सान, मागच्या काही वेळांना मी तुम्हाला भेटायला नकार दिला, याबद्दल मी माफी मागते.'' ती कसंबसं म्हणाली. ''पण, तुम्ही तर पाहतच आहात की, माझी तब्येत फारशी ठीक नाही.''

समोर उभ्या असलेल्या च्यो-च्योकडे पाहून तो हादरला. हे तो कोणाला पाहत होता त्याला कळेना. काही दिवसांपूर्वी दिसणारी गुलाबी, गोरी, टवटवीत, सुंदर, तरतरीत नजरेची, आपल्या उत्तम किमोनोमध्ये डायनरमध्ये आत्मविश्वासानं वावरणारी च्यो-च्यो कुठे गेली होती? ही समोर उभी असलेली रुक्ष, शुष्क, रंगहीन स्त्री च्यो-च्यो कशी असेल!

"च्यो-च्यो सान! परमेश्वरा! मी हे काय पाहतो आहे! तुम्हाला काय झालं?" काहीएक विचार न करता शार्पलेस बोलला. पुढच्या क्षणी त्याला आपल्या बोलण्याचा पश्चात्ताप झाला. पण आता काय उपयोग होता?

जपानी लोकांशी असं थेट बोलायचं नसतं, हे तो कधी शिकणार होता कोण जाणे!

ती निष्प्राण स्वरात म्हणाली, "पिंकरटन सान गेल्याची बातमी समजल्यापासून मला बरं वाटेनासं झालं आहे." दुसरं काय उत्तर होतं तिच्याकडे.

"हे पहा, मी काय आणलंय! तुम्हाला बरं वाटेल ते पाहून." असं म्हणत शार्पलेसनं हातातील मोठं तपकिरी पाकीट तिच्यासमोरच्या ठेंगण्या टेबलावर ठेवलं. "नुकतेच माझ्या बहिणीनं ते पाठवले आहेत. बेंजामिन गेल्यावर त्याच्या सामानाची आवराआवर करताना केनचे कितीतरी फोटो सापडले. तिला वाटलं की, तुम्हाला आवडतील ते पाहायला."

ते ऐकताच च्यो-च्योचा चेहरा किंचित खुलला. गेले कित्येक दिवस तिला फुलासारखं जपत असलेल्या सुझुकीला आता पहिल्यांदाच थोडीशी आशा वाटली. पाकिटातून एक-एक फोटो काढत शार्पलेस ते टेबलवर पसरवून ठेवू लागला. च्यो-च्योच्या चेहऱ्यावर हसू उमटलं.

एक सुस्कारा सोडत, पुढे होत तिनं एक फोटो उचलून घेतला. तिनं जन्म दिलेल्या बाळाचे ते वाढत्या वयाचे हसरे, खेळकर फोटो पाहून तिचे डोळे भरून आले.

"किती मोठा झाला आहे हा!" मित्रांच्या गराड्यात, हातात बेसबॉलची बॅट घेतलेला, विस्कटलेल्या केसांचा जिन्सेई तिच्यासमोर होता. तिच्या डोळ्यांतून अश्रू ओघळून खळकन फोटोवर सांडला. आता तिचं कोणाकडेही लक्ष नव्हतं. स्वतःशीच बोलल्यासारखं ती म्हणाली, "पण मुख्य म्हणजे, तो खूप आनंदात दिसतो आहे. त्याला अमेरिकेला पाठवण्याचा माझा निर्णय योग्य होता म्हणायचा. आता अगदी उद्या जरी मला मरण आलं तरी मी शांतपणे मरेन. इथे हाफू म्हणून त्याची खूप संभावना झाली असती."

"च्यो-च्यो सान, मरायच्या गोष्टी करू नका." सुझुकी कळवळून म्हणाली. 'आत्महत्या', 'मृत्यू' या शब्दांचा तिनं अगदी धसका घेतला होता. मग अगदी मायेनं तिनं च्यो-च्योला म्हटलं, "आठवतंय ना तुम्ही काय म्हणायचात? जिन्सेई च्यान मोठा झाला की, आपल्या ओका सानला शोधायला नागासाकीला नक्की परत येईल. त्याला पुन्हा पाहायच्या आधी तुम्ही मरू कशा शकता?"

एक एक करत च्यो-च्योनं सगळे फोटो नीट बघितले. त्यातल्या काही विशेष आवडलेल्या फोटोंबद्दल ती एक-दोन वाक्यंसुद्धा बोलली. सगळ्यात अलीकडच्या

फोटोत जिन्सेई चांगलाच तरुण दिसत होता. शाळेच्या गाण्याच्या ग्रूपमध्ये तो उभा होता. त्याच्या अंगात टाय आणि बहुधा त्याचा पहिला सूट होता.

तो फोटो छातीशी लावत ती म्हणाली, ''शार्पलेस सान, मी हा फोटो ठेवून घेऊ का? मला वाटतं की, हा त्याचा अगदी अलीकडचा फोटो आहे. केवढा मोठा दिसायला लागला आहे ना तो?''

''अर्थातच! तोच नाहीतर ते सगळे फोटो तुम्ही ठेवून घ्या. तसेही माझ्या काय उपयोगाचे आहेत ते?'' च्यो-च्योच्या चेहऱ्यावर पूर्वीचा थोडा रंग परत आल्याचं पाहून शार्पलेसला हुश्श झालं.

''शार्पलेस सान, थँक यू.'' हळुवारपणे त्यांचे आभार मानत च्यो-च्योनं सगळे फोटो गोळा करायला सुरुवात केली. अतिशय मायेनं ते परत पाकिटात ठेवत ती म्हणाली, ''तुम्हाला कल्पना नाही की, या फोटोंतून तुम्ही मला पुन्हा जगण्याची उमेद दिली आहे. मी आता पुन्हा वाट पाहायला तयार आहे.

''मला एक मुलगा आहे. लवकरच तो तरुण होईल आणि एक ना एक दिवस मला शोधायला नागासाकीला येणार आहे, हे मला लक्षात ठेवायला हवं.'' स्वतःत हरवून ती म्हणाली. तिच्यासाठी जणू कुणी अस्तित्वात नव्हतं.

पिंकरटन परतून येईल, यावर सुझुकीचा कधीही विश्वास बसला नव्हता. आपल्या ओका सानला शोधायला आणि आपल्या मुळांचा मागोवा घ्यायला जिन्सेई आता येईल, यावरही तिचा मुळीच विश्वास नव्हता. पण, जर तेवढ्या आशेवर च्यो-च्योला जगण्याची प्रेरणा मिळणार असेल, तर काय हरकत होती दुजोरा द्यायला?

त्या संध्याकाळी अजून एक आश्चर्य घडलं. च्यो-च्योनं आपणहून डायनर सुरू करण्याचा विचार बोलून दाखवला. एवढंच नाही, तर तिनं पाहिलेल्या काही मासिकांतील नवीन पाककृती डायनरच्या मेन्यूमध्ये समाविष्ट करायचा तिचा विचार होता.

कित्येक आठवड्यांनी त्या दोघी दुसऱ्या दिवशी सकाळी बाजारात जायला निघाल्या. डायनरला आवश्यक असे मसाले, मांस, मासे आणि इतर साहित्य घेऊन त्या डायनरपाशी आल्या. 'नम्र सूचना! येत्या शुक्रवारपासून आम्ही पुन्हा आपल्या सेवेत दाखल होत आहोत!' अशी नोटीस तिथे बोर्डवर अडकवून त्या घरी जाण्यासाठी वळल्या.

इतके आठवडे डायनर बंद ठेवल्यामुळे लोक आपल्याला विसरले असतील अशी आशंका जरी च्यो-च्योला आली असती, तरी त्यांचं तिथल्या तिथे निरसन झालं असतं. कारण, त्या दोघींना पाहताच दोन तरुण अमेरिकन सेलर्स धावत आले.

"वाह वाह! परत सुरू करताय ना! फारच छान!" त्यातील एक तरुण म्हणाला. "आम्ही तर रोज रात्री घिरट्या घालतो आहोत, कधी एकदाचं सुरू करताय, असं झालं आहे आम्हाला. नागासाकीत आल्यावर फक्त तुमच्याचकडे अमेरिकन पदार्थ मिळतात."

त्यांचा उत्साह पाहून च्यो-च्योला बरं वाटलं. ती हसून म्हणाली, "आता शुक्रवारी सुरू करत आहोत. नक्की या!"

"येणारच!" त्यांनी एकसुरात उत्तर दिलं.

त्या दोन सेलर्सना पाहून बटरफ्लायला आपल्या मुलाची आठवण झाली. असाच एक दिवशी एक तरुण येईल डायनरमध्ये, आणि तो असेल तिचा जिन्सेई....

आता उद्यापासून बागेकडेही लक्ष द्यायला हवं. तिनं मनोमन निश्चय केला. गुलाबात किती तण माजलं होतं. असं करून नाही चालणार. त्या सगळ्या झाडांच्या बिया पिंकरटननं स्वतः अमेरिकेतून आणल्या होत्या.

दुसऱ्या दिवशी बागेत काम करताना ती सुझुकीला पट्‌कन म्हणाली, "आता बघ, फुलपाखरं कशी गर्दी करतील आपल्या अमेरिकन बागेत! लक्ष न दिलेल्या गुलाबांकडे तेसुद्धा येत नाहीत."

त्यांच्या मशागतीला फळ आलं. पाहतापाहता बागेनं जोम धरला. तिथल्या रंगीबेरंगी फुलांवर तितकीच रंगीबेरंगी फुलपाखरं डोलू लागली.

अनेक वर्षांपूर्वी अशाच एका दुपारी एका लहानशा मुलीच्या केसांवर एक सुंदर पिवळं फुलपाखरू बसलं होतं. ते पाहून त्या मुलीच्या ओतो साननं तिला 'च्यो-च्यो' हे टोपणनाव दिलं होतं. ते आठवून च्यो-च्योचे डोळे भरून आले.

प्रकरण २५

पॅसिफिक महासागरातून तो प्रदीर्घ कंटाळवाणा प्रवास करताना केन आणि जॉर्ज एकमेकांचे चांगले मित्र झाले. दोघांचाही भूतकाळ जपानच्या नागासाकी बंदराशी जोडला गेला होता.

जपानमधले आपले अनुभव जॉर्ज सांगत गेला. ते ऐकताना केनला जपानबद्दल वाटणाऱ्या शंका कमी होत गेल्या. आपल्या वडिलांच्या मृत्यूनंतर उपलब्ध असलेल्या नजीकच्या जहाजात बसून तडकाफडकी जपानकडे रवाना होण्याचा आपला निर्णय चुकला होता का, हा इतके दिवस छळणारा प्रश्न आता त्याला त्रास देईनासा झाला.

जॉर्जनं दिलेलं च्यो-च्योचं चित्र त्यानं आपल्या बंक बेडवर चिकटवून ठेवलं होतं. रोज रात्री तिचा चेहरा न्याहाळण्याचा छंद त्याला लागला होता. जपानला जाण्याचा आपला निर्णय योग्य होता, याची त्याला आता खात्री झाली होती. त्याच्या जपान भेटीशिवाय त्याच्या किंवा त्याच्या जपानी आईच्या जिवाला शांतता लाभणार नव्हती हे नक्की. एक अर्धवट राहिलेली कहाणी त्याशिवाय पूर्ण होणार नव्हती.

''माझे वडील तिला सोडून गेले, तेव्हा ती फारच तरुण होती. मग तिनं पुन्हा लग्न केलं असेल का, हा प्रश्न मला वारंवार भेडसावतो.'' एका संध्याकाळी त्यानं चिंतित स्वरात जॉर्जला विचारलं. ''तुला त्याबद्दल काही माहिती आहे का?''

''बरोबर आहे तुझं. मारुयामा लेनमध्ये तिनं गेशाचं काम करायला सुरुवात केली, तेव्हा ती फार तरुण होती. मला तर वाटतं, ती जेमतेम वीस वर्षांची असावी.'' जॉर्जनं उत्तर दिलं. ''मी तिथून निघालो, तेव्हा तिच्या लग्नाबद्दल कुणी काही बोलल्याचं ऐकण्यात तरी नाही आलं. शिवाय, अनेकांनी कित्येकदा तिला बंदरावर ताटकळत उभं राहिलेलं पाहिलं आहे. दिलेल्या वचनाला जागून तुझे वडील

येणाऱ्या जहाजातून उतरत आहेत का, याचा शोध ती घेत राहायची. फार वाईट वाटायचं मला. इतकी सुंदर, इतकी तरुण, पण स्वतःचं असं काही आयुष्यच उरलं नव्हतं तिला. तुझ्या वडिलांनी खरोखरच तिचं आयुष्य बरबाद केलं रे! तिला कबूल केल्याप्रमाणे परत येण्याचा त्याचा कोणताही इरादा नव्हता, असं मला तेव्हाही वाटलं होतं.

"तू जर मारुयामा लेनमधल्या इतर गेशांना पाहिलं असतंस ना, केन; तर तुला कळलं असतं मी काय म्हणतो ते. आलेल्या माणसाला आपण किती अमूल्य आहोत, याची जाणीव त्यांच्या वागण्याबोलण्यातून व्हायची. त्यासाठी त्यांना खास प्रशिक्षण दिलेलं असायचं. त्या सगळ्या इतक्या सुंदर, इतक्या मार्दवशील होत्या की, त्यांच्यापासून दूर राहणं कठीण होतं.

"मात्र, तरीही तुझी आई त्या सगळ्यांपेक्षा वेगळी होती. ती ज्या टी-हाउसमध्ये काम करत होती, तिथल्या मुलींना आपल्या ग्राहकांबरोबर बाहेर जाण्याची परवानगी नव्हती. त्यातून, च्यो-च्यो सान उच्च खानदानातून आलेली होती. म्हणूनच, तुझ्या वडिलांना ती हवी होती तरी तिच्याशी लग्न केल्यावाचून ते शक्य नव्हतं. त्याप्रमाणे, थातूरमातूर विधी करून त्यांनी तिला आपली हक्काची बायको म्हणून ठेवून घेतलं."

"थातूरमातूर? ठेवून घेतलं? म्हणजे? तुला काय म्हणायचं आहे?"

"त्या वेळेस अशी वदंता होती की, बेंजामिन पिंकरटननं लग्नाचे पारंपरिक विधी केलेच नाहीत. ते सगळं नाटक होतं. त्यायोगे त्यानं च्यो-च्योचा समज करून दिला की, ती त्याची अधिकृत बायको आहे. मला माफ कर, थोडं स्पष्ट बोलतो पण तुझा बाप फार हरामखोर होता. म्हणूनच, तिला तिथे वाऱ्यावर सोडून तो खुशाल अमेरिकेला निघून आला आणि तिथेच त्यानं जिला तू आता आई म्हणतोस, तिच्याशी खरं लग्न केलं."

"हे बघ जॉर्ज, त्याच्यावर विश्वास टाकणाऱ्या च्यो-च्योसारख्या निरागस तरुणीला त्यानं असं फसवलं असेल ना तर तो खरोखरच हरामखोर होता, असंच म्हणेन मीसुद्धा." केन सात्त्विक संतापानं म्हणाला. म्हणूनच मृत्यूसमयी त्यांच्या मनात अपराधीपणाची आणि पश्चात्तापाची भावना दाटून आली होती. बिच्चारी बटरफ्लाय! जॉर्जनं काढलेल्या केनच्या जन्मदात्रीचं चित्र त्याच्या मनात रुंजी घालू लागलं. काहीही झालं तरी लवकरात लवकर तिला भेटायचंच, असा निर्धार त्यानं केला.

त्या समुद्रप्रवासात करण्यासारखं काहीही नव्हतं, त्यामुळे केन आपल्या मनाच्या खेळत रमून जायचा. आजवर मिळालेली माहिती एकत्र करून आपल्या आईची आणि तिच्या आयुष्याची एक छबी त्याच्या मनात आताशा उमटू लागली होती.

नेहमी खूप व्यग्र जीवनाची सवय असलेल्या केनला कधी एकदा जपानला पोहोचू असं झालं होतं. जॉर्जसारखा कसलेला दर्यावर्दीसुद्धा आता प्रवासाला कंटाळला होता. कदाचित, अशा दीर्घ, कंटाळवाण्या आणि धोकादायक समुद्र सफरीच्या दृष्टीनं आपण आता वयस्कर झालो आहोत, असं त्याला वाटू लागलं. प्रवास संपता संपत नव्हता.

असेच अनेक दिवस गेले आणि सगळे जण जिची आतुरतेनं वाट पाहत होते, ती घोषणा जहाजाच्या कॅप्टननं केली. दूरवर जमीन दिसू लागली होती. आता काही दिवसांत जहाज नागासाकीच्या बंदराला लागणार होतं.

ते ऐकताच जहाजात उत्साहाचं वातावरण पसरलं. समुद्रप्रवासानं त्रासलेल्या प्रवाशांनी सुटकेचा निःश्वास टाकला. जमिनीचं दर्शन घ्यायला सगळ्यांनी डेककडे धाव घेतली. केन तरी त्याला अपवाद कसा असणार?

सगळ्यांच्या उत्साहाला उधाण आलेलं पाहून वारासुद्धा उधाणला. केनचे केस अस्ताव्यस्त उडू लागले. तितक्यात त्याच्या नजरेला दूर उभा असलेला जॉर्ज दिसला. तो आनंदानं ओरडला, ‘‘जॉर्ज, आपण आता लवकरच नागासाकीला पोचणार आहोत. परमेश्वरा! मला तर वाटू लागलं होतं की, हा प्रवास कधी संपणारच नाही आता.’’

संध्याकाळ उतरू लागली. अंधूक उजेडात जमीन दिसणं कठीण होतं. त्यामुळे, जड पावलांनी सगळे जण आपापल्या केबिनकडे परतले.

त्या रात्री केनच्या डोळ्याला डोळा लागला नाही. रात्र सरता सरेना. उद्या कधी उजाडणारच नाही, असंही त्याला वाटू लागलं. या कुशीवरून त्या कुशीवर होत त्यानं अस्वस्थपणे ती रात्र काढली. प्रवास आता संपत आला होता. आपल्या भूतकाळाचे सुटलेले धागेदोरे पुन्हा गुंफण्याचं जटिल कार्य त्यानं हातात घेतलं होतं. ते पूर्णत्वाच्या टप्प्यावर आलेलं असताना केनच्या मनात काहूर माजलं होतं. बऱ्यावाईट विचारांच्या जंजाळात तो अडकला होता.

च्यो-च्यो सान अशी कुणी अस्तित्वातच नसली तर? तिच्याबद्दलच्या सगळ्या कथा कपोलकल्पित असतील तर? ‘बटरफ्लायचं मूल’ जन्माला आलंच नसेल तर? पण मग गेले काही आठवडे जॉर्जनं भरभरून सांगितलेल्या आठवणी कुठून आल्या असत्या? किती जिवंत आणि रसरशीत होत्या त्या! खोट्या किंवा रचलेल्या कशा असू शकतात त्या सगळ्या गोष्टी?

विचारांच्या नादात अस्वस्थ असलेल्या केनला सकाळची पहिली कोवळी किरणं केबिनमध्ये शिरल्यावर गाढ झोप लागली. कितीतरी काळानंतर त्याला स्वप्नविरहित झोप लागली. त्यामुळे, सकाळच्या कोवळ्या उजेडात दूर क्षितिजावर दिसणारी जमिनीची रेघ पाहण्याची त्याची संधी चुकली.

तो दचकून जागा झाला. त्याच्या केबिनच्या दारावर कुणीतरी जोरात ठोठावत होतं. तो जॉर्ज होता.

"केन, अरे कुठे आहेस? मला तू डेकवर कुठेही दिसला नाहीस. जमीन दिसू लागली आहे. मला तर वाटलं होतं की, सगळ्यात पहिल्यांदा तू धाव घेशील डेकवर. आहेस तरी कुठे? केबिनमध्ये आहेस का? दार उघड की!"

'जमीन' हा शब्द ऐकताच केनच्या डोळ्यांवरची झोप उडाली. तो इतक्या झटक्यात केबिनबाहेर पडला की, दार ठोठावणाऱ्या जॉर्जशी त्याची टक्कर झाली.

"छे! छे! माझा तर विश्वास बसत नाहीये. ज्या क्षणाची मी इतक्या आतुरतेनं वाट पाहत होतो, तो क्षण समोर येऊन उभा राहिला तेव्हा मी चक्क झोपलो होतो? कसं शक्य आहे?" तो त्राग्यानं म्हणाला.

त्यानंतर क्षणाचाही अवधी न गमावता तो डेकच्या पायऱ्या दाणदाण चढून गेला. तिथे पाय ठेवायला जागा नव्हती. दूरवर दिसणाऱ्या जमिनीचा वेध घेण्याच्या नादात सगळे जण पिसाटले होते. कोणाचा पायपोस कोणाच्या पायात नव्हता. कितीही प्रयत्न केला तरी केनला डेकवर पुढे जागा मिळून जमीन पाहणं अशक्य झालं, अगदी धक्काबुक्की केली तरी त्याची मात्रा काही चालेना. बिच्चारा! वैतागून तो हार मानणार होता. तितक्यात जहाजाच्या ध्वजस्तंभाकडे त्याची नजर गेली. कोणत्याही बंदरावर जहाज पोचलं की, ध्वज उभारण्यासाठी होता तो.

केनच्या मनात किंतु आला, पण तो क्षणभरच. पुढच्या क्षणी पायातले जोडे भिरकावत त्या चकचकीत ध्वजस्तंभावर चढायला त्यानं सुरुवात केली. असं चढताना उघड्या अंगाला होणाऱ्या वेदनांकडे त्याचं जराही लक्ष नव्हतं.

सरसर चढत तो टोकाशी पोहोचला. तितक्यात सूर्याच्या कोवळ्या किरणांनी धुक्याचा पडदा बाजूला केला आणि कसाबसा तोल सावरणाऱ्या केनला जपानचं पहिलं दर्शन झालं. त्या अथांग पसरलेल्या सागराच्या पार टोकाशी एक बारीक, निळसर काळी रेघ उमटली होती.

"जपान!" तो बेंबीच्या देठापासून ओरडला. "मला दिसला! मला दिसला! जॉर्ज, अरे आपण पोहोचलो की जपानला."

डेकवरच्या लोकांनी टाळ्यांचा कडकडाट केला. सगळ्यांच्या उत्साहाला आता नुसतं उधाण आलं होतं. "पोचलो! पोचलो! जमीन! जमीन!" सगळ्यांचा आवाज एकवटला. जो तो ओरडू लागला.

केन कुठे चढला आहे, हे लक्षात आल्यावर सगळे शांत झाले. एकदम सन्नाटा पसरला. तेवढ्यात जॉर्जनं खालून आवाज दिला, "अरे वेड्या! खाली उतर आता. जपानच्या भूमीवर पाय ठेवण्याआधी काय मानबीन मोडून घ्यायची आहे का तुला?"

"मुळीच नाही!" केननं आरोळी ठोकली. पण पुढच्या क्षणी त्यानं खाली

उतरायला सुरुवात केली.

त्याची पावलं डेकवर टेकताच सर्वांनी पुन्हा जल्लोष केला. कितीतरी वेळ सगळे उत्साहानं फसफसत होते. थोड्या वेळानं जेव्हा रिमझिम पाऊस आला आणि वारा जोर पकडू लागला, तेव्हा कुठे सगळे आपापल्या केबिनकडे परतले. डेकवर आता फक्त जॉर्ज, केन आणि काही धीट प्रवासी होते. त्यांना ना वाऱ्याची पर्वा होती, ना कोसळणाऱ्या धारांची! जवळ येणारी जमीन पाहून त्यांचे पाय आणि नजरा जागच्या जागी खिळल्या होत्या. आपण चिंब भिजत आहोत, याचीही त्यांना तमा नव्हती.

''जपान!'' केनच्या घशात आवंढा दाटून आला होता. ''या देशाने माझ्या आयुष्यावर किती सावट आणलं आहे काय सांगू! सगळं बालपण गेलं त्यात.''

पावसानं आता चांगलाच जोर पकडला होता. उरलेले सगळे नाइलाजानं डेकवरून खाली उतरले. अंगावर कोरडे कपडे चढवणं भाग होतं. बस्स! आता थोडा वेळ! नागासाकी जवळ आलं होतं.

जहाजालाही आनंद झाला होता जणू. किती काळ सुरू असलेला प्रवास संपुष्टात येणार होता. त्या वादळी वाऱ्यातही ते उन्मत्तपणे पुढे जाऊ लागलं.

तितक्यात जॉर्जने विचारलं, ''अरे केन, नागासाकीमध्ये उतरण्याची काय सोय केली आहेस? मला मनातून असं वाटतं की, तुझी आई बटरफ्लाय कोणे एके काळी माझी मैत्रीण होती. त्या मैत्रीला स्मरून इथे नागासाकीमध्ये असताना मी तुझी काळजी घेतली पाहिजे.''

मान हलवत केन म्हणाला, ''छे! कुठे काय! नागासाकीला पोहोचलो की अंदाज घेऊ, असा विचार मी केला होता. पण, तसं करणं कितपत शहाणपणाचं असेल? कुणाशी कसं बोलायचं, तेही मला माहीत नाही. भाषेचा प्रश्न आहे ना. तुला काही माहिती आहे का? आठवड्याभरासाठी कुठे सोय होऊ शकते का? तोवर मलाही जरा अंदाज येईल. मग मी बटरफ्लायची चौकशी करेन.''

''माझ्या मैत्रिणीची चुलत बहीण मिस सिंक्लेअर नागासाकीमध्ये अमेरिकन वकिलातीच्या बाजूला छोटीशी शाळा चालवते. तिथल्या तरुण मुलींना ती इंग्लिश शिकवते. मैत्रिणीनं त्यांना विनंती केली आहे की, मला शाळेच्या मागच्या भागात असलेली खोली काही दिवस वापरू द्यावी म्हणून. खरं म्हणजे, अमेरिकेच्या जहाजातून उतरणाऱ्या तरुणांसाठी त्या एक छोटंसं बोर्डिंग चालवतात. तिथेच मी राहणार आहे. तुझी सोय होते का ते विचारतो मी त्यांना. काही दिवस रहा, म्हणजे तुलाही सुचेल.''

''वाह! हे तर फारच छान होईल, जॉर्ज.'' केन कृतज्ञतेनं म्हणाला. ''मला नागासाकीबद्दल कणभरही माहिती नाही. थोडा अंदाज येईपर्यंत वेळ हवा मला.

मुळात बटरफ्लायला शोधायला कुठून सुरुवात करायची ही कल्पनाच नाही मला. तिथे कुणाशी कसं बोलायचं, हाही एक प्रश्न आहे.''

''अरे, मी समजू शकतो तुझी अडचण. मी त्या शहरात काही काळ घालवला आहे. त्या वेळेस माझ्या काही ओळखी झाल्या होत्या. त्यांपैकी कुणी जर मला भेटू शकलं, तर बटरफ्लायचा पत्ता लावायला मदत होईल आपल्याला. केन, मी जर तुझ्या जागी असतो तर थोडा निश्चिंत राहिलो असतो.'' जॉर्जच्या शब्दांनी केनला थोडा धीर आला. ''मला आतून असं वाटत आहे की, ती अजूनही इथे नागासाकीमध्ये असणार. इथे साधारण कुणीही बदलाला उत्सुक नसतात. तसंच ठोस कारण असेल, किंवा अगदी जिवावर येऊन बेतणार असेल, तरच इथले स्थानिक लोक दुसरीकडे राहायला जातात.''

प्रवाशांनी सामानाची बांधाबांध करावी, अशा सूचना जहाजाच्या माइकवरून येऊ लागल्या. पण उतावीळ प्रवासी त्याआधीच जामानिमा आवरून तयार होते. कधी एकदा जमिनीवर पाय टेकवतो, असं सगळ्यांनाच झालं होतं. केन तरी त्याला कसा अपवाद असणार? हेलननं विकत घेऊन दिलेल्या दोन मोठ्या सुटकेसेसमध्ये त्याचं सामान तयार होतं. मौल्यवान पत्रांच्या जोडीला आता बटरफ्लायचा फोटोसुद्धा होता.

तासाभरात तो आणि जॉर्ज जहाजाच्या डेकवर येऊन उभे राहिले. जहाजाने नागासाकीच्या बंदरात नांगर टाकला, तेव्हा सगळ्यांनी जल्लोष केला. हा दीर्घ प्रवास संपवून सगळे शेवटी एकदाचे किनाऱ्याला लागणार होते.

बहुतेक सगळ्या प्रवाशांना उतरवून घ्यायला कुणी ना कुणी आलं होतं. सगळे जण उत्सुकतेनं आपल्या माणसांची वाट पाहत, हात हलवत लक्ष वेधून घेण्याच्या प्रयत्नात होते. आनंद, उत्साह, हसू, आनंदाश्रू... विविध भावनांचा जल्लोष सुरू होता अगदी. आपल्याला घ्यायला कुणीही आलेलं नसणार हे केनला माहिती होतं, तरीही जपानच्या भूमीवर पाय टेकवताच त्याला अगदी भरून आलं. उत्कटता, अपेक्षा, हुरहुर... अनेक वर्षांपूर्वी त्यानं इथूनच एका प्रवासाला सुरुवात केली होती. इथूनच तो आज पुन्हा नव्यानं प्रवासाला सुरुवात करणार होता. त्या वेळेस तो आपल्या जन्मदात्रीपासून दूर गेला होता, आज मात्र तो तिच्याजवळ पोचणार होता.

तिथल्या प्रचंड गर्दीतून आणि धक्काबुकीतून वाट काढत केन आणि जॉर्ज जहाजातून बाहेर पडले. आपण स्वप्नात आहोत की सत्यात, असा एक प्रश्न केनला पडला होता. आपण अमेरिकेत नसून नागासाकीच्या जमिनीवर पाय ठेवला आहे, याची खात्री पटण्यासाठी त्यानं स्वतःलाच चिमटा काढून घेतला.

इतकं सगळं असूनही, त्या भूमीला पहिला स्पर्श होताच त्याला मनातून प्रसन्न वाटलं. आराम, सुख, घरी आल्याची भावना, आपलेपणा... केनला काही वेगळ्या

अपेक्षा होत्या. पण त्याला जाणवली आणि पटली ती फक्त ओळख.

गर्दी हळूहळू कमी होऊ लागली. लोकांच्या उचंबळून आलेल्या भावना शांत झाल्या. जवळजवळ तासभर वाट पाहिल्यावर जॉर्ज म्हणाला, "लुसी सिंक्लेअर मला घ्यायला इथे आली आहे की नाही, हे मला माहीत नाही." त्याच्या वाक्यासरशी केन आपल्या स्वप्नवत अवस्थेतून बाहेर आला. "ती आली नसेल तरी काही हरकत नाही. मला आठवतंय की, ती शाळा इथून अगदी जवळ आहे. आपण सहज चालत जाऊ शकतो तिथपर्यंत. आणि तसंही, माझ्या मैत्रिणीनं तिला माझ्या येण्याबद्दल सांगून ठेवलं आहे. त्यामुळे मी येणार आहे, हे तिला माहीत आहे. तू सहज सामावशील तिथे. काळजी करू नकोस." जॉर्ज पुढे म्हणाला.

आजूबाजूला चाललेला कौटुंबिक सुखसोहळा पाहत ते थोडा वेळ तिथेच थांबले. लुसी सिंक्लेअरसारखी दिसणारी कुणी आली आहे का, याचा जॉर्जनं अंदाज घेतला.

"मला नाही वाटत की, ती इथे आली आहे." तासभर वाट पाहिल्यावर जॉर्ज म्हणाला. "चल, आता फार थांबण्यात अर्थ नाही. निघू या आपण."

त्या दोघांनी आपापलं समान उचललं. ते चालायला सुरुवात करणार, तोच एक मध्यमवयीन स्त्री धावतपळत त्यांच्यासमोर आली. तिचे केस आणि स्कर्ट वाऱ्यामुळे उडत होते.

"एक मिनिट, एक मिनिट; जरा थांब. तुमच्यापैकी कुणी जॉर्ज विंटर्स आहे का? माझ्या आत्यानं मला तुम्हाला इथे भेटायला सांगितलं होतं. मला जरा उशीरच झाला. सॉरी हं! काय करणार! अगदी निघाले होते, तितक्यात शाळेतल्या एका विद्यार्थिनीला काही अडचण आली." ती धापा टाकत पुढे म्हणाली. "अरे हो, मी लुसी सिंक्लेअर आहे."

त्यांच्यासमोर उभी असलेली स्त्री अगदी अमेरिकन होती. लालसर गोरा रंग, भुरकट केस, मध्यम वय! पण जॉर्जच्या मनात असलेल्या उंच्यापुऱ्या, सडसडीत, डौलदार, आवरलेल्या केसांच्या मिसेस सिंक्लेअरशी ही प्रतिमा अजिबात जुळत नव्हती.

मनातल्या मनात "माय गुडनेस! कुठे गेला तो डौल? पिढीचा परिणाम, अजून काय!" असं म्हणत त्यानं हात पुढे केला. "मिस सिंक्लेअर, आम्हाला घ्यायला आल्याबद्दल मनापासून आभारी आहे. मी तुम्हाला लुसी म्हणू शकतो का? हा माझा मित्र आहे, केन पिंकरटन. त्याची राहण्याची सोय होईपर्यंत तो माझ्याबरोबर राहिला तर चालेल ना?"

"काहीच हरकत नाही. प्रत्येक अमेरिकनाचं स्वागतच आहे इथे. आपल्या लॉजिंगमध्ये आत्ता एक रूम आहे रिकामी, तिथे केन अगदी आरामात राहू शकतो, अगदी हवे तितके दिवस! फार काही बडदास्त नाही राखू शकत आम्ही; पण स्वतंत्र

खोली, डोक्यावर छप्पर आणि झोपायला पलंग नक्की मिळतो इथे.'' लुसीनं उत्साहानं माहिती दिली.

''लुसी, मला अगदी पुरेसं आहे हे. तुझे आभार कसे मानू तेच कळत नाही.'' सुटकेचा निःश्वास टाकत केन म्हणाला. ''मलासुद्धा फार भारी काही नको. पण निदान पुढची काही सोय होईपर्यंत आता निश्चिंत राहू शकतो मी.''

''ठरलं तर मग. चला निघू या.''

चालताचालता थांबून जॉर्जनं विचारलं, ''मिसेस नताली सिंक्लेअर- तुझी आत्या कुठे आहे? अजूनही इथे नागासाकीमध्ये आहेत का त्या?''

मान हलवत लुसी म्हणाली, ''नाही रे! साधारण दहा वर्षांपूर्वी तिनं नागासाकी सोडलं. तिची तब्येत तितकीशी बरी राहत नव्हती. मोठ्या नाइलाजानं ती अमेरिकेला परत गेली. या शहरावर तिचं फार प्रेम होतं. शिवाय, तिनं सुरू केलेली शाळा... त्रास झाला तिला हे सगळं सोडून जाताना. पण काय करणार?

''इलेनोर आत्यानं माझं मन वळवून मला इथे येण्यासाठी तयार केलं. जाण्याआधी, ही शाळा तिनं माझ्या हातात सोपवली. तिनं जोपासलेलं हे रोपटं इतकं छान वाढल्यावर ते वाऱ्यावर कसं सोडायचं? त्यासाठी तिनं माझी चांगली कसून तयारी करून घेतली. मलाही आवडतं शाळा चालवायला. परंतु, मी आहे जरा उद्योगी. त्यामुळेच तर बाजूला एक लॉजिंग मी सुरू केलं. आत्याला जर कधी समजलं ना की, तिच्या लाडक्या शाळेच्या बाजूला मी असं काही सुरू केलं, तर माझं काही खरं नाही बघ!''

तिच्या बोलण्याचं सगळ्यांनाच खूप हसू आलं. बोलण्यात वाट कशी संपली, हेसुद्धा त्यांना समजलं नाही. अनेक वर्षांपूर्वी मिसेस सिंक्लेअरने सुरू केलेल्या शाळेसमोर ते आता उभे होते. ही तीच शाळा होती, जिनं च्यो-च्योला आपल्या पायावर उभं राहायला मदत केली होती, इंग्लिश शिकवलं होतं. इथेच पुढे च्यो-च्यो इतर मुलींना इंग्लिश शिकवू लागली होती.

काही वर्षांपूर्वी जॉर्ज इथून गेला होता. तेव्हा सगळं जसं होतं, तसंच आत्ताही होतं. त्यानं हळुवार हातांनी तिथल्या डेस्क आणि बेंचना स्पर्श केला. लोक तेवढे बदलले होते.

त्यानंतर काही मिनिटांतच केन तिथल्या लाकडी व्हरांड्यातून चालू लागला. या जागेवर काही वर्षांपूर्वी त्याची आई वावरली होती. याच वाटेवरून पुढे चालत केन बोर्डिंग हाउसमध्ये पोचला.

इतक्या दिवसांच्या प्रवासानं तो इतका प्रचंड दमला होता, की गरम पाण्यानं मस्तपैकी अंघोळ करून झकासपैकी ताणून देण्याचा त्याचा विचार होता. उद्या जाग आल्यावर ताज्या दमानं पुढे काय करायचं ते ठरवता येईल, असं त्याला वाटलं.

प्रकरण २६

''**च्यो**-च्यो सान, अमेरिकेहून आलेलं एक जहाज नुकतंच बंदराला लागलं आहे.'' बाजारातून समान घेऊन आलेली सुझुकी उत्साहानं म्हणाली. ''मी काही लोकांना बोलताना ऐकलं की, हे सामानाचं जहाज नसून प्रवासी जहाज आहे. एकदम नवंकोरं प्रवासी जहाज. खूप लोक उतरले आहेत त्यातून. मला खात्री आहे की, इतके आठवडे समुद्रावर काढल्यावर जहाजातील अमेरिकन प्रवासी अमेरिकन अन्नासाठी आसुसले असतील. आपल्याला परत खूप काम करावं लागणार आहे, बरं का!''

''वाह! फारच मस्त बातमी आणली आहेस तू, सुझुकी सान.'' च्यो-च्यो आनंदानं म्हणाली. ''पुन्हा एकदा आपल्याला कामाला भिडावं लागणार आहे. हरकत नाही, आपल्यालाही तेच तर हवं होतं.''

अलीकडे नागासाकीला अधिकतर व्यापारी किंवा नौदलाची जहाजं येत होती. त्यामुळे डायनरच्या व्यवसायात थोडी मंदी आल्यासारखं झालं होतं. पण, च्यो-च्यो आणि सुझुकी गप्प बसणाऱ्यातल्या नव्हत्या. त्यांनी या कमी कामाच्या काळात मिसेस सिंक्लेअरच्या पुस्तकातून अजून काही रेसिपी करून पाहिल्या होत्या. आता त्याच्यावर त्यांचा हात बसला होता. इतक्या वर्षांनीही त्या पुस्तकाची उपयुक्तता अजिबात कमी झाली नव्हती. नव्यानं ग्राहक यायला सुरुवात होईल, तेव्हा काही नवे पण स्वादिष्ट पदार्थ समोर आणायला दोघी सज्ज होत्या.

''सुझुकी सान, मलाही तीच अपेक्षा आहे.'' डायनरच्या खिडक्यांचे पडदे खाली ओढून घेत च्यो-च्यो म्हणाली. जेमतेम दोन टेबलांवर ग्राहक होते. तेही अमेरिकन वकिलातीचे कर्मचारी होते. पण, तिला काळजी वाटत नव्हती. एव्हाना तिला सवय झाली होती. दर वर्षी, साधारण या काळात प्रवाशांची गर्दी अगदी कमी

होत असे. सुट्ट्यांच्या या काळात सगळे कुठे कुठे जात. शार्पलेसच्या शब्दात सांगायचं तर ते अमेरिकनांच्या वार्षिक स्थलांतराचे दिवस होते.

शार्पलेस सान! इतक्या वर्षांनंतरही खंबीरपणे तिच्या पाठीशी उभा होता. पिंकरटनच्या मृत्यूनंतर तिच्यासमोर फक्त काळोख होता. पण, आपल्या पोटच्या पोराला, जिन्सेईला भेटेपर्यंत तिनं स्वतःला सावरलं पाहिजे, जगवलं पाहिजे-तेही नीट- हे त्यानंच तिच्या मनावर बिंबवलं होतं.

त्या काळात तिनं उभारी धरावी म्हणून तो आडून आडून मदत करायचा. तिनं दार उघडायला नकार दिला, तर तो दाराच्या खालच्या फटीतून छोट्या चिठ्ठ्या सरकवायचा. त्यात कधी वाढत्या वयातील, विस्कटलेल्या केसांच्या मुलाचा फोटो असायचा. तिच्याही नकळत मग ती तो उचलून घ्यायची. असं करता करता ती आपला विस्कटलेला भूतकाळ स्वीकारून जगायला शिकली. नव्या जोमानं तिनं डायनरकडे लक्ष द्यायला सुरुवात केली.

डायनरमध्ये फारशी गर्दी नव्हती. अशातच एका संध्याकाळी थोडी स्थूल, लाल गोबऱ्या गालाची चाळिशीतील अमेरिकन स्त्री डायनरमध्ये आली. तशी ती शहरात नवीन होती. च्यो-च्यो किंवा सुझुकीनं तिला याआधी पाहिलं नव्हतं. तरीही, ती खूप ओळखीची वाटत होती.

आत आल्या आल्या तिची पहिली प्रतिक्रिया होती, ''नागासाकीमध्ये अमेरिकन डायनर, तेही भर वस्तीत?'' मेन्यू कार्ड हातात घेतल्यावर तर तिचा आनंद गगनात मावेना. ''आणि हे काय! माझा तर विश्वास बसत नाही. इथे स्टीकसुद्धा मिळते? गेले कित्येक दिवस मी चांगलं मीट शोधते आहे. सगळीकडे फक्त मासे आणि भाज्या मिळतात. बाकी कुणी काही खातच नाही असं दिसतं या शहरात.''

अत्यंत उत्साहानं तिनं मग त्यांच्याकडे असलेल्या स्टीकचा सर्वांत मोठा तुकडा, त्याच्यासोबत भरपूर भाज्या आणि मॅश्ड पटेटोची ऑर्डर दिली. आत्ता कुठे तिला मॅनर्स आठवले. ओशाळून हसत ती म्हणाली, ''तुम्ही विचारात पडला असाल की, मी कोण. तर मी आहे लुसी सिंक्लेअर. काही महिन्यांपूर्वी मी अमेरिकेहून आले. पण, आल्यापासून कामात इतकी गुंतले होते की, इतक्या जवळ असलेलं हे डायनर शोधायला मला वेळच मिळाला नाही.''

किचनमध्ये काम करणाऱ्या च्यो-च्योच्या कानावर तिचं बोलणं पडलं. ती जागच्या जागी थिजली. 'सिंक्लेअर!' हा निव्वळ योगायोग होता का, की ही आलेली स्त्री मिसेस सिंक्लेअरच्या नात्यातली होती?

काही वर्षांपूर्वी मिसेस सिंक्लेअर तब्येत ढासळल्यामुळे नागासाकी सोडून अमेरिकेला रवाना झाल्या होत्या. त्या वेळेस च्यो-च्यो आणि सुझुकीला फार वाईट वाटलं होतं. त्या नसत्या तर च्यो-च्यो मुळात इंग्लिश शिकली नसती. त्या

खंबीरपणे पाठीशी उभ्या राहिल्या म्हणून तर ती डायनरची कल्पना प्रत्यक्षात आणू शकली होती. नताली सिंक्लेअर होत्याच तशा. त्यांच्या करारी पण प्रेमळ स्वभावामुळे च्यो-च्योनं अनेक गोष्टी आत्मसात केल्या होत्या.

''सिंक्लेअर?'' च्यो-च्यो आणि सुझुकी एका स्वरात अविश्वासानं म्हणाल्या. ''तुम्ही मिसेस सिंक्लेअरच्या नातेवाईक आहात का?''

''हो!'' लुसी आनंदानं म्हणाली. ''नताली सिंक्लेअर माझी आत्या. कित्येक वर्षं ती इथे राहत होती. तिनं सुरू केलेली शाळा मी पुढे चालवावी, हा तिचाच आग्रह होता. तुम्ही ओळखता का तिला? इथे यायला मी तयार नव्हते. तिला खूप मागे लागावं लागलं माझ्या. पण हळूहळू मी इथल्या प्रेमात पडू लागले आहे.''

''हो लुसी सान, मी मिसेस सिंक्लेअरकडून इंग्लिश शिकले. हे डायनर सुरू करायला त्यांची खूप मदत झाली. पारंपरिक अमेरिकन पदार्थ कसे करावेत, हे त्यांनीच शिकवलं आम्हाला.''

''माझ्या आत्याचा स्वभाव आहेच तसा! जाईल तिथे मदत करेल ती.'' लुसी हसून म्हणाली. ''शिकण्याची इच्छा असणाऱ्या स्त्रीला तिनं कधी अडाणी राहू दिलं नाही. स्वतंत्रपणे व्यवसाय करून स्वतःच्या पायावर उभं राहायला ती स्त्रियांना नेहमीच मदत करत आली आहे आजपर्यंत.''

त्यानंतर कितीतरी वेळ त्या दोघींनी लुसीला मिसेस सिंक्लेअरबद्दल प्रश्न विचारून भंडावून सोडलं. आपल्या माजी गुरूबद्दल त्यांच्या मनात खूप उत्सुकता होती.

''इथून अमेरिकेला गेल्यावर मिसेस सिंक्लेअर कशा आहेत? तिथे त्या काय करतात आता?'' लुसीचा दंड धरत च्यो-च्योनं अधीरतेनं विचारलं.

''एक गोष्ट नक्की! माझी आत्या इथून नाराजीनं अमेरिकेला आली. तिला नागासाकी इतकं आवडलं होतं, जीव गुंतला होता तिचा इथे. मला तर नेहमी सांगायची ती तसं. पण वय झाल्यामुळे तिचाही नाइलाज झाला होता. एकटीनं इथे राहणं शक्य नाही, हे लक्षात आल्यावर तिनं घरी येण्याचा निर्णय घेतला तो योग्यच होता.

''आता ती एका शांत रिटायरमेन्ट होममध्ये स्वतंत्रपणे राहते. मिडवेस्ट भागात आहे ते. चारी दिशांना डोंगर आणि हिरवळ. अगदी तिला आवडते तशी जागा आहे ती. या वयातही तिचा उत्साह कमी झालेला नाही. इथे येण्याआधी मी तिला भेटायला गेले होते, तेव्हा तिथल्या सहनिवासींना ती जपानी शब्द शिकवत होती. फावल्या वेळात ती सगळ्यांना नागासाकी आणि इथलं तिचं आयुष्य याबद्दल भरभरून सांगत असते. तुम्हाला तर माहीतच आहे तिचा स्वभाव!''

''रिटायरमेन्ट होममध्ये त्या आनंदात आहेत ना?'' च्यो-च्योनं जरा दबकत

विचारलं. "आमची आठवण येते का कधी त्यांना?"

"आहे त्या परिस्थितीत जितकं आनंदात राहता येईल, तितकी तर ती नक्कीच आहे. आता तुम्ही विचारल्यावर मला आठवलं की, ती नेहमी नागासाकीमधल्या 'बटरफ्लाय' या स्त्रीबद्दल आणि ती चालवत असलेल्या अमेरिकन डायनरबद्दल सांगायची. आम्हाला मात्र वाटायचं की, ती वयपरत्वे काहीतरी बोलते आहे. आता तुम्हीच सांगा, दूरदेशीच्या जपानमध्ये अमेरिकन डायनर, आणि ते चालवतं कोण, तर बटरफ्लाय नावाची स्त्री, कुणाला खरं तरी वाटेल का?

"पण आता लक्षात येतं आहे की, ती सांगत होती ते खरं होतं. त्या तिच्या गप्पा नव्हत्या किंवा तिला काही वयामुळे भ्रम वगैरे पण झाला नव्हता. नताली आत्या ज्या बटरफ्लायबद्दल नेहमी बोलायची, त्या तुम्हीच असणार बहुधा."

"हो, मीच ती बटरफ्लाय, किंवा च्यो-च्यो सान. मिसेस सिंक्लेअर मला आवर्जून बटरफ्लाय म्हणायच्या." च्यो-च्यो समाधानानं म्हणाली. अमेरिकेला जाऊन आपली गुरू आपल्याला आणि नागासाकीमध्ये गोळा केलेल्या आठवणींना विसरली नव्हती, याचा तिला खूप आनंद झाला होता.

"आमच्या कुटुंबाच्या रक्तात उद्योजकता चांगलीच भिनली आहे. म्हणूनच मी इथे आल्यावर शाळेच्या मागच्या भागात एक छोटंसं लॉजिंग सुरू केलं आहे." तिथल्या उबदार आणि प्रेमळ वातावरणातून बाहेर पडायची लुसीची इच्छा नव्हती. शिवाय, तिच्या लाडक्या आत्याचा हातभार लागला होता ते उभारताना! म्हणून तिने स्वतःबद्दल बोलायला सुरुवात केली.

तितक्यात तिची नजर बाजूला बांबूच्या शेल्फवर ठेवलेल्या पाककृतींच्या पुस्तकाकडे गेली. त्याचा भरपूर वापर झाला आहे, हे सहज लक्षात येत होतं. तरीही, ते अतिशय चांगल्या अवस्थेत होतं.

"अरे बापरे!" ती उत्तेजित होत ओरडली. "हे तर माझ्या आजीचं पुस्तक आहे! आत्ता कळलं की, ते कुठे येऊन पोहोचलं. मी आत्याला या पुस्तकाबद्दल विचारलं होतं. ती म्हणालीच होती की, तिनं ते बटरफ्लायच्या डायनरमध्ये ठेवलं आहे. ते पुस्तक योग्य ठिकाणी गेलं आहे, अशी तिला खात्री होती. आज माझ्या लक्षात येतं आहे की, तिनं म्हटलं ते खरं होतं. तुम्ही फार योग्य वापर करत आहात त्याचा. तुमच्या हातचे पदार्थ अगदी आमच्या घरच्यासारखे झाले आहेत.

"तुम्हाला माहीत आहे का की, काल आलेल्या जहाजातून दोन अमेरिकन उतरले आहेत. ते माझ्या आत्याला ओळखतात. त्यामुळे, त्यांची मी नीट बडदास्त राखावी, असा तिचा मला आदेश आला आहे. त्या दोघांपैकी जो लहान आहे, त्याला इथे नागासाकीमध्ये त्याच्या लहानपणच्या कोणाचा तरी शोध घ्यायचा आहे. त्यांची विश्रांती झाली की, मी त्यांना नक्की इथे घेऊन येईन.

"माझी तर खात्री आहे की, कुणाचा शोध घ्यायचा असेल तर सुरुवात डायनरपासून करावी. शिवाय, इथे मिळणारे पदार्थ फारच चविष्ट आहेत. भुकेल्या पोटाला अगदी तृप्त करतात ते!" लुसी अगत्यानं म्हणाली.

"थँक यू, त्यांचं स्वागत होईल इथे. आम्ही वाट पाहतो त्यांची. त्यांच्या आवडीचे पदार्थ खाऊ घालू आम्ही त्यांना!" च्यो-च्यो आनंदानं म्हणाली. गेले काही दिवस डायनरमधले गिऱ्हाईक कमी झाले होते. त्यामुळे, त्यांना नवीन गिऱ्हाईक हवेच होते.

आपल्या अनेपक्षित पाहुणीला निरोप द्यायला च्यो-च्यो आणि सुझुकी डायनरच्या बाहेर आल्या. आज खूप दिवसांनी त्या खूप खूश होत्या.

या शहरात एक अमेरिकन डायनर आहे आणि तिथे चक्क आपल्या चवीचे पदार्थ मिळतात, यामुळे लुसी हवेत तरंगत घरी परतली. नव्यानं आलेल्या त्या दोन पाहुण्यांना कधी एकदा ही बातमी सांगते, असं तिला झालं होतं. पण, लॉजिंगमध्ये पोचल्यावर तिला दिसलं की, जॉर्ज आणि केन आधीच झोपायला गेले होते. आता ही आनंदाची बातमी त्यांना देण्यासाठी तिला उद्या सकाळपर्यंत थांबणं भाग होतं.

दुसऱ्या दिवशी सकाळी ते सगळे ब्रेकफास्टसाठी एकत्र जमले. मस्तपैकी लोणी लावलेले टोस्ट, ऑम्लेट्सची चळत आणि कुरकुरीत बेकन; वाह वाह! अजून काय हवं होतं भुकेल्या जिवांना! सगळे खाण्यावर तुटून पडले होते. तितक्यात लुसीनं मोठ्या दिमाखात तिथल्या ट्रेवर फोर्क आपटून सगळ्यांचं लक्ष वेधून घेतलं.

"ऐका, ऐका, ऐका!" ती उत्साहानं म्हणाली. "महत्त्वाची घोषणा ऐका! काल रात्री मी अचानक एका अमेरिकन डायनरमध्ये जाऊन थडकले; तेही इथे, नागासाकीमध्ये. इतकंच नाही, तर तिथे आपले सगळे पदार्थ मिळतात; तेही उत्तम चवीचे. अगदी बोटं चाटत राहावीत असे. गेले कित्येक महिने मी तर रेड मीट शोधून दामले होते. त्यामुळे गरमागरम, रसरशीत स्टीक समोर आल्यावर तर मला फारच मजा वाटली.

"मित्रांनो, सांगा मला आता की, अशा जागी न जाऊन चालेल का?"

"अरे व्वा! ही तर फारच उत्तम बातमी दिलीस तू!" जॉर्जनं उत्साहानं म्हटलं. "शक्य तितक्या लवकर आपण तिथे गेलं पाहिजे, असं मला वाटतं. मी तर ऐकलं होतं की, आजही नागासाकीमध्ये चांगलं मीट मिळणं कठीण आहे."

"आणि, कोण चालवतं आहे हे डायनर?" काहीतरी बोलायचं म्हणून केननं विचारलं. त्याच्या सद्य मन:स्थितीमध्ये 'अन्न' या विषयाला काहीही महत्त्व नव्हतं.

"अरे, ते ऐकलंस तर तुला दुसरा धक्का बसेल!" नाटकीपणा करत लुसी म्हणाली. "त्या डायनरची मालकीण चक्क एक जपानी स्त्री आहे. ती नागासाकीची

स्थानिक रहिवासी आहे. कालच भेटले मी तिला. कसली देखणी आणि डौलदार आहे म्हणून सांगू!

"काल तिनं जो फुलाफुलांचा किमोनो घातला होता, त्यात तिचं सौंदर्य अगदी उठून दिसत होतं. या किमोनोची खासियत आहे काहीतरी असंच म्हणावं लागेल. जो कोणी तो घालेल म्हणजे... जी कोणी किमोनो घालेल, तिच्या सौंदर्यानं आपण घायाळ झालोच म्हणू समज!" लुसी उत्तेजित झाली की, विषयाला सोडून भरकटू लागे. आत्ताही तेच झालं.

तिच्या या पाल्हाळाचा जॉर्जला जरा वैतागच आला. पट्कन मुद्द्यावर कसं काय येता येत नाही हिला? तो किंचित त्रासून म्हणाला, "लुसी, आपण डायनरबद्दल बोलत होतं ना? तू किमोनोत कुठे अडकून बसलीस?"

"हो, हो! खरं आहे तुझं! त्या डायनरची मालकीण कुणी 'च्यो-च्यो सान' आहे. मला वाटतं, जपानी भाषेत फुलपाखराला च्यो-च्यो म्हणतात." लुसी सरसावून सांगू लागली. "मला तरी वाटतं की, हे तिचं लाडाचं नाव असावं. तुमचं काय मत आहे. आणि इतकंच नाही, ती इंग्लिश तर इतकं अस्खलित बोलते की बस्स!"

अचानक तिच्या लक्षात आलं की, ती एकटीच बोलत होती. बोलणं सोडा, इतर दोघांनी श्वाससुद्धा रोखून धरला होता. त्यामुळे, तिनं बोलणं थांबवताच अगदी सुन्न करणारी शांतता पसरली तिथे.

"अरे, काय झालं? माझं काही चुकलं का?" तिनं अतिशय अस्वस्थपणे विचारलं.

तरीही ते दोघं आपले गप्पच. तिला काही कळायला मार्गच नव्हता. तिनं पुन्हा घसा खाकरला. धीर एकवटून ती म्हणाली, "नेमकं काय चाललं आहे? ही च्यो-च्यो सान कुणी भूत आहे का? की तिनं पुनर्जन्म घेतला आहे? नक्की काय?"

"त्या मालकिणीचं नाव च्यो-च्यो सान आहे, असं म्हटलंस का तू आत्ता?" थरथरत्या स्वरात का होईना, पण शेवटी एकदाचा केनला विचारायचा धीर झाला.

"नाहीतर काय! दुसरं काय म्हटलं मी? चांगलं ऐकू येईल, असंच म्हटलं ना?" आता तीही जरा वैतागली होती. "तुमच्या दोघांचं काय चाललं आहे? अचानक असे गप्प का झालात तुम्ही?"

"लुसी, तू आत्ता जे काही बोललीस ते आमच्या, मुख्य म्हणजे या केनच्या दृष्टीनं अतिशय महत्वाचं आहे. तुला त्याची अशी कल्पना नाही येणार. तू जरा एक मिनिट आम्हाला मोकळं सोडशील का? तू जे काही सांगितलंस, ते आमच्या पचनी पडायला थोडासा अवधी हवा आहे आम्हाला. त्यानंतर आम्ही तुला सगळं सांगतो."

"आता तुम्ही म्हणताच आहात, तर ठीक आहे." खांदे उडवत लुसी म्हणाली. पण त्यांनी तिला बाहेर जायला सांगणं तिला मुळीच पटलेलं नाही, हे तिच्या आविर्भावावरून स्वच्छ दिसून येत होतं. तरीही त्यांच्या म्हणण्याला मान देऊन ती तिथून बाहेर गेली.

दार पूर्ण बंद व्हायच्या आधीच केन आवेगानं म्हणाला, "जॉर्ज, ती काय म्हणाली, ते ऐकलंस का? जी च्यो-च्यो सान त्या डायनरची मालकीण, तीच माझी आई तर नसेल?"

"आता खरं सांगायचं, तर च्यो-च्यो किंवा बटरफ्लाय हे नाव- किंवा लाडाचं नाव म्हणू यात- ते जरा वेगळं आहे. त्यातून, इथे नागासाकीमध्ये कुणी व्यक्ती, तेही जपानी, अमेरिकन चवीचे पदार्थ मिळणारं डायनर का सुरू करेल? त्याचे अमेरिकेशी काहीतरी लागेबांधे असले तरच ना?" जॉर्जनं अगदी मुद्देसूद उत्तर दिलं. "खातरजमा करण्याचा एकमेव उपाय म्हणजे, प्रत्यक्षात जाऊन पाहून येणं."

"माझा तर विश्वासच बसत नाही. या प्रचंड मोठ्या शहरात अगदी आल्या आल्या मला माझ्या आईचा शोध लागतो! काहीतरी घोटाळा असणार, नक्कीच! मला तर वाटलं होतं की, कित्येक आठवडे, किंवा खरंतर महिने लागतील मला तिचा ठावठिकाणा लागायला." केनचा आवाज अजूनही थरथरत होता. "जॉर्ज, तुला कळतंय का मी काय म्हणतो आहे ते? मला चक्क भीती वाटते आहे. आतुरतेनं मी तिथे जायचं आणि ती माझी आई नाही, हे मला समजायचं. काय होईल माझ्या जिवाचं?"

"केन, अरे असं काय करतोस? आयुष्यात खूप धक्के बसतात. आपल्याला वाटतं तितकं आयुष्य कठीण नाही, हेदेखील कधीकधी लक्षात येतं." केनची मन:स्थिती लक्षात घेऊन जॉर्ज आपुलकीनं म्हणाला. "आणि हे बघ, मी येतो ना तुझ्याबरोबर! दुपारी डायनर उघडेल. गर्दी होण्याआधीच आपण तिथे पोहोचू आणि छडा लावू या.

"मला माहीत आहे रे, तुझं आजवरचं आयुष्य फार काही सोपं नव्हतं. 'ही आपली जागा नाही, आपण आयुष्यात काहीतरी गमावलं आहे,' अशी भावना घेऊन जगणं कठीण गेलं असणार तुला. पण म्हणतात ना की, प्रत्येक वर्तुळ शेवटी पूर्ण होतं. कधीतरी तुमच्या आयुष्यात उसवलेल्या गाठी मारण्याची संधी उपलब्ध होतेच. म्हणून तर तू सातासमुद्रापार इथे नागासाकीला येऊन पोहोचलास. आता उसवलेली गाठ मार आणि अपूर्णतेच्या भावनेतून बाहेर येऊन मोकळा हो एकदाचा."

त्यावर मान डोलावत केननं घसा खाकरला. आवंढा गिळत तो म्हणाला, "खरं आहे जॉर्ज तुझं म्हणणं. डायनर उघडलं की, लगेच आपण जाऊन भेटून येऊ त्यांना. इतकं हज्जारो मैलांचं अंतर मी कापलं आहे ते काय उगाच नाही. माझ्या

जन्मदात्रीला शोधायला आलो आहे मी इतक्या दूर. आता आलेल्या प्रसंगाला तोंड द्यायची वेळ आली आहे, तर माघार घेऊन कसं चालेल?''

जॉर्जनं मानेनं होकार देत दार उघडलं. लुसी की-होलला डोळे लावून बसली होती, हे त्याच्या लक्षात आल्याशिवाय राहिलं नाही. आपली लबाडी पकडली गेल्याचा तिला जरी संकोच वाटला, तरी त्यावर जॉर्जनं प्रतिक्रिया दिली नाही.

त्यानंतर, जॉर्जनं सावकाश पहिल्यापासून सगळी हकिकत लुसीला सांगितली. दोन देशांत घडलेल्या त्या कहाणीनं तीन जीवांशी खेळ केला होता. बेंजामिन पिंकरटन, च्यो-च्यो सान म्हणजेच बटरफ्लाय आणि त्या दोघांचा मुलगा जिन्सेई; ज्याला अमेरिकेत केन पिंकरटन हे नाव मिळालं. नाती जोडून, तोडून, पुन्हा जोडायची वेळ आली होती.

या गुंतागुंतीच्या कहाणीत आपल्या आत्यानं, नताली सिंक्लेअरनं किती महत्त्वाची भूमिका बजावली आहे, हे लुसीच्या लक्षात आलं. च्यो-च्यो सानला उमेद देणं, इंग्लिश शिकवणं, अमेरिकेशी तिची नाळ जोडणं, अमेरिकन रीतिरिवाजांची ओळख करून देणं, त्यात मुरण्यासाठी मदत करणं, आपल्या लाडक्या माणसासाठी- बेंजामिनसाठी- ते सगळं मनःपूर्वक आत्मसात करणं, आणि सरतेशेवटी अमेरिकन डायनर उभं करणं; प्रत्येक टप्प्यावर मिसेस सिंक्लेअर ठामपणे च्यो-च्योच्या बाजूला उभ्या होत्या. नात्यांची कसली ही विलक्षण गुंफण! लुसी थक्क झाली.

मुळात लुसी स्वभावानं प्रेमळ होती. आजवर तिचं आयुष्य मध्य पश्चिम अमेरिकेत सुखात गेलं होतं. त्यामुळे च्यो-च्योची दुःखी जीवनगाथा ऐकून तिला रडू आवरलं नाही.

''अरे देवा! किती हे सगळं भयंकर! बिच्चारी च्यो-च्यो! किती दुःख झेलावं लागलं तिला! एका अमेरिकन माणसानं, त्या पिंकरटननं आपल्याशी लग्न केलं आहे, या गोड गैरसमजात राहिली ती कायम, आणि तिच्या वाट्याला काय यावं, तर प्रतारणा. आणि हे कमी म्हणून की काय, त्यानं तिच्या पोटच्या पोराला तिच्यापासून हिरावून न्यावं. अरे अरे! याच्याशी सामना करण्याची शक्ती आणली तरी कुठून असेल तिनं!'' लुसी हुंदके देत म्हणाली.

तिच्या स्वभावाला अनुसरून ती काही क्षणांनी शांतही झाली. ''एका सुंदर पण करारी स्त्रीच्या या कहाणीत इतके चढ-उतार आहेत की, कोणीतरी त्यावर ऑपेरा सादर करायला हवा, असं मला वाटतंय. मला तर आत्ताच समोर स्टेज दिसतं आहे. सुंदर किमोनो घातलेली बटरफ्लाय अर्थातच मुख्य भूमिकेत आहे.''

प्रकरण २७

नागासाकीला आल्यावर आपल्या आईचा काही सुगावा लागला तर ती कुठे आहे हे शोधण्यात आपण एक सेकंदही गमावणार नाही, असं केन पिंकरटनला वाटलं होतं.

पण ज्या स्त्रीनं त्याला आजवर झपाटलं होतं, एकही रात्र जी स्वप्नात येण्यावाचून थांबली नव्हती, ती कुठे आहे, हे समजल्यावर तिला भेटायला जाण्यासाठी तो धावला नव्हता. जणू त्याला खूप भीती होती की, या वाटेवर आपल्याला नेमकं काय पाहायला मिळेल, त्यातून आपल्या आयुष्यावर कसा परिणाम होईल.

प्रामाणिकपणे सांगायचं, तर केनला स्वतःला असं वाटलं होतं की, आपल्या आईचा पत्ता शोधण्यात बरेच दिवस जातील, या काळात तो नागासाकीची ओळख करून घेईल. त्यानंतर तो जेव्हा आपल्या आईला भेटेल, तेव्हा दोघंही एकमेकांना अधिक चांगलं समजून घेतील.

त्याच्या मनातील वादळं जॉर्ज समजू शकत होता. म्हणूनच त्यानं केनला घाई केली नाही. "हे बघ केन, जेव्हा तू तयार असशील, तेव्हाच आपण जाऊ तिला भेटायला."

लुसी जायला उतावीळ झाली होती. तिला तर वाटलं होतं की, आत्ताच्या आत्ता बटरफ्लायकडे धावत सुटावं आणि तिचा हरवलेला मुलगा तिच्या ताब्यात द्यावा.

त्या रात्री केन क्षणभरसुद्धा झोपू शकला नाही. संपूर्ण रात्र तो फक्त कूस बदलत राहिला. दुसऱ्या दिवशी सकाळ होताच तो अंथरुणातून चुपचाप उठला आणि बंदराच्या बाजूला असलेल्या गल्लीतून त्यानं चालायला सुरुवात केली. त्या क्षणी त्याला कोणाचीही सोबत नको होती. इतक्या वर्षांनी त्याला त्याची आई

भेटणार होती. तो क्षण फक्त त्या दोघांचा होता. त्यासाठी इतर कुणी हवेत कशाला!

विचारांच्या नादात तो पाय नेतील तिकडे चालत राहिला. अचानक त्याच्यासमोर एक मोठा बोर्ड आला. अमेरिकन झेंड्याच्या लाल, निळ्या, पांढऱ्या रंगांत तो रंगवला होता. त्यावर 'च्यो-च्यो अमेरिकन डायनर' हे नाव मोठ्या दिमाखात मिरवत होतं. केनला हसू आलं. कुणीतरी योग्य विचार केला होता. देशाच्या रंगांची सांगड पोटाशी घातली होती. त्यामुळे मनं नक्कीच जुळणार होती हे नक्की! इतका ताण असूनही केनला हसू आलं.

दिवस नुकताच सुरू झाला होता. च्यो-च्योच्या डायनरमध्ये मुळीच गर्दी नव्हती. जेमतेम दोन जण खायला आले होते. तिथली वेटर त्यांना टेबलाजवळ घेऊन जात होती.

केनचं हृदय धडधडू लागलं. ती त्याची आई होती का? त्याला दारात थबकलेलं पाहून किमोनो घातलेली एक स्त्री पट्कन पुढे आली. तिनं हसून त्याचं स्वागत केलं.

ती बटरफ्लाय होती का? नसावी! कारण ज्या सौंदर्याचं इतकं भरभरून वर्णन त्यानं ऐकलं होतं, त्या सौंदर्याच्या ती जवळपासही नव्हती.

"इराशाई मसाई, वेलकम! स्वागत आहे! या ना आत." तोडक्या-मोडक्या इंग्लिशमध्ये पण प्रेमानं केलेल्या स्वागतामुळे त्याची विचारशृंखला खंडित झाली. "मी सुझुकी आहे, तुम्हाला टेबल दाखवू का?"

नक्कीच हे वाक्य तिच्याकडून घोटून घेतलेलं असणार.

त्या स्त्रीनं स्वतःचं नाव सुझुकी असं सांगितल्यावर केनचा भ्रमाचा भोपळा फुटला. त्यानं दीर्घ श्वास घेतला. त्या डायनरच्या एका कोपऱ्यात असलेल्या दोघांसाठीच्या टेबलपाशी ती त्याला घेऊन गेली. तिथली सजावट अगदी अमेरिकन होती. ती स्त्री बटरफ्लाय नसून सुझुकी आहे, हे कळताच त्यानं सुटकेचा निःश्वास सोडला. त्याला सावरण्यासाठी काही क्षण तरी मिळाले होते.

तिनं आता त्याच्यासमोर इंग्लिशमध्ये लिहिलेला मेन्यू ठेवला. त्या क्षणी त्याला वाटलं की, इथून निघून जावं. त्याला लक्षात आलं की, जर तो या क्षणी काही बोलला नाही, तर तो पुढे कधीही बोलू शकणार नाही. म्हणून तो पट्कन म्हणाला, "तुमचं नाव सुझुकी आहे का? इथे कोणी च्यो-च्यो सान नावाची स्त्री आहे का? मला भेटायचं आहे त्यांना."

"हो हो, आहे की! माझी बॉस आहे ती, हे डायनर तिच्याच मालकीचं आहे." बोलताना सुझुकीच्या चेहऱ्यावरचा अभिमान लपत नव्हता. बटरफ्लायचा तिला नितांत आदर वाटत असून तिचं तिच्यावर खूप प्रेम आहे, हे सहज लक्षात येत होतं.

"तुम्ही ओळखता का तिला? पण याआधी कधी पाहिलं नाही मी तुम्हाला इथे. नुकतेच अमेरिकेहून आला आहात का? काल-परवा जे जहाज आलं, त्यातून उतरलात का?"

"बरोबर! काल-परवा जे जहाज अमेरिकेहून आलं, त्यानं मी इथे नागासाकीला आलो आहे. माझ्या भूतकाळातील कोणाचा तरी शोध घ्यायचा आहे मला." केननं उत्तर दिलं. "सुझुकी सान, मी कोण आहे, ते तुम्हाला माहीत आहे का?"

"मला माफ करा! तुम्ही कोण आहात, ते मला खरंच माहीत नाही." दिलगिरीच्या स्वरात सुझुकी म्हणाली. "इथे खूप जण येतात. प्रत्येकाला लक्षात ठेवणं थोडं कठीण आहे. तुम्ही आधी आला आहात का इथे?"

"सुझुकी सान, तुला जिन्सेई आठवतो का? छोटासा मुलगा होता तो; अमेरिकेत गेल्यावर त्याचं नाव केन पिंकरटन असं ठेवलं गेलं." केननं शांतपणे विचारलं.

त्याबरोबर सुझुकीचा एक हात तोंडावर गेला. जपानी स्त्रिया आनंद झाला किंवा अतिशय धक्का बसला तर अशी प्रतिक्रिया देतात, हे त्याला अजून माहीत नव्हतं. तिच्या चेहऱ्यावरचा रंग उडाला. हातातील मेनू, बर्गर्स आणि फ्रेंच-फ्राइज खाली विखुरले.

"जिन्सेई! च्यो-च्योचा मुलगा!" तिच्या तोंडून कसेबसे शब्द बाहेर पडले. अजूनही तिचा तोंडावरचा हात निघाला नव्हता. "तुम्ही हे का विचारत आहात? फार वर्षांपूर्वी तो आपल्या वडिलांबरोबर नागासाकी सोडून निघून गेला आहे."

"कारण तो मुलगा मीच आहे. आज मी बटरफ्लायला शोधायला नागासाकीला परत आलो आहे." केननं तिच्याकडे रोखून पाहत म्हटलं.

"हे शक्यच नाही." असं चीत्कारत सुझुकी त्याच्याजवळ आली. तिनं त्याला अगदी निरखून पाहिलं. तिचा श्वास त्याला जाणवत होता. पुढे होत तिनं त्याला अलगद स्पर्श केला. तो भूत नाही, किंवा खोटा नाही, किंवा भास नाही, याची ती खात्री करून घेत होती.

तिला आता एकदम गदगदून रडू आलं. ते ऐकून किमोनो घातलेली आणखीन एक स्त्री आतून बाहेर आली.

"सुझुकी सान, काय झालं?" तिनं काळजीनं विचारलं. हुंदके देत सुझुकी त्या समोरच्या तरुणाकडे बोट दाखवून काय सांगते आहे, हे काही तिला समजेना. "सुझुकी सान, शांत हो बरं! आपले पाहुणे काय म्हणतील!"

त्या स्त्रीला पाहताच केन भारावला होता. त्याची खात्री पटली की, तीच च्यो-च्यो सान असणार. तो तिच्याकडे एकटक पाहू लागला. सुझुकीपेक्षा ती थोडीशी उंच होती. चेहऱ्यावर वयाच्या किंचितशा खुणा दिसत असल्या तरी अजूनही तिचं

सौंदर्य कमी झालेलं नव्हतं. किती डौलदार आणि देखणी होती ती. आवरलेले केस, नितळ त्वचा, सुंदर चेहरा!

आपल्या जपानी आईला आपण पहिल्यांदा भेटू; तेव्हा नेमकं काय, कसं होईल याबद्दल केननं खूप विचार केला होता. आज ती प्रत्यक्षात समोर आल्यावर त्याला आंतरिक शांती आणि समाधानाची भावना जाणवली. त्याला वाटलं होतं, तसा त्याला उमाळा दाटून आला नाही. त्याचे डोळेही कोरडे होते.

"तुम्ही जर च्यो-च्यो सान म्हणजेच बटरफ्लाय असाल, तर तुम्ही नक्कीच माझी आई आहात." तिथे निर्माण झालेली सुन्न करणारी शांतता भंग करत त्यानं पुढे होत म्हटलं.

हे ऐकताच नुकतीच बाहेर झालेली ती स्त्री अवाक् झाली. आता तोंडावर हात ठेवण्याची तिची पाळी होती. धक्का आणि अविश्वास तिच्या चेहऱ्यावर स्पष्ट उमटला होता. आपण तिला इतक्या थेट सांगायला नको होतं, असं केनला वाटलं. पण, आता काय उपयोग!

ती कासावीस झाली, तिचे पाय थरथरू लागले होते. घाईनं बाजूच्या खुर्चीचा आधार घेत स्वतःला सावरत ती पट्कन त्यावर बसली.

"हो, मी च्यो-च्यो आहे." तिच्या तोंडून अस्पष्ट स्वरात शब्द बाहेर पडले. हाच तो क्षण होता, ज्यासाठी माय-लेकांनी उभं आयुष्य वाट पाहिली होती. आणि, आता प्रत्यक्षात एकमेकांच्या समोर आल्यावर ती दोघं नुसतीच एकमेकांकडे पाहत बसली होती. ज्या नागासाकीमध्ये त्यांची ताटातूट झाली होती, तिथेच च्यो-च्योनं सुरू केलेल्या अमेरिकन डायनरमध्ये त्यांची अशा विलक्षण तऱ्हेनं भेट व्हावी! दोघंही जणू नजरेनं तो क्षण आणि एकमेकांना साठवून घेत होते.

च्यो-च्यो हुंदके देत होती. पण त्यात कुठेही आक्रस्ताळेपणा नव्हता. अमेरिकेहून इथे येताना केलेल्या त्या प्रदीर्घ प्रवासात केननं विचार केला होता, तसा काही प्रसंग घडला नव्हता.

दोघांमध्ये असलेलं ते भावनिक द्वंद्व मोडण्यासाठी केन पुढे झाला. आपल्या आईचा हात त्यानं घट्ट धरला. आपल्या मजबूत पकडीनं तिचा नाजूक हात मोडतो की काय, अशी भीतीही त्याला वाटली. आई-मुलाच्या या पहिल्या स्पर्शाची खुमारी काही वेगळीच होती. च्यो-च्योच्या डोळ्यांतून ओघळलेला एक अश्रू टपकन केनच्या हातावर पडला.

पुढचे काही क्षण तिच्या हुंदक्यांव्यतिरिक्त तिथे दुसरा कुठलाच आवाज नव्हता. मग स्वतःला सावरत तिनं सुझुकीला हाक मारली. कसलेल्या व्यावसायिकाप्रमाणे तिचा आवाज शांत होता.

"सुझुकी सान, डायनर बंद करून घे. जिन्सेईला आणि मला खूप बोलायचं,

सांगायचं आणि ऐकायचं आहे.''

अचानक डायनर बंद झाल्यामुळे आलेल्या खवय्यांना नाराज होऊन परत जावं लागलं. मागच्या बाजूला असलेल्या लहानशा ऑफिसवजा रेस्टरूममध्ये च्यो-च्यो जिन्सेईला घेऊन आली.

तिला दुरून कुठून तरी आवाज आला, "हॅलो आई, मी तुझा मुलगा, केन पिंकरटन.''

ती किंचित थबकली. मग निश्चयानं पुढे होत तिनं केनच्या शर्टाच्या उजव्या हाताची बाही पार कोपरापर्यंत वर नेली. त्या तिथे चार मोठे तीळ होते, त्यांचा एक चौकोन तयार झाला होता. त्यावर बोटं फिरवत ती म्हणाली, "सुझुकी सान, आठवतात का तुला हे तीळ? त्याची जन्मखूण?'' आता तिचे अश्रू घळघळा वाहू लागले होते. "तू खरंच माझा जिन्सेई आहेस. आमचा जिन्सेई परत आला आहे.

"पोरा, तुला माहीत आहे का की, मी किती वर्षं तुझी वाट पाहिली आहे! माझ्या डोळ्यांसमोरून माझं बाळ नाहीसं होऊ नये म्हणून रात्रीमागून रात्री मी तुला पत्र लिहीत राहिले.''

ते ऐकताच केन विरघळला. त्याला अश्रू अनावर झाले. इतकी वर्षं जिला तो गमावून बसला होता, त्या आईला त्यानं पट्कन मिठीत घेतलं. ती हुंदके देत रडत होती. त्याचा शर्ट तिच्या अश्रूंत गच्च भिजू लागला.

'कोण आहे मी?' या गेल्या कित्येक वर्षांच्या प्रश्नाचं उत्तर केनला आज सापडलं. त्याच्या आयुष्याचं कोडं उलगडलं होतं आता, सगळे तुकडे कसे जागच्या जागी नीट बसले होते. मोगरा! त्याच्या परिचयाच्या त्या सुवासाचं उगमस्थान आज त्याला समजलं. लहानपणी त्याला पडणाऱ्या स्वप्नातील त्या स्त्रीसमवेत त्याला नेहमी हाच गंध जाणवायचा. ती स्त्री आणि तो सुवास यांची पक्की सांगड त्याच्या मनानं घातली होती.

माय आणि लेक एकमेकांच्या कुशीत कितीतरी वेळ हरवले होते. टेकडीवरच्या त्या उंच हवेशीर घरात मधला वीस वर्षांचा काळ पुसला गेला. पुन्हा एकदा च्यो-च्यो आपल्या बाळाला हातामध्ये झुलवत होती. त्याच्या सोनेरी केसांना हुंगत त्याचा गंध श्वासात साठवून घेत, त्याला जोजवत होती.

त्या रात्री गेल्या वीस वर्षांचा लेखाजोखा मांडत दोघंही गप्पांमध्ये हरवले. जणू परत भेट होणार नाही, या भीतीनं ते प्रत्येक क्षणी लाखो आठवणी उजळवत गेले. पहाट झाली तरी गप्पा संपत नव्हत्या. सूर्याची पहिली किरणं पडू लागली, तेव्हा कुठे थकून त्यांचा डोळा लागला. त्याला आपलंच मूल मानणाऱ्या सुझुकीनं हलक्या हातांनी त्या दोघांवर पांघरूण टाकलं. रात्रभर रडून तिचेही डोळे सुजले होते.

तो क्षण फक्त मायलेकांचा होता. आता तो कुणी त्यांच्यापासून हिरावून घेणार नव्हतं.

उपसंहार

चांदणी रात्र संपली. सूर्याची कोवळी किरणं हळुवारपणे नागासाकीला जागं करू लागली. च्यो-च्योची लहानखुरी डौलदार आकृती बंदराच्या दिशेनं ठामपणे जाऊ लागली. या वाटेवरून तिनं अगणित वेळा ये-जा केली होती. प्रत्येक येणाऱ्या जहाजाबरोबर आशा आणि निराशेचा खेळ ती खेळली होती. आज तिनं गडद निळ्या रंगाचा किमोनो घालून त्यावर लाल ओबी बांधला होता. काही दिवसांपूर्वी तिनं आपले फुलाफुलांचे काळे किमोनो मोठ्या पेटाऱ्यात बंद करून ढकलून दिले होते. पिंकरटनला ते फार आवडायचे. तो परत येईल, या आशेनं तिनं आजवर ते सतत समोर ठेवले होते. आजमात्र तिनं स्वीकारलं होतं की, त्याचा प्रवास संपला होता. म्हणूनच, समजूतदारपणे तिनं ते किमोनो नजरेआड केले.

आज ती अलगद पावलांनी बंदरावर आली होती. इथून पुढे वाट पाहणं संपलं होतं. इतक्या वर्षांच्या प्रदीर्घ प्रतीक्षेनंतर तिनं पिंकरटनला स्वतःच्या जीवनातून कायमचा निरोप दिला होता. तसं करताच तीसुद्धा आपोआप एका विचित्र प्रेमपाशातून मुक्त झाली होती. आता तिला फक्त शांतता जाणवत होती.

त्या दिवशी तिच्या डायनरच्या दारात उभा असलेला तो तरुण... किती परिचित वाटत होता तो! त्याचा गंधसुद्धा ओळखीचा होता. त्या दिवशी त्याच्या तोंडून बाहेर पडलेले शब्द... अगदी दुरून आले आहेत असे वाटणारे... तरीही चिरपरिचित असे... तो दिवस ती कधीही विसरणार नव्हती.

"हॅल्लो च्यो-च्यो सान, तुला कदाचित आठवणार नाही, पण मी – केन पिंकरटन- तुझा मुलगा आहे, नुकताच अमेरिकेहून आलो आहे."

"माझा मुलगा? जिन्सेई? केन?" ती चीत्कारली होती. "हे कसं शक्य आहे? नाही... जिन्सेई तर त्या तिकडे दूर देशात आहे. अमेरिकेत. तो इथे

नागासाकीला कसा येईल?''

"आई, हे आठवतंय का?'' असं म्हणत त्यानं गळ्यातील चेन तिला दाखवली. पुढे होत तिनं ती काढून घेतली. त्यामध्ये एक कापडी लॉकेट गुंफलेलं होतं, ज्यात तिच्या स्वतःचा केस बंद होता. जिन्सेईला त्याच्या वडिलांकडे सोपवताना त्याचं सामान, कपडे आणि खेळणी भरताना तिनंच स्वतःच्या हातांनी ती चेन आणि लॉकेट ठेवलं होतं त्यात. तो गेल्यावर कितीतरी तास ती फक्त रडत होती.

"जिन्सेई, खरंच का रे तू आला आहेस? मी स्वप्नात तर नाही ना?'' तिच्या या साशंकतेवर काहीही उत्तर न देता त्यानं तिला फक्त कुशीत घेतलं होतं. त्या दोन तरुण तगड्या हातांत कितीतरी ताकद होती.

तिचा मुलगा... मोठा होऊन, धष्टपुष्ट होऊन, तिच्यासाठी परत आला होता. एक ना एक दिवस तो परत येईल, अशी तिला खात्री होतीच.

कित्येक वर्षांपूर्वी आपल्या बाळाच्या नाजूक देहाला मिठी मारून ती रडली होती. आजही ती आठवण ताजी होती. आज त्याचे हात तिच्याभोवती होते, तिचं संरक्षण करणारे. आजवरच्या आयुष्यात इतकं सुरक्षित आणि साधार तिला कधीच वाटलं नव्हतं.

त्या दिवशी तिच्या आयुष्याचे उसवलेले धागे जुळले होते. जीवनाचं वर्तुळ पूर्ण झालं होतं. आई आणि मूल जवळ आले होते. जीवनभर हरवलेली शांती त्यांना पुन्हा लाभली होती.

केनला परत अमेरिकेला जावं लागणार आहे, याची च्यो-च्योला कल्पना होती. त्याचं स्वतःचं आयुष्य होतं तिथे, शिवाय, त्याची वाग्दत्त वधूसुद्धा होती. तो आपला शोध घ्यायला परत आला, हे तिच्या दृष्टीनं पुरेसं होतं. जाण्याआधी कितीतरी आठवडे केन तिला अमेरिकेला चलण्याचा आग्रह करत होता. आपली आई एकदा सापडल्यावर तिला पुन्हा गमावण्याची त्याची अजिबात इच्छा नव्हती.

पण सरतेशेवटी, त्याला तिच्याशिवाय परत जावं लागलं. पुढच्या वेळेस आपल्या वाग्दत्त वधूला घेऊन येण्याचं वचन त्यानं तिला दिलं. या वेळेस च्यो-च्योच्या जोडीनं सुझुकीलासुद्धा विश्वास होता की, तो वचन पाळेल.

पुढे कधीतरी च्यो-च्यो अमेरिकेची वारी करणार होती हे नक्की. आपला मुलगा आणि त्याचं कुटुंब पाहायला तिला नक्कीच आवडणार होतं. पण ते पुढे. तूर्तास तिला तिच्या डायनरकडे लक्ष देणं भाग होतं. तिच्या स्वयंपाकावर कितीतरी अमेरिकन तरुणांचं पोट भरणं अवलंबून होतं.

एक ना एक दिवस ती अमेरिकेला जाणार होती. तोपर्यंत हीच तर तिची मुलं होती ना!

◆